கோரிக்கைகள் நிறைவேற்றும் கோயில்கள்

ந. பரணிகுமார்

சூரியன் பதிப்பகம்

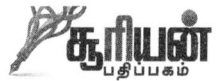

IBN: 978-81-951679-6-8

Title :
KORIKKAIGAL NIRAIVETRUM KOVILGAL
© N.BHARANIKUMAR

சூரியன் பதிப்பகம்
வெளியீடு: 180

நூல் தலைப்பு:
கோரிக்கைகள் நிறைவேற்றும் கோயில்கள்

நூல் ஆசிரியர்:
© ந. பரணிகுமார்

அட்டைப் படம்:
Shuttertok

முதற்பதிப்பு:
பிப்ரவரி 2022

விலை:
ரூ. 200/-

சூரியன் பதிப்பகம்

229, கச்சேரி ரோடு, மயிலாப்பூர்,
சென்னை 600004.
விற்பனைப் பிரிவு தொலைபேசி :
0444220 9191 Extn: 21125
மொபைல்: 72990 27361
இமெயில் : kalbooks@dinakaran.com

பதிப்பாளர் மற்றும் ஆசிரியர் : **ஆர்.எம்.ஆர்.ரமேஷ்**
சீஃப் டிசைனர் : **பி.வேதா**

இந்தப் புத்தகத்தின் எந்த ஒரு பகுதியையும் பதிப்பாளரிடமிருந்து எழுத்துபூர்வமான முன் அனுமதி பெறாமல் மறுபிரசுரம் செய்வதோ, அச்சு மற்றும் மின்னணு ஊடகங்களில் மறுபதிப்பு செய்வதோ காப்புரிமைச் சட்டப்படி தடை செய்யப்பட்டதாகும். புத்தக விமர்சனத்துக்கு மட்டும் இந்தப் புத்தகத்திலிருந்து மேற்கோள் காட்ட அனுமதிக்கப்படுகிறது.

பதிப்புரை

கோயில் இல்லா ஊரில் குடியிருக்க வேண்டாம் என்பது முதுமொழி. ஒரு ஊருக்குச் செல்லும்போது இங்கு என்ன கோயில் இருக்கின்றது என்று தரிசித்து விட்டுச் செல்வதுதான் நம்முடைய மரபாக இருந்து வருகிறது. கோரிக்கைகள் நிறைவேற்றும் கோயில்கள் எனும் இந்நூலானது திரு. ந. பரணிகுமார் அவர்களால் தினகரன் ஆன்மிக மலரில் எழுதப்பட்ட கோயில்களின் தொகுப்பாகும். சமூகத்தில் ஆலயங்களின் பங்கு மகத்தானது. அது ஆயிரமாயிரம் ஆண்டு மரபுகளின் புதையல்களையும், கலாச்சாரங்களையும் தன்னிடத்தே கொண்டது. அதற்கு அப்பாலும் அங்குள்ள மூர்த்தங்களில் பொங்கும் சாந்நித்திய பலமானது தனி மனித வாழ்வையே மாற்றுகின்றது. இந்த நூலில் தனி மனிதனின் வாழ்வில் நிகழும் அத்தனை பிரச்னைகளுக்குமான கோயில்கள் உள்ளன. அதுதவிர எளிமையான பரிகாரங்களையும் விளக்கியுள்ளார். அதையும் தவிர மெல்லியதாக வரலாற்று விஷயங்களையும் சொல்லியபடி செல்கிறார்.

இந்நூலாசிரியரான ந.பரணிகுமார் இந்த நூலை எழுதி, மெய்ப்பு நோக்கி முடித்துவிட்ட பிறகு, எதிர்பாராத விதமாக உடல்நிலை மோசமாகி இறைவனோடு கலந்துவிட்டார். இந்த நூலிலுள்ள சிறுசிறு கட்டுரைகளில் அரிதானதும், ஆச்சரியமானதும் நிறைந்த விஷயங்களை அநாயாசமாக விட்டுச் சென்றிருக்கிறார்.

- பதிப்பாசிரியர்

சமர்ப்பணம்

அனைத்து
இறை
அடியார்களுக்கும்....

அதிகாரம் அருளும் ஆண்டார்குப்பம் முருகன்

சுமார் 1000 வருடங்களைக் கடந்த கோயில். ஆனால் கருவறையைத் தவிர தொன்மையான கோயிலுக்குரிய கட்டிட அடையாளங்கள் எதுவுமின்றி புதிதாக நிர்மாணம் செய்யப்பட்டுள்ள கோயில்.

படைக்கும் தொழிலைச் செய்யும் பிரம்மா முருகன் பிரவணத்தின் பொருளைக் கேட்க அதற்குப் பதில் அறியாது விழித்தார். அதற்காக அவரைச் சிறை வைத்தான் முருகன். இங்கே பிரணவத்தின் வடிவமான முருகன் பிரம்மாவை விடவும் உயர்ந்த திருக்கோலத்தில் அருள்கிறார். எனவே பிரம்மாவிடம் அதிகாரத்துடன் தனது இரண்டு கரங்களையும் வைத்தபடி கேள்வி கேட்டார். இந்த அமைப்பினிலேயே மூலவர் பால சுப்ரமணியர் காட்சி அளிப்பதனால் அவர் 'அதிகார முருகன்" எனவும் அழைக்கப்படுகிறார்.

பிரம்மா முருகன் சந்நதியின் எதிரில் நீள்வட்ட சிலைவடிவில் இருக்கிறார். இதில் பிரம்மாவின் உருவம் இல்லை. அவருக்குரிய தாமரை, கமண்டலம், அட்சர மாலை மட்டும் இருக்கிறது.

இத்தலத்தில் மயிலுடன் தன் தாயான அம்பிகைக்குரிய சிம்ம வாஹனத்துடன் முருகன் அருட்பாலிக்கிறார். பாலசுப்ரமணியர் வேல், வஜ்ரம், சக்தி என எவ்வித ஆயுதமும் இல்லாமல் காட்சி அளிக்கிறார். காலையில் குழந்தையாகவும், உச்சிவேளையில் இளைஞனாகவும்,மாலையில் முதியவர் போலவும் தோற்றமளிப்பது வித்தியாசமான தரிசனம்.

வெளிப் பிராகாரத்தில் காசி விஸ்வநாதர், விசாலாட்சி, வள்ளி தெய்வானையுடன் கூடிய முருகன் சந்நதிகள் உள்ளன.

சிறுவாபுரியிலிருந்து ஆண்டார் குப்பம் சுமார் 6 கி மீ தொலைவில் இருக்கிறது.

இத்தலத்திற்குரிய திருப்புகழில் வலிமை உள்ளதாய், அழுந்தப் பதிந்துள்ள இரும்பாணி போன்றதும், கடைந்து எடுக்கப்பட்ட சிமிழ் போன்றதுமான மலையாகிய மார்பகங்களை முன் காட்டியும், அம்புகளைப் போல கண்களால் நுண்மையாகப் பார்த்து மனம் நெகிழ்ச்சி காட்டி உறவாடியும், அத்தான் என அழைத்து எனக்கு ஆசையை ஏற்படுத்தி, நீ என்னை வாடும்படி வைத்து விட்டாய் என்று பேசி மூக்கை ஆசையுடன் வருடிவிட்டு, முன்பு ஒரு காலத்தில் ஆசையால் விரும்பி எம்மிடம் வந்திருந்தீர். (இப்போது உமக்கு) என்னிடம் ஆசை இல்லை.

நிந்தையான பேச்சுக்கு நீ இடம் தந்து விட்டாய். யோசித்துப் பார்க்கும் பொழுது உனக்கு நிகரானவர்கள் யாரும் இல்லை, முருகன் முதலாக உனக்கு ஒப்பானவர்கள் யாரும் இல்லை என்று கூறி இவ்வுலகில் மூர்க்கத்தனங்கள் கொண்ட செய்கைகளாலே கரிய வெல்லக் கட்டி போல இனிக்கப் பேசி, தமது வீட்டுக்கு அழைத்துக் கொண்டு போய் கோரைப் புல் பாயில் கிடத்தி, தக்க சமயத்தில் தனித்துக் கலவி செய்துவைக்கும் விலைமாதர்கள் மேல் மோகம் பூண்ட காரணத்தால் பைத்தியம் பிடித்துத் திரிவேனோ? (எல்லாவற்றுக்கும் கடைசியில்) எஞ்சியிருக்கும் பொருளாய் மயக்கம் கடந்தவராய் இருந்த பித்தராகிய சிவபெருமானுக்கு உபதேசித்தவனே, மனம் என்னும் கோட்டையில் விளங்கும்படி மிக அதிகமாக தியானிப்பவர்களின் பக்தி என்னும் கட்டுக்குள் அகப்பட்டு நிலைப்பவன் நீ அன்றோ? தமிழில் ‘அ’ என்னும் எழுத்தை (இது சிவத்தைக் குறிக்கும் என்று) ஏழையாகிய எனக்கு உபதேசித்த முக்திக்கு வித்தே, வலிய போரில் தலையிட்டு, எப்போதும் அழிந்து போகாத சூரனையும் அவன் குடும்பத்தையும் அரிந்து தள்ளின கோபம் கொண்ட வேலை ஆயுதமாகக் கொண்டவனே, (சூரனாகிய மாமரத்திலிருந்து) ஒரு தச்சனைப்* போல மயிலையும் சேவலையும் வரும்படி அதனைப் பிளந்த சித்த மூர்த்தியே, குறப் பெண்ணாகிய வள்ளியின் திருவடியைப் படிந்து வணங்கி, அவளுக்குக் கண் போல இனியனாகி, (அவள் இருக்கும் இடத்துக்குப்) போய் அவளை மணந்து, தவறுதல் இன்றி இந்தக் கிழக்கு, மேற்கு, வடக்கு, தெற்கு என்னும் நான்கு திசைகளைக் கொண்ட இந்த உலகில் சிறந்த பெயருடன் விளங்கும் தச்சூர் என்னும் ஊர் வடக்கே அமைந்துள்ள வழியில் (இப்போது ஆண்டார் குப்பம் என வழங்கப்படும் தலத்தில்) வீற்றிருக்கும் பெருமாளே.

* எக்காலும் அழியாத வரத்தைப் பெற்று சூரன் மாமரமாக போருக்கு வந்தான். அத்தகைய மாமரத்தை முருகவேள், வேலால் இரு கூறுகளாகப் பிளந்தார். அந்த மரத்துண்டுகளைக் கொண்டு ஒரு தச்சனைப் போல் மயில், சேவல் என்னும் உருவங்களை ஆக்கினார். என அருணகிரிநாதர் போற்றிப் புகழ்கிறார்.

அலங்கார ரூபிணி அன்னை புவனேஸ்வரி
(சென்னை - ஆதம்பாக்கம்)

உத்தர நவசாலபுரி என்று பெரியோர்களால் அழைக்கப்பட்ட ஆதம்பாக்கத்தின் மேற்குப் பகுதியான ஆண்டாள் நகர், 1974ம் ஆண்டு உருவாக்கப்பட்டது. வீடுகள் வளர்ந்தன. வருடங்கள் கடந்தன. பல தெருக்கள் அமைந்த ஒரு பகுதியாக அந்தப் பிரதேசம் மாறியது. கோயிலில்லா ஊரில் குடியிருக்க வேண்டாம் என்பதுபோல தாம் குடியிருக்குமிடத்திலேயே கோயிலையும் அமைப்போம் என மக்கள் உறுதியோடு இருந்தனர். 1982ம் ஆண்டு விக்னம் நீக்கும் விநாயகருக்கு ஆலயம் அமைத்தனர்.

புதுக்கோட்டையில் உள்ளது போன்று அன்னை புவனேஸ்வரிக்கும் ஆலயம் எழுப்பலாம் என எல்லோரும் ஒரு மனதாக சிந்தித்தனர். பிள்ளையாரின் ஆலய கும்பாபிஷேகத்தன்றே அன்னை புவனேஸ்வரியின் ஆலயப் பணியும் தொடங்கியது. புதுக்கோட்டை அதிஷ்டானம் சத்குரு சாந்தானந்த சுவாமிகளின் அருளாசி உடன் இருக்க, கோயில் வளர்ந்தது. 1986ம் ஆண்டு புவனேஸ்வரி ஆயிரம் சூர்ய கோடிப் பிரகாசத்தோடும், பேரழகோடும் அருட்கண்களால் உலகை நோக்கி அமர்ந்தாள். குடநீராட்டு விழா கோலாகலமாக நடைபெற தாயன்பு பெருக குளிர்ந்தாள். யாவரையும் அரவணைத்தாள்.

புவனேஸ்வரியின் தரிசனம் சர்வ பாவங்களையும் பொசுக்க வல்லது. அருளும், பொருளும் அள்ளி வழங்கி, பர உலகின் ஞானசாம்ராஜ்யத்தை கணநேரத்தில் அருள்வதில் இவளுக்கு நிகர் எவருமில்லை. தொடர்ந்து ஆறு பௌர்ணமி மாலை சாத்தி வணங்குபவரின் திருமணத் தடை நீங்கும். பௌர்ணமி அன்று

தேவிக்கு சூட்ட வரும் சுமார் இரண்டாயிரம் மாலைகளே அதற்கு சாட்சி.

நவராத்திரியின் ஒன்பது நாட்களும் விதவிதமான அலங்காரத்தில் ஜொலிக்கிறாள்.

பிரத்யங்கரா கோலத்தில் புவனேஸ்வரியின் அருள்வது பார்க்க சிலிர்த்துப் போகும். ஹிரண்யனை அழித்த நரசிம்ம மூர்த்தி உக்கிரம் தணிக்க சரபேஸ்வரராக மகேசன் அவதாரம் எடுத்து நரசிம்ம மூர்த்தியை சாந்தப்படுத்தினார். அப்படி அடக்கிய ஒரு சக்திக்கு பிரத்யங்கரா என்று பெயர். சரபேஸ்வரராக பட்சி ரூபத்தில் வந்த ஈசனின் ஒரு இறக்கையே பிரத்யங்கரா ஆவாள். இவள் உடல் நோய் தீர்ப்பாள். உள்ளத்தை தெளிய வைப்பாள்.

வாராஹியாக வளர்ந்த புவனேஸ்வரியின் அலங்காரம், அழகு கொஞ்சும். ராஜ ராஜேஸ்வரியின் சேனாநாயகி இவளின் ரதம், கிரிசக்ர ரதம். காட்டுப் பன்றிகள் இதை இழுத்துச் செல்லும். வாராஹியை உபாசிப்பவர்களுடன் வாதாடாதே என்பார்கள், பெரியோர்கள். இரவு நேர வழிபாட்டிற்குரிய தேவி இவள். கிரக பீடைகளை கிழித்தெறிபவள்.

புவனத்தை ஆள்பவள் பிள்ளை வரம் தரும் தேவியாவதில் ஆனந்தம் கொள்கிறாள். சந்தானலட்சுமியாக சுடர்விட்டுப் பிரகாசிக்கிறாள். தன்னை தரிசிப்போருக்கு தட்டாது தாயாகும் வரம் தருகிறாள், இந்த தேவி.

படைப்பை பெருக்கி பாராளும் பிரம்மனின் அம்சமான ப்ராம்மி எனும் சப்த மாதா கோலத்திலும் தரிசனம் தந்து களிப்பூட்டுகிறாள். அன்னப் பறவையை வாகனமாகக் கொண்டு, வெண்பட்டாடை உடுத்தி வளம் சேர்ப்பதையே தனது வாடிக்கையாகக் கொண்டவள். கெண்டி கமண்டலம், ஜபமாலை ஏந்தியவள். அ முதல் க்ஷ வரை உள்ள ஐம்பத்தோரு அட்சர வடிவினள்.

புவனேஸ்வரி தேவி சரஸ்வதியாக வீணை மீட்டும் அழகு, பார்க்க உள்ளம் கரையும். வெண் தாமரையில் அமர்ந்து வெண்ணிற ஆடையுடுத்தி கல்விச் செல்வத்தை போதிக்கும் குரு இவள். சகல கலைகளையும் தன் விழியில் வழியும் அருளாலே அளிப்பாள். வாக்கு வன்மையை மழையாக வர்ஷிப்பாள். அறிவு பெருக இந்த சரஸ்வதியின் திருப்பாதம் தொழுதாலே போதும்.

வாக்வாதினி என்று கம்பீர நாமம் தாங்கி, புவனேஸ்வரியினின்று எழுந்தருளும் கோலம் பார்க்க, பக்திக் கண்ணீர் கன்னம் வழிந்தோடும். ராஜராஜேஸ்வரியின் மந்திரிணியான ராஜமாதங்கியின் அங்கதேவதை, இந்த வாக்வாதினி. ஒரு கரத்தில் எழுத்தாணியும், மறுகரத்தில் ஓலைச்சுவடியும் ஏந்தியிருப்பாள். சந்த்யா காலங்களில் ஜபதபங்கள் செய்வாள். வித்யாலட்சுமி என்றும் இந்த தேவியை அழைப்பர். இவளை வழிபட ஞாபக

சக்தியை பெருக்குவாள். ஞானத்தை நிலை நிறுத்துவாள்.

புவனேஸ்வரியின் அன்னபூரணி அலங்காரம் அளவிலா அழகுடையது. ஐயன் அளந்தபடி இருநாழி கொண்டு அண்டமெல்லாம் உணவருந்த அருள் புரியும் அம்பிகை. காசி தலத்தில் கோலோச்சிக் கொண்டிருப்பவள். ஈசனுக்கே உணவளிக்கும் தேவி. ஆதிசங்கரர் தன் அன்னபூர்ணாஷ்டகத்தில் பிட்சையிட வேண்டி இறைவியைத் துதித்து கடைசியில் ஞானம், வைராக்யம் போன்றவற்றையே வேண்டி நின்றார். அன்னைபூரணியைத் தொழ, உணவுப் பஞ்சமின்றி வாழலாம்.

அர்த்தநாரீஸ்வரி என்ற ஆழ்ந்த தத்துவத்தை தன்னிலிருந்து வெளிப்படுத்துகிறாள், புவனேஸ்வரி. சிவமும், சக்தியும் ஒன்று கூடிய அபூர்வ கோலம். காணும் தம்பதியரின் ஒற்றுமையை அதிகரிப்பாள், இந்த அன்னை.

அன்னையின் புஷ்ப அலங்காரம் காண உள்ளம் பூக்கூடையாகும். பூக்களின் வாசனையோடு அவளின் அருட்சுகந்தம் நம்மை நிறைக்கிறது. பிறவிகள் தோறும் தொடரும் கர்ம வாசனையை நிரந்தரமாக துடைத்தெறிகிறாள், புவனேஸ்வரி. அன்னையின் அலங்காரங்கள் எல்லாமே ஆனந்தம் அளிப்பவை.

ஆலய முன்புறக் காப்புச் சுவரின் மீது தசமஹாவித்யாக்களின் பஞ்சவர்ண சுதைச் சிற்பங்கள் தரிசனமளிக்கின்றன. உள்ளே நுழைந்ததும் இடதுபுறம் சுந்தர விநாயகர் அருள்கிறார். விநாயக சதுர்த்திக்கு முதல்நாள் இவருக்கு சந்தனக் காப்பும், விநாயகர் சதுர்த்தி அன்று மகாகணபதி ஹோமமும் நடக்கின்றன. அதற்கடுத்து நாம் தரிசிப்பது ஸ்ரீ சாந்தானந்த ஸ்வாமிகளின் திருவுருவச் சிலையையும், தத்தாத்ரேயர் பாதுகையையும். மழலைப் பாக்கியம் பெற தத்தாத்ரேயர் பாதுகைகளுக்கு புஷ்பாஞ்சலி செய்கின்றனர். அதுமட்டுமல்ல மழலைவரம் கிட்டியவுடன் அவரவர் நேர்ந்து கொண்டபடி துலாபாரம் செலுத்துவது இத்தலத்தின் பிரதான விசேஷம்.

ஒவ்வொரு ஆண்டும் புவனேஸ்வரி தேவியை பிரதிஷ்டை செய்த தை மாதம் ரேவதி நட்சத்திரத்தன்று உலக நலன் கருதி வேள்வியும் மகா அபிஷேகமும் செய்யப்படுகின்றன பூரண மகாமேருவிற்கு மாதத்தில் ஐந்து நாட்கள் நவாவரண பூஜை செய்யப்படுகிறது. புவனேஸ்வரி பேசும் தெய்வமாய் இத்தலத்தில் அமர்ந்திருக்கிறாள். குரல் வளம் திடீரென கம்மியான ஒரு பக்தை 'குரல் தா பஞ்சக'த்தை புவனேஸ்வரியின் திருமுன் பாடி இழந்த குரல் வளத்தைத் பெற்ற அதிசயம் இங்கு நடந்திருக்கிறது.

இந்தக் கோயில், சென்னை ஆதம்பாக்கம் ஆண்டாள் நகரில் அமைந்துள்ளது. பரங்கி மலை ரயில் நிலையத்திலிருந்து சுமார் 3 கி.மீ தொலைவில் உள்ளது.

கவலைகள் தீர்ப்பாள் காமாட்சி

காஞ்சிபுரம் காமாட்சியை சென்னையிலேயே தரிசிக்க முடியுமா? முடியும்.

சென்னை அடையாறு கிரீன்வேஸ் குறுக்கு சாலையில் இந்த எழிலார்ந்த தலம் உள்ளது. காஞ்சி முனிவர் அருளுரைப்படி நிர்மாணிக்கப்பட்ட ஆலயம் இது. சிற்ப வேலைப்பாடுகள் நிறைந்த ராஜகோபுரத்தைக் கடந்து ஆலயத்தினுள் நுழைகிறோம். வலப்புறம் பைரவரும், இடப்புறம் துர்க்கா தேவியும் அருட்பாலிக்கிறார்கள். பலிபீடம், கொடிமரம், சிம்மவாகனத்தை கடந்து மேலே நோக்கினால் இருபுறங்களிலும் லட்சுமி, சரஸ்வதி வீற்றிருக்க சுதை வடிவில் காமாட்சி தேவி காட்சியளிக்கிறாள். அது இருபது தூண்கள் கொண்ட அர்த்த மண்டபம். அதன் நடுவே மூல கருவறையில் காமாட்சி அருள்புரிகிறாள்.

குமார சம்பவம் நிகழ வேண்டும் என்பதற்காக மன்மதன் ஈசன் மேல் மலர்கணைகளை எய்ய, கோபம்கொண்ட பரமேஸ்வரன் மன்மதனை சாம்பலாக்கிவிட்டார். ரதியின் கண்களுக்கு மட்டும் மன்மதன் தெரிவான் என்று அவன் மனைவிக்கு ஆறுதல் அளித்தார், சிவன். தன் நிலைக்காக வருந்திய மன்மதன் அன்னை பராசக்தியை தரிசித்தான். ஈசன் என்னை தண்டித்து விட்டாரே, குமார சம்பவம் நிகழாமல் போய்விடுமோ?" என்று தன் அச்சத்தைத் தெரிவித்தான்.

அவன் கூறியதை ஏற்ற அம்பிகை, அவனுடைய கரும்பு வில்லையும், மலரம்புகளையும் பெற்றுக்கொண்டு, காஞ்சிபுரம் தலத்தில் பிலாகாசம் எனும் கருவறையில் அமர்ந்து, அனைத்து சிவத்தலங்களிலும் உள்ள ஈசனின் போக சக்தியை தன்னுள் ஈர்த்துக்

ந. பரணிகுமார்

கொண்டு தவத்தில் ஆழ்ந்தாள். போக சக்தியை இழந்த ஈசன், அன்னை காமாட்சியை நாடி பல்வேறாக துதித்தார். அனைத்து சிவாலயங்களிலும் உறையும் அம்பிகையே என்ற பொருளில் ‘சர்வசைவாலயேஸ்வரி’ என்று அவர் மனம் உருகி அழைக்க, மனம் மகிழ்ந்த காமாட்சி, ஈசனை அழைத்து, அவரது இடது மடி மீதமர்ந்தாள். பிறகு மன்மதனின் வேண்டுகோளின்படி ஈசனும், அன்னையும் குமரன் அவதாரத்தை நிகழ்த்தினார்கள். சென்னை அடையாறு தலத்தை தரிசிக்கும்போது, இந்த புராண சம்பவம் நம் மனதில் நிழலாடுகிறது.

மூலக் கருவறையின் நுழைவாயிலில் இரு கம்பீரமான சிங்கங்கள் காவல் காக்கின்றன. அன்னை காமாட்சிக்கு எதிரே ஸ்ரீசக்ரம் பிரதிஷ்டை செய்யப்பட்டுள்ளது. காமாட்சி அன்பே உருவாய் கருணையே வடிவாய் அருள்கிறாள். பாசம், அங்குசம், கரும்புவில், புஷ்பபாணம் ஏந்தி அன்னை அமர்ந்திருக்கும் திருக்கோலத்தைக் காணும்போது நாம் இருப்பது சென்னையிலா அல்லது காஞ்சியிலா என்று நியாயமான சந்தேகம் எழுகிறது. அன்னையின் திருவுருவின் அருகே தவக்கோல காமாட்சியின் தரிசனமும் கிட்டுகிறது. தினமும் காலையில் கோபூஜை, வெள்ளிக்கிழமைகளில் விசேஷ அலங்காரங்கள், பௌர்ணமிதோறும் ஸ்ரீசக்ர பூஜை, சுவாசினி பூஜை, தேவி மாஹாத்மிய பாராயணம் என விதவிதமாய் வழிபாடுகள் நடக்கின்றன. கருவறையின் கோஷ்டத்தில் காமாட்சியின் சேனாநாயகி, தண்டநாதா என்றெல்லாம் புகழப்படும் வாராஹி கம்பீரமான தோற்றத்தில் காட்சியளிக்கிறாள்.

அடுத்து நாம் தரிசிப்பது அரூபலட்சுமி. லட்சுமி என்றாலே மங்களம். இது என்ன அரூபலட்சுமி?

ஒரு சமயம் திருமாலிடம் அவருடைய கருமைநிறம் பற்றி திருமகள் ஏளனமாய் பேச, கோபம் கொண்ட திருமால் திருமகளின் அழகு மறைந்து விடுமாறு சாபம் கொடுத்தார். சினம் கொண்ட மணாளனிடம் மன்னிப்பு கேட்ட மகாலட்சுமிக்கு சாப விமோசனம் சொன்னார் திருமால். அதன்படி, காஞ்சிக்கு சென்று காமாட்சி கோயிலில் கடும் தவத்தில் ஆழ்ந்தாள். கறுத்த நிறத்துடன் களையிழந்து தன் அழகைத் தொலைத்த மகாலட்சுமிக்கு காட்சி தந்த காமாட்சி, அவளை அஞ்சன காமாட்சி என அழைத்தாள். ‘கணவனின் மனம் கோணும்படி மனைவி நடந்து கொள்ளக் கூடாது என்பதை உலகம் அறிந்துக்கொள்ளதான் இச்சம்பவம் நடந்தது. எனக்கு இடப்பக்கம் நீ இந்த வடிவிலேயே இரு. என்னை வழிபடும் பக்தர்கள் என் குங்குமப் பிரசாதத்தை உன் திருமேனி முழுவதும் தடவி பின் இட்டுக்கொள்வார்கள். நீயும் சாப விமோசனம் பெற்று, மறுபடியும் உன் தோற்றப்பொலிவைப் பெறுவாய். அந்த அழகு வடிவத்தில் சௌந்தர்ய லட்சுமியாய் என் வலப்பக்கம் அருள்வாய்.

பக்தர்கள் உன் பாதங்களைத் தொடும் பாக்யத்தை அடையட்டும். அவர்களுக்கு நீ சகல செல்வங்களையும் அருள்வாயாக' என திருவாய் மலர்ந்தருளினாள். அதன்படியே சாபவிமோசனம் பெற்று தங்கநிறம் கொண்டாள் மகாலட்சுமி. அந்த செளந்தர்ய லட்சுமியை காமாட்சியின் வலப்புற கோஷ்டத்தில் தரிசிக்கிறோம். பூமிக்கு வந்த திருமகளுக்கு என்ன ஆயிற்றோ என்று பதை பதைத்தபடி அங்கு கள்ளத்தனமாய் வந்த திருமாலை, 'கள்வர் பெருமானா'க தரிசிக்கிறோம்.

வாராஹிக்கு முன்புறம் அஷ்டலட்சுமிகளோடு கூடிய ஜயஸ்தம்பம் உள்ளது. மகாகணபதி, சம்பத் விநாயகர் இருவரும் அழகாக அன்னையின் சந்நதிக்கு இடப்புறம் வீற்றுள்ளார்கள். பிராகாரம் வலம்வருகையில் தலவிநாயகர், நாகர், மீனாட்சி, ராஜமாதங்கி, அன்னபூரணி, பூரணா புஷ்கலையோடு கூடிய தர்ம சாஸ்தா, ஆதிசங்கரர் ஆகியோரின் தரிசனமும் கிட்டுகிறது.

அடையாறு சத்யா ஸ்டூடியோ பேருந்து நிறுத்தலிருந்து ஆலயத்தை 10 நிமிட நடைப்பயணத்தில் அடையலாம்.

வளங்கள் பெருக்கும் வரதராஜர்

ஆய கலைகள் அறுபத்து நான்கினையும் சித்திரவடிவமாகத் தீட்டிய அலங்கார மண்டபத்தில் கொலுவீற்றிருக்கும் மகாலட்சுமித் தாயாரை தரிசிக்க வேண்டுமா?

தசாவதாரங்களில் ஒன்றாக புத்தரையும் சேர்த்து மத நல்லிணக்கத்தைப் போற்றும் ஆலயத்தைக் காண வேண்டுமா?

சேலம் மாவட்டம் ஆத்தூருக்கு அருகே உள்ள ஆறகழூரில் உள்ள கரிவரதராஜப் பெருமாள் கோயிலுக்குச் சென்றால் மேற்சொன்ன அதிசயங்களை தரிசிக்கலாம்.

எழுநூறு ஆண்டுகளுக்கு மேல் பழைமையான இந்த ஆலயத்தில் பாண்டிய, சோழ, விஜயநகரப் பேரரசர்கள் தத்தம் ஆட்சிக் காலங்களில் வேண்டுதல் நிறைவேற்றியதற்காக பல திருப்பணிகளை மேற்கொண்ட பரிகாரத் தலம்.

ஆறே அகழியாக அமைந்ததால் ஆறகழூர் எனப் பெயர் பெற்றது.

ஆலயத்தின் திருக்குளத்தில் யோகநரசிம்மர் மிகச் சிறிய மூர்த்த வடிவில் கோயில்கொண்டு அருள்பாலிக்கிறார். ஆலயத்தின் ராஜகோபுரத்திற்கெதிரே காரியசித்தி அனுமன் விநயத்தோடு காட்சியளிக்கிறார். கோபுரத்தைக் கடந்ததும் பலிபீடம், கொடிமரத்தை அடுத்து கருடாழ்வாரின் சந்நதி. இந்த கருடனின் சந்நதிக்கு ஒருபுறம் நாகராஜனும், மறுபுறம் கூப்பிய கரங்களுடன் அமர்ந்த நிலையில் கருடனும் பிரதிஷ்டை செய்யப்பட்டுள்ளனர். அர்த்த மண்டபத்தில் ஸ்ரீதேவி, பூதேவியுடன் கரிவரதராஜர் வீற்றிருக்க வணங்கும் கோலத்தில் ஒருபுறம் அனுமனும் மறுபுறம் கருடனும் சுதை வடிவச் சிற்பங்களாக பார்ப்போர் கண்ணையும்

கருத்தையும் கவர்கிறார்கள்.

'பச்சை முகில் மேனியனே உனக்கே இந்தப் பார்தனிலே பத்து அவதாரம் உண்டு

மச்சம் என்றும் கூர்மம் என்றும் வராகம் என்றும் வாமனம் என்றும் ராமன் என்றும் பௌத்தன் என்றும்

துஷ்டரை அடக்க மோகினி வேடம் கொண்டவராய்த் தோன்றினாய் உன் சொரூபம் எல்லாம் அறிவார் உண்டோ?

அச்சம் தீர்த்து எனை ஆளக் கருடன் மீதில் அன்புடனே ஏறிவந்து அருள் செய்வாயே,'

என்ற கருடப் பத்து எனும் பெரிய திருவடியாகிய கருடனைத் துதிக்கும் பாடலில் பௌத்த அவதாரம் பற்றிக் குறிப்பிட்டுள்ளபடி இந்தக் கோயிலின் தசாவதார மண்டபத்தில் ஒவ்வொரு அவதாரத் திருமேனியும் ஐந்தடி உயர சுதைச் சிற்பங்களாக கண் கொள்ளாக் காட்சியாக வடிவமைக்கப்பட்டுள்ளன. அதில் பௌத்த அவதாரமும் ஒன்று.

இந்தத் திருக்கோயிலுக்கு அருகே உள்ள தியாகனூரில் சுமார் பத்தடி உயரமுள்ள தியான நிலையில் அருளும் பழைமையான புத்தர் ஆலயக் கோபுரத்தில் திருமாலின் அவதாரத்திருக்கோலங்கள் சுதை வடிவில் வடிக்கப்பட்டுள்ளன. மத நல்லிணக்கத்திற்கு இது ஒரு சான்றாக அமைந்துள்ளது.

பங்குனி உத்திரத்தன்று ஆறகழூர் ராஜவீதியில் அமைந்துள்ள பெரியநாயகி சமேத காமநாதீஸ்வரர், பூங்குழலி சமேத சோழீஸ்வரரோடு இத்தலத்தின் கரிவரதராஜப்பெருமாள் தன் உபயநாச்சிமார்களோடு உலாவரும் அழகைக் காணக் கண் கோடி வேண்டும்.

புராதனமிக்க இத்தலத்தில் பன்னிரண்டாம் நூற்றாண்டில் பாண்டிய மன்னன் இரண்டாம் சடையவர்மன் சுந்தரனும், பதின்மூன்றாம் நூற்றாண்டில் சோழமன்னன் ராசராசதேவன் வாணகோவரையனும், அவரது மனைவி புண்ணியவாட்டி நாச்சியாரும் தம் வம்ச வழியினர் நன்றாக இருக்கும் பொருட்டு ஆலய விமானத் திருப்பணி செய்ததாகவும், கி.பி.1502&1583 க்கும் இடைப்பட்ட காலத்தில் தர்மராயர், சாளுவ திம்மராயர், கிருஷ்ண தேவராயர், அச்சுததேவமகராயர் போன்ற பல மன்னர்கள் தங்கள் ஆட்சிக்காலத்தில் கிரகசாந்தி பரிகாரங்களுக்காக இத்தலத்தில் பல திருப்பணிகள் செய்ததாக கல்வெட்டுச் சான்றுகள் தெரிவிக்கின்றன.

இப்பெருமாளைத் தரிசிக்கும்போது திருக்கண்டியூரில் உள்ள ஹரசாப விமோசனப் பெருமாளை தரிசித்த உணர்வு ஏற்படுகிறது. ஈசனுக்கு பிரம்ம கபாலம் அவர் கைகளிலிருந்து விடுபட்ட தலம் திருக்கண்டியூர். இங்கேயும் இவர் ஆலயத்திற்கு எதிரே உள்ள காமநாதீஸ்வரர் ஆலயத்தில் ஈசனின் அம்சமான அஷ்ட பைரவர்கள்

கையில் கபாலமேந்தி தரிசனமளிக்கின்றனர். கரிவரதராஜர் மேற்கு நோக்கிய திருமுகத்தோடு அஷ்டபைரவர்களை அனுக்ரகம் செய்வது போல தோற்றமளிக்கிறார்.

பாமா, ருக்மிணி சமேத வேணுகோபாலன் சந்நதியும், பெருமாளின் புகழைப் பாடுவதே பணியாகக் கொண்டிருந்த பன்னிரு ஆழ்வார்கள் அமைந்துள்ள மண்டபமும் பக்தர்களைத் தன்பால் ஈர்க்கிறது.

ஒவ்வொரு வெள்ளிக்கிழமையிலும் கமலமங்கைநாச்சியாருக்கும், அவர்தம் கருவறைக்கு வெளியே பிரதிஷ்டை செய்யப்பட்டுள்ள நாகருக்கும் அபிஷேகம் செய்தும், நெய் விளக்கேற்றியும் பக்தர்கள் வழிபட்டுவருகின்றனர்.

அன்னையின் சந்நதியில் ஆய கலைகள் அறுபத்தி நான்கும் சித்திரமாகக எழுதப்பட்ட அலங்கார மண்டபத்தில் அன்னை கோலோச்சிக் கொண்டருள்கிறாள்.

சனிக்கிழமைகளில் கரிவரதராஜருக்கு விசேஷ அபிஷேக ஆராதனைகளும், திருவோண நட்சத்திரத்தன்று சிறப்பு வழிபாடுகளும் நடைபெறுகின்றன. புரட்டாசி சனிக்கிழமைகளில் இத்தலம் திருவிழாக்கோலம் பூண்டிருக்கும்.

இப்பெருமாளின் திருவடிகளைத் தொழுவோர்க்கு நீண்ட ஆயுள், சொல்வன்மை, காரியசித்தி போன்றவை கைகூடுகிறது என பக்தர்கள் நம்புகின்றனர்.

சேலம் மாவட்டம் ஆத்தூர் அருகே ஆறகழூரில் அமைந்துள்ளது இத்தலம்.

அற்புத வரங்கள் தரும் அரைக்காசு அம்மன் (ரத்ன மங்கலம்)

அம்பிகையை சரணடைந்தால் அதிக வரம் பெறலாம் என்பது நம்பிக்கை. ஒரே இடத்தில், சுற்றிலும் நூற்றியேழு அம்மன்கள் அருள, நடுநாயகமாக அரைக்காசு அம்மன் எனும் பிரகதாம்பாள் கொலுவீற்றிருக்கும் ஆலயத்தை தரிசித்தால் வரமருளும் அன்னையின் பாசத்தில் மூழ்கலாம் என்பதும் பக்தர்களின் அனுபவ நம்பிக்கை.

கை தவறியோ அல்லது மறந்தோ எங்கேனும் வைத்துவிட்ட பொருளை இந்த அரைக்காசு அம்மனை நினைத்து, ‘அம்மா உனக்கு வெல்லம் கரைத்து வைக்கிறேன். எனக்கு தொலைந்த பொருள் கிட்ட வேண்டும்‘ என மனமுருகி நேர்ந்து கொண்டால் தொலைந்த பொருள் உடனே கிட்டிவிடும் அற்புதம் இன்றும் நிகழ்கிறது. புதுக்கோட்டையில் உள்ள பிரகதாம்பாள் ஆலயத்திற்கு சென்று வழிபடமுடியாத அன்பர்கள் இந்த ஆலயத்தின் நாயகியை வணங்கி வாழ்வில் வளம் பெறுகின்றனர்.

2004ம் வருடம் ரத்னமங்கலம் லட்சுமி குபேரருக்கு திருக்கல்யாண வைபவம் நடைபெற்றபோது லட்சுமி விக்கிரகத்தை அழகு செய்த தங்கசெயின் காணாமல் போனது. அரைக்காசு அம்மனை மனதார வேண்டிக்கொண்டு அந்த செயின் கிடைத்தால் அருகிலேயே அன்னைக்கு ஆலயம் கட்டி வழிபடுவதாக வேண்டிக்கொண்டார்கள். மகாலட்சுமிக்கு சாத்தப்பட்ட மலர்களைக் களைந்தபோது அவற்றோடு அந்த செயின் திரும்பக் கிடைத்ததாம். அதன்படி இங்கு அந்த தேவிக்கு ஆலயம் எழும்பியது. பின் தேவியின் திருவுளப்படி அன்னையைச் சுற்றி 108 அம்மன்கள்

பிரதிஷ்டை செய்யப்பட்டன.

ஆலயத்தில் நுழைந்ததும் வலதுபுறம் தல விநாயகர் அருள்கிறார். அவர் திருவுருவிற்கு நேர் எதிரே பதினெட்டாம் படி கருப்பர் கோயில் கொண்டுள்ளார். ஆண்டிற்கு ஒரு முறை ஆடி மாதம் 18ம் தேதியன்று மட்டும் இவர் சந்நதியின் கதவைத் திறந்துவைத்து விமரிசையாக வழிபாடுகள் நடக்கின்றன. மற்ற நாட்களில் எல்லாம் பூட்டிய கதவிற்கே வழிபாடு.

அரைக்காசு அம்மனைச் சுற்றி புகழ்பெற்ற சக்தித் தலங்களில் அருளாட்சி புரிந்து வரும் 108 தேவியர்கள், அங்கே எந்தெந்த திருவுருவில் அருள்கின்றனரோ அதே வடிவில் வரிசையாக பிர திஷ்டை செய்யப்பட்டுள்ளனர். ஒவ்வொரு தேவியருக்கும் விமான கலசம் உள்ளது. இதில் வடிவுடை, கொடியிடை, திருவுடை ஆகிய மூன்று அம்மன்களையும் பௌர்ணமி அன்று தரிசிப்பது விசேஷம். அதேபோல காமாட்சி, மீனாட்சி, விசாலாட்சி, பெண்களின் சபரிமலை தெய்வமான ஆற்றுக்கால் பகவதி, சக்குளத்துக்காவு பகவதியையும் இங்கே தரிசிக்கமுடிகிறது.

இந்த அன்னையர்களுக்கு குங்கும அர்ச்சனை செய்யும் அன் பர்களுக்கு ஆலயத்தின் சார்பில் ஒரு முறத்தில் மஞ்சள், குங்குமம், மஞ்சள்கயிறு, கண்ணாடி வளையல், ரவிக்கைத்துணி, கருப்பரின் பிரசாதமான சந்தனம், அம்மனுக்குப் பிடித்த நிவேதனமான வெல்லம் ஆகியவற்றை வைத்து பிரசாதமாகத் தருவது வழக்கம்.

தேவியின் கருவறை முன் ஓங்காரமான பஞ்சலோகத்தினா லான திரிசூலத்தை தரிசிக்கிறோம். அதன்முன் பலிபீடமும், சிம்ம வாகனமும் உள்ளன. அம்பிகையின் நேர் எதிரே கருங்கல் லினால் உருவாக்கப்பட்ட ஸ்ரீசக்ரத்தின் வடிவான மேரு அமைந் துள்ளது. இந்த மேருவிற்கு பக்தர்கள் தாமே அபிஷேகம் செய்து வழிபடலாம்.

அர்த்த மண்டபத்தில் உள்ள விதானத்தில் 1 முதல் 108 வரை எண்கள் கொண்ட ப்ரச்ன யந்திரம் எழுதப்பட்டுள்ளது. செவ்வாய், வெள்ளி, சனி, அமாவாசை, பௌர்ணமி நாட்களில் பக்தர்கள் அந்த யந்திரத்தின் கீழ் நின்று கீழே வைக்கப்பட்டிருக்கும் பெட்டி யில் இருந்து ஒரு திருவுளச்சீட்டை அன்னையை தியானித்தபடி எடுக்கிறார்கள். அதில் எந்த எண் வருகிறதோ அதற்கான பலனும் அந்த திருவுளச் சீட்டிலேயே குறிப்பிடப்பட்டிருக்கும். இதன்படி பயன் அடைந்த அன்பர்கள் ஏராளம். அந்த யந்திரத்தை அடுத்து விதானத்தில் ராசிசக்கரமும், நவகிரகமண்டலமும் சித்திரமாகத் தீட்டப்பட்டுள்ளன.

கருவறையில் துவாரபாலகிகளாக பத்ரிணி, தீப்தா எனும் தேவியின் தோழியர் வீற்றிருக்கின்றனர். அரைக்காசு அன்னை பாசம், அங்குசம், வரத, அபயம் தாங்கி அர்த்த பத்மாசனத்

தில் சாந்த வடிவினளாய் பொலிகிறாள். அன்னையின் திருவடியின் கீழ் உற்சவ விக்ரகம் உள்ளது.

கருவறையை வலம் வரும்போது கோஷ்டத்தில் முதலில் ஹயக்ரீவ சரஸ்வதியை தரிசிக்கிறோம். சரஸ்வதிதேவியை தன் மடியில் அமரவைத்து வேதங்களை தானே குருவாக இருந்து தேவிக்கு உபதேசித்தார் ஹயக்ரீவர். அந்த அரிய திருக்கோலம் இது. இந்த ஹயக்ரீவ சரஸ்வதிக்கு ஆவணி மாதம் சிரவண நட்சத்திரத்தன்று விசேஷ வழிபாடுகள் நடைபெறுகின்றன. இந்நாளே ஹயக்ரீவ ஜயந்தி என்று கொண்டாடப்படுகிறது. இந்த மூர்த்திக்கு கடலைப் பருப்பு, நெய், வெல்லம், தேங்காய், முந்திரி ஆகியவை கலந்த ஹயக்ரீவபிண்டி எனும் நைவேத்யம் படைக்கப்படுகிறது. வாதிராஜர் எனும் மகான் இந்த ஹயக்ரீவபிண்டி எனும் நிவேதனத்தை பாத்திரத்தில் இட்டு, தன் தலைமீது வைத்துக்கொண்டு, ஹயக்ரீவரை நினைத்து துதிக்க, ஹயக்ரீவர் குதிரை வடிவில் வந்து அவர் முதுகு பக்கத்திலிருந்து அவர் தோள்களில் தன் முன்னங் கால்களை வைத்து அந்த நிவேதனத்தை விரும்பி சாப்பிடுவார் என பாகவத புராணத்தில் குறிப்பிடப்பட்டுள்ளது. அத்தகைய விசேஷமான பிரசாதத்தை இத்தலத்திலும் ஹயக்ரீவ மூர்த்திக்கு சமர்ப்பிக்கிறார்கள்.

அடுத்து சுயவம்வரா பார்வதி தேவியை தரிசிக்கிறோம். பரமேஸ்வரனை ஆலிங்கனம் செய்த நிலையில் அற்புதமான வடிவில் அம்பிகை அருள்கிறாள். மதங்கமுனிவரின் மகளான மாதங்கியாக, மலையத்துவஜ பாண்டியனின் மகளாக மீனாட்சியாக, ஒரு பருக்கைகூட உண்ணாமல் தவமிருந்த அபர்ணாவாக, இப்படி எத்தனை பிறவிகள் எடுத்தாலும் தன் மனதிற்குப் பிடித்த ஈசனையே மணாளனாகப் பெற்றவள் இந்த தேவி. அதனால் தொடர்ந்து 12 வாரங்கள் இந்த அன்னையைத் தரிசிக்கும் திருமண மாகாத கன்னியருக்கு உடனே திருமணம் கூடிவருகிறது. மண வாழ்வில் விரக்தி கண்டு பிரியும் நிலையில் உள்ள தம்பதியும் இந்த அன்னையை தரிசித்திட வேற்றுமை மறைந்து இல்வாழ்வில் இனிமை காண்கின்றனர்.

மூன்றாவதாக லட்சுமிநாராயணர், தன் கால்கட்டை விரலை அழுத்தி ஊன்றி நின்ற நிலையில் அருள்கிறார். லட்சுமி தேவியும் அவ்வண்ணமே காட்சி தருகிறாள். லட்சுமிதேவி அஷ்டோத்திரத்தில் சபலாயை நமஹ என்றும் சஞ்சலாயை நமஹ என்றும் நாமங்கள் வரும். ஒரு இடத்தில் நிலையாக இல்லாமல் ஓடிக்கொண்டேயிருப்பவள் இவள். ஆனால் திருமால் உள்ள இடத்தில் நிலைகொள்பவள். அதன்படி இங்கு திருமாலோடு அருள்புரிகிறாள்.

தொலைந்த பொருள் கிடைக்க மட்டும் அல்ல, புத்தி, உடல்

நலம், நிம்மதியான மணவாழ்வு, மகப்பேறு, வளங்கள், மறுமையில் மோட்சம் என்று எல்லாமும் அருள்பவள் இந்த அன்னை. அம்பிகை உபாசனையை பரப்பியவர் ஹயக்ரீவர், ஸ்ரீசக்ரமேருவில் உள்ள வசின்யாதி வாக்தேவதைகள்தான் திருமியச் சூரில் லலிதா ஸஹஸ்ரநாமத்தை இயற்றினர். அந்த லலிதா ஸஹஸ்ர நாமத்தினால் துதிக்கப்பட்ட திருமீயச்சூர் லலிதாம்பிகையும் இத்தலத்தில் அருள்கிறாள். இப்படி மூவரும் ஓரிடத்தில் அருளும் அற்புதத் தலம் இது.

கொல்கொத்தா காளி, ஆயிரங்கை காளி, கல்யாண வரம் தரும் கல்யாண மாரியம்மன், ராகு-கேது தோஷம் போக்கும் நாகாத்தம் மன், கருமாரியம்மன், பத்மாவதி, வகுளாதேவி ஆகியோருடன் துலங்கும் இக்கோயில் ஒரு மகத்தான சக்திபீடமாக திகழ்கிறது.

வண்டலூர் மிருகக்காட்சிசாலையிலிருந்து 5 கி.மீ தொலை வில் கேளம்பாக்கம் செல்லும் பாதையில் தாகூர் இன்ஜினிரிங் கல்லூரியின் பக்கத்தில் செல்லும் சாலையில் அரை கிமீ.ல் உள்ளது இத்தலம். ஆலயமுகவரி: அரைக்காசு அம்மன் ஆலயம், ரத்னமங்கலம், சென்னை-600 048. தொலைபேசி: 94440 20084.

ஆனந்த வாழ்வருளும் ஆறுவிரல் பாத தரிசனம்
(செங்கல்பட்டு - அரசர்கோயில்)

செங்கல்பட்டுக்கு அருகில் உள்ள அரசர்கோயில் எனும் இடத்தில் ஆலயம் கொண்டுள்ள சுந்தரமகாலட்சுமியின் வலது பாதத்தில் ஆறு விரல்கள் இருப்பது தனி அதிசயமாகக் கொண்டாடப்படுகிறது.

ஒரு முறை ஜனக மகாராஜாவும் பெருமாளும் இத்தலத்தில் சேர்ந்திருக்க நேரிட்டதால் இத்தலம் அரசர்கோயில் என்றானதாம்.

நான்முகனுக்கு ஒரு முறை சாபம் ஏற்பட்டது. கலங்கிய நான்முகன் சாபவிமோசனத்தை நாடி முனிவர்களிடம் ஆலோசனை கேட்டபோது "மண்ணாளும் வேந்தனும், விண்ணாளும் விஷ்ணுவும் சேர்ந்து எந்த இடத்தில் காட்சி தருகிறார்களோ அங்குதான் உனக்கு சாப விமோசனம். உடனே பூலோகத்திற்குச் செல்வாயாக!" என்றனர் முனிவர்கள். அதன்படி மண்ணுலகம் வந்தார் நான்முகன். தாம் இவ்வூரில் எழுந்தருள வேண்டும், நான்முகனுக்கு சாப விமோசனம் அருள வேண்டும் என்று நாரணன் ஏற்கெனவே தீர்மானித்திருந்தார். அதனாலேயே இந்த அரசர் கோயிலில் எழுந்தருளினார். அதேசமயம் புனித யாத்திரையாக பூவுலகம் முழுதும் சென்றுகொண்டிருந்த ஜனக மகாராஜாவும் இத்தலத்தின் வழியாக வந்துகொண்டிருந்தார். நாராணன் எழுந்தருளிய விஷயத்தைக் கேள்விப்பட்டு அவர் பெருமாளை தரிசிக்கச் சென்றார். இந்த நல்ல சந்தர்ப்பத்தை நழுவவிட விரும்பாத நான்முகன் கையில் கமண்டலத்துடன் இப்பகுதிக்கு வந்து தன் தவத்தைத் தொடங்கி மாதவனின் ஆசியைப் பெற்றார். ஜனக மன்னனையும், பெருமாளையும் ஒரு

ந. பரணிகுமார்

சேரத் தரிசித்து சாபவிமோசனம் பெற்றார். அந்த மகிழ்ச்சியில் அங்கேயே சிறிது காலம் தங்கி பெருமாளை ஆராதித்தார். தினமும் வந்து பெருமாளை தரிசிப்பதை ஜனக மகாராஜாவும் வழக்கமாகக் கொண்டிருந்தார். ஒரு நாள் ஜனகர் வராததால் பெருமாள், ஜனகர் தங்கியிருந்த இடத்திற்கே புறப்பட்டு வந்தார். அந்த வேளையில் ஜனகர் அங்கு இல்லை. தானே ஜனகர் அமரும் சிம்மாசனத்தில் அமர்ந்து ஜனகர் தனக்குச் செய்வது போன்றே பூஜைகளை செய்துகொண்டார். பிறகு, 'ஜனகர் செய்ய வேண்டிய பூஜைகள் இன்று நடந்து விட்டன' என காவலாளிகளிடம் சொல்லி பெருமாள் புறப்பட்டார். ஒரு ராஜாங்க விஷயமாக வெளியே சென்றிருந்த ஜனகர் திரும்பி வந்து தன் சிம்மாசனத்திற்கு அருகே பெருமாளுக்கு தான் செய்தது போன்றே பூஜைகள் நடைபெற்றிருந்ததைப் பார்த்து காவலாளிகளிடம் வினவ, நடந்ததை அறிந்து சிலிர்த்தார். தன் நித்யகர்மாவிலிருந்து தான் தவறிவிட்டதற்குப் பிராயச்சித்தமாக பெருமாளுக்கு ஆலயம் எழுப்ப விண்ணப்பித்தார். ஆனால் பெருமாளோ தேவலோக விஸ்வகர்மாவினால் மட்டுமே இங்கு ஆலயம் எழுப்ப முடியும் என்று கூற அதன்படி எழுப்பப்பட்ட ஆலயம் இது.

நித்யகர்மா செய்ய ஜனகர் வராததால், பெருமாளே அவர் இருப்பிடம் நோக்கிச் சென்ற விவகாரத்தில் மகாலட்சுமி மனம் வருந்தினாள். பரந்தாமனை நோக்கி பக்தன் வரலாம்; பக்தனை நோக்கி பரந்தாமன் செல்லலாமா? அவன் அவ்வளவு பெரிய பக்தனா? கோபம் கொண்டாள் பிராட்டி. பரமாத்மா, "இங்கு எழும் ஆலயத்தில் உனக்கே முதல் மரியாதை, கேட்ட வரங்களை கேட்டவாறே அருளும் மகத்தான சக்தியையும் உனக்கு அருள்கிறேன். இத்தலத்தில் உன்னை தரிசித்து உன் அருள் பெற்றவர்கள் சகல சௌபாக்கியங்களுடன் வாழ்வார்கள்" என்று சொல்லி மகாலட்சுமியின் கோபம் தீர்த்து, அவளை மகிழ்வித்தார். அதனால் மகிழ்ந்த மகாலட்சுமி அவருக்கு உணவிட்டு, உபசரித்து, தாமரையில் வசிக்கும் தன் சார்பாக எப்போதும் பெருமாள் தம்முடைய கரத்தில் ஒரு தாமரை மொக்கை வைத்துக்கொண்டு அருள்பாலிக்குமாறு கேட்டுக்கொண்டாள். அதன்படியே பெருமாளும் தன் கரத்தில் தாமரை மொக்கை ஏந்தி கமலவரதராஜப் பெருமானாக கோயில்கொண்டார்.

ஆலய முகப்பைத் தாண்டி உள்ளே நுழைந்தால் பலிபீடம். அடுத்து கருடாழ்வார் மண்டபம். அதற்கு நேரே பெருமாள். வலது புறம் தாயார் தனிக்கோயில் கொண்டருள்கிறாள். இத்தல சம்பிரதாயப்படி முதலில் தாயாரையே தரிசிக்க வேண்டும். கிழக்குப் பார்த்த சந்நதியில் அருளே வடிவாய் அழகே உருவாய் வீற்றிருக்கிறாள் பிராட்டி. பெயருக்கு ஏற்றாற்போல் சுந்தரியாக மனதை கொள்ளை

கொள்கிறாள். மேலிரு கரங்கள் தாமரை மலர்களை ஏந்தியிருக்க, கீழிரு கரங்கள் அபய&வரத முத்திரைகள் காட்ட பத்மாசனத்தில் பரப்ரம்ம ஸ்வரூபிணியாக அமர்ந்திருக்கிறாள். கற்பூர ஆரத்தியின் போது தாயாரின் வலது பாதத்தை தரிசிக்க வைக்கிறார் பட்டர். இடது கரத்துக்குக் கீழே பத்மாசனமாக மடித்து வைத்த நிலையில் இருக்கிறது வலது பாதம். அதில் சுண்டு விரலை அடுத்து அழகான ஆறாவது விரல். அழகு ததும்பும் அன்னையின் திருவடிகளை மனம் குவிந்து தரிசிக்கலாம். இந்த ஆறுவிரல்கள் உள்ள பாதத்தை தரிசிப்பவர்களுக்கு அதிர்ஷ்டத்தை அள்ளிஅள்ளித் தருகிறாள் மகாலட்சுமி என்பது ஐதீகம். ஒவ்வொரு வெள்ளிக்கிழமையும் விசேஷ திருமஞ்சனம் மகாலட்சுமிக்கு செய்யப்படுகிறது. அச்சமயம் தேவியை வணங்குவோர்க்கு கல்வி, வியாபாரம், திருமணம் சிறக்கிறது என்பது பக்தர்களின் அனுபவ நம்பிக்கை.

குறிப்பாக வரலட்சுமி விரதத்தன்று இக்கோயில் விழாக்கோலம் கொள்கிறது. அவள் மண்டபத்தின் முன் ஒரு இசைமண்டபம் உள்ளது. அங்குள்ள ஒவ்வொரு தூணும், நம் விரலால் சுண்ட, ஒவ்வொரு ஸ்வரத்தை எழுப்புகிறது. நான்கு வேதங்களைக் குறிக்கும் விதமாக இங்குள்ள ஒரு சிறு துளையில் குச்சி ஒன்றை உள்ளே செருகினால், அது மறுபக்கம் வெளி வரும்போது நான்கு பாகங்களாகப் பிளந்துவருகிறது.

இந்த மண்டபத்திற்கு வெளியே வலதுபுறம் அட்சய கணபதி, வைணவ சம்பிரதாயப்படி தும்பிக்கை ஆழ்வாராக அருட்கோலம் காட்டுகிறார். அனுமன் ஒரு முறை விநாயகரிடம் இந்த அரசர்கோயில் நிவேதனங்களை தானே செய்ய அட்சய பாத்திரம் கேட்டாராம். அனுமனின் விருப்பத்தை மகாலட்சுமி அறிந்து விநாயகர் மூலம் அனுமனுக்கு அதை அளித்தாளாம். எனவே இந்த விநாயகர் அட்சய கணபதி என்று அழைக்கப்படுகிறார். இந்த ஆலய பிரசாதங்கள் அனுமனின் மேற்பார்வையில் தயாரிக்கப்படுவதாக ஐதீகம்.

சுந்தரமகாலட்சுமியின் சந்நதிக்கு வெளியில் இடப்புறம் தலையில் பலாப்பழம் ஏந்திய பலாப்பழ சித்தர் ஒருவரின் சிற்பம் உள்ளது. இந்த சுந்தரமகாலட்சுமி தேவிக்கு பலாப்பழம் என்றால் மிகவும் பிடிக்கும் என்பதால் அந்த சித்தர் தினமும் அதனை அன்னைக்குப் படைப்பாராம். இன்றும் அபிஷேக சமயங்களில் அன்னையைப் பலாச் சுளைகளால் அபிஷேகம் செய்து பின் பக்தர்களுக்கு பிரசாதமாக தருகிறார்கள்.

தாயாரின் கருவறை கோஷ்டங்களில் யோகநரசிம்மமூர்த்தி, குபேரன், காளிங்கநர்த்தன கண்ணன், பரமபதநாதர், திரிவிக்ரமர் ஆகிய பெருமாளின் அம்சங்களே தேவிக்கு காவலாக வீற்றருள்புரிகின்றனர். இந்த மூர்த்திகள், திருப்பணி செய்ய பூமியை

தோண்டியபோது கிடைத்தவை என்பது குறிப்பிடத்தக்கது.

அடுத்து பெருமாள் தரிசனம். அவர் சந்நதியில் விஷ்வக்சேனர், மணவாள மாமுனிகள், தேசிகர் ஆகியோரும் உறைகின்றனர். பெருமாள் ஸ்ரீதேவி&பூதேவியோடு கமல வரதராஜராக நின்ற திருக்கோலத்தில் தரிசனமளிக்கிறார். மூலவர் சாளக்ராமத்தால் ஆனவர்.

செங்கல்பட்டு&மதுராந்தகம் பாதையில் படாளம் கூட்டு ரோட்டிலிருந்து இடது பக்கம் செல்லும் சாலையில் சுமார் 6 கி.மீ தொலைவில் உள்ளது அரசர்கோயில் சுந்தர மஹாலக்ஷ்மி கோயில். படாளம் கூட்டு ரோடில் இருந்து ஷேர் ஆட்டோ மூலமும் கோயிலுக்குச் செல்லலாம்.

கருடனுக்கு சிதறு தேங்காய் வழிபாடு

(அரியக்குடி)

அரி என்னும் தமிழ்ச் சொல், ஹரி என்னும் வடமொழிச் சொல்லின் திரிபு. ஆகவே ஹரி குடிகொண்ட ஊர் அரியக்குடி ஆயிற்று. திருவேங்கடமுடையான் தானே உகந்து எழுந்தருளியதாலும் அவருடன் திருமலையில் உள்ளதுபோல் தென் திசையில் அலர்மேல்மங்கைத் தாயார் சந்நதி இருப்பதாலும் திருப்பதி மலையில் நேர்ந்து கொண்ட பிரார்த்தனையை இவ்வூர் பெருமாள் ஏற்றுக்கொள்வதாலும் இவ்வூர் 'தென் திருப்பதி' என்னும் சிறப்புப்பெயர் பெற்றதாக விளங்குகின்றது.

இவ்வூரில் வாழ்ந்த தனவணிகர் ஒருவர் ஆண்டவன் பணியில் தன்னை முழுமையாக ஈடுபடுத்திக்கொண்டு திருவேங்கடமுடையானை நோக்கிக் கடுந்தவம் மேற்கொண்டார். இவ்வாறு ஆழ்ந்த தவ நிலையில் இருக்கும் வேளைகளில் பாம்புகள் அவர்மீது ஏறி விளையாடுவது கண்டு ஊர்மக்கள் அன்னாரை வணங்குவது ஆண்டவனை வழிபடுவதுபோல என்று நினைத்து, பக்திப் பரவசத்துடன் சேவுகன் செட்டியார் என்னும் அந்த வணிகரையே வனங்கத் தொடங்கினர்.

பக்தர்கள் பலரின் தீராத நோய்களையும் மனக் குறைகளையும் அந்த வணிகரைத் தரிசித்து போக்கிக்கொண்டனர். திருவேங்கடமுடையானுக்கு செலுத்த வேண்டிய காணிக்கைகளை அவரது உண்டியலிலேயே செலுத்திவந்தனர். ஆண்டு தோறும் இந்த உண்டியலை எடுத்துக் கொண்டு திருப்பதிக்கு நடந்தே சென்று உண்டியல் காணிக்கைகளை சமர்ப்பித்துவந்தார், சேவுகன்ன் செட்டியார். மூப்பெய்தியபோதும், ஒருநாள் தலையில்

காணிக்கை உண்டியலை சுமந்து கொண்டு மலையேறிச் சென்றார். இயலாமையால் மயங்கி விழுந்தார்.

பக்தனின் பக்தியில் பரவசமடைந்த பெருமாள், சேவுகன் செட்டியாருக்கு அசரீரியாக அருள்புரிந்தார் அதாவது தள்ளாத வயதில் அவர் இனி மலையேறி வரவேண்டாம் என்றும், அவர் இருப்பிடம் தேடி தானே வருவதாகவும் திருவாய் மலர்ந்தருளினார். அரியக்குடிக்கு அவர் திரும்பிச் செல்லும்போது எந்த இடத்தில் நான்கு பக்கமும் முளைவிட்டு, நடுவில் உடைந்த தேங்காய், துளசி தளம், குங்குமம் ஆகியவை இருக்கின்றனவோ அவ்விடத்தில் தன்னை ஆவாஹனம் செய்து வழிபட்டு, காணிக்கைகளையும் செலுத்திவந்தால் எல்லா நன்மைகளும் உண்டாகும் என அருள் வாக்கு தந்தார். அப்படிப்பட்ட திரு அடையாளங்களைக் கண்ட இடமே அரியக்குடி திருத்தலமாயிற்று.

அதன் பிறகு, பெரியவர் சேவுகன் செட்டியாரின் முயற்சியால், ஸ்ரீரங்கம் பெரியகோயிலில், ராமனுஜரால் சேவிக்கப்பட்ட நம்பெருமாள் விக்ரகம் பூக்குடலையில் வைக்கப்பட்டு இத்தலத்திற்கு கொண்டுவரப்பட்டு நிறுவப்பட்டது. திருப்பதியிலிருந்து சடாரியும், திருக்கோஷ்டியூரிலிருந்து அக்னியும் எடுத்து வரப்பட்டன. ஆகையால் இத்தல தரிசனம் அரியக்குடியிலிருக்கும் வேங்கடமுடையானையும், திருப்பதி ஏழுமலையானையும் திருவரங்கநாதனையும், திருக்கோஷ்டியூர் பெருமாளையும் ஒரே நேரத்தில் தரிசித்த பலனைத் தரும். இத்திருக்கோயில் கலையழகு, சிலையழகு, சிற்பத்திறன்கொண்டு அமையப்பெற்றதுடன், சித்திர வேலைப்பாடும் கொண்ட திருப்பதியாகும்.

பிரமாண்ட மதிற்சுவர்களுடன் நடுநாயகமாக அமைந்துள்ளது திருக்கோயில். இரண்டு ராஜகோபுரங்கள். அதில் ராமாயணமும், மகாபாரதமும் சிற்பவடிவில் மிக நேர்த்தியாக வடிக்கப்பட்டிருக்கின்றன. ராஜகோபுரத்திற்கும், ரிஷிகோபுரத்திற்கும் இடையில் தசாவதார மண்டபம் அமைந்துள்ளது. இதில் தசாவதாரக்காட்சிகள் சிறப்பாகப் பொறிக்கப்பட்டுள்ளன. பலிபீடத்தையும், கொடிமரத்தையும் அடுத்து ராமர், தேசிகர் சந்நதிகள் உள்ளன. அர்த்த மண்டபத்தின் நடுவில் திருவேங்கடமுடையான், கருவறையில் அருள்பாலிக்கிறார். ருக்மிணி, சத்யபாமாவுடன் பெருமாள் நின்ற திருக்கோலத்தில் சேவை சாதிக்கிறார். அலர்மேல்மங்கைத் தாயார் சந்நதி, பெருமாள் சந்நதிக்கு தென்பகுதியில் உள்ளது. அதன்பின் ஆண்டாள் சந்நதி உள்ளது. வெளிப்பிராகாரத்தில் அழகிய வேலைப்பாடுகளுடன் கூடிய ஏகாதசி மண்டபம் (சொர்க்கவாசல்) உள்ளது. இங்கு கருடன், மூலைகருடன் எனும் பெயரில் ராஜகோபுரத்தின் ஈசான்ய மூலயில் வீற்றருள்கிறார். அருகில் சின்ன புஷ்கரணி எனும் கருட

தீர்த்தம் உள்ளது. மூலவர் திருவேங்கடமுடையான் கிழக்கு நோக்கி மகா வரபிரசாதியாக அருள்கிறார்.

பெருமாளுக்கு இணையாக கருடனும் பக்தகோடிகளின் துன்பம் துடைக்கும் இறைவனாகவே வணங்கப்படுகிறார். ராஜகோபுரத்திலேயே மூலைகருடன் சந்நதிக்குச் செல்ல படிக்கட்டுகள் அமைக்கப்பட்டுள்ளன. ஒவ்வொரு மாதமும் இந்த கருடபகவானுக்கு நூற்றியெட்டு கலசாபிஷேகத்துடன் விசேஷ திருமஞ்சனம் நடத்தப்படுகின்றது. இக்கோயிலுக்கு நேர்ந்துகொண்டு கல்யாண உற்சவம், கருடசேவை போன்ற நேர்த்திக்கடன்களை பக்தர்கள் நிறைவேற்றுகிறார்கள். பிள்ளையாரைப்போலவே இந்த மூலைகருடனுக்கும் சிதறுகாயை சர்வசாதாரணமாக உடைக்கின்றனர்.

வெள்ளிக்கிழமைகளில் தாயார் திருமஞ்சனமும், திருவோண நட்சத்திர தினத்தன்று பெருமாள் திருமஞ்சனமும் நடைபெறுகின்றன. கோயிலின் ஏகாதசி மண்டபத்தில் முற்காலத்திய அழகிய ஓவியங்கள் வரையப்பட்டுள்ளன. வைஷ்ணவ சம்பிரதாயப்படி கோவிந்த விராட் சொரூபம், சாஸ்திரீய முறைப்படி மிக நுணுக்கமாக வரையப்பட்டுள்ளது. ஸ்ரீவைகுண்ட காட்சியுடன் சேர்ந்த ஓவியத் தொகுப்பு முழுவதும் பழங்காலத்து மூலிகை வண்ணங்களால், கலையம்சத்துடன் தீட்டப்பட்டுள்ளது.

தொடர்ந்து ஒரு வருடம், சுவாதி நட்சத்திர நாட்களில் கருடனுக்கு அர்ச்சனை செய்தால் தடை நீங்கி திருமணம் நடைபெறுகிறது. சந்தான பாக்கியம் வேண்டுவோர்க்கு அது கிட்டுகிறது. தீராத நோய்கள் தீர்கின்றன. நல்ல உத்தியோகம் கிட்டுகிறது என பக்தர்கள் பரவசத்துடன் இந்த கருட பகவானுக்கு புகழாரம் சூட்டுகின்றனர்.

சிவகங்கை மாவட்டம், காரைக்குடிக்கு தெற்கே 4 கி.மீ தொலைவில் அரியக்குடி அமைந்துள்ளது.

சனி பாதிப்பைப் போக்கும் ஈஸ்வரன்

(அருங்குளம்)

ராவணேஸ்வரனுக்கு ஈஸ்வர பட்டம் கிடைத்ததுபோலத் தனக்கும் அந்தப் பட்டம் கிடைக்கவேண்டும் என்று ஆசைப்பட்ட சனி பகவான் ஈசனை நோக்கி தவம்புரிய பூலோகம் வந்தார். ஓரிடத்தில் பசுஞ்சோலை நிறைந்த ஒரு பகுதியைக் கண்டார். அங்கே ஒரு மணல்மேடு அவர் கண்ணில் பட்டது. திடீரென இடி, மின்னலுடன் பெருமழை பொழிய மணல் மேடு கரைந்தோட, அதிலிருந்து ஒளிவீசும் சிவலிங்கத் திருமேனி வெளிவருவதைக் கண்டார்.

அந்த பாணலிங்கத் திருமேனி முன் அமர்ந்து கடும்தவம் இயற்றினார் சனிபகவான். அவர் தவத்தை மெச்சிய பரமேஸ்வரன் அவன் முன் தோன்றி அவர் விரும்பியபடியே அவர் பெயரோடு ஈஸ்வரபட்டத்தை சேர்த்து அளித்து சனீஸ்வரனாக்கினார்.

அதற்கு நன்றியறிதலாக, 'நான் மனிதர்களின் ஜாதக அமைப்பின்படி ஒவ்வொருவர் வாழ்விலும் குறிப்பிட்ட சில காலங்களில் அவர்களுக்குத் துன்ப அனுபவங்களைத் தருவேன். நான் தவமிருந்து வணங்கிய தங்கள் திருமூர்த்தமாகிய இந்த பாணலிங்கத்தை பூஜை செய்து வணங்குபவர்களுக்கு நான் பிடிப்பதால் ஏற்படும் பாதிப்புகளிலிருந்து தாங்கள்தான் நிவாரணம் தந்தருளவேண்டும்' என்று கேட்டுக்கொண்டார். அதையும் அருளி மறைந்தார் ஈசன். அந்தத் தலம்தான் அருங்குளம்.

காலங்கள் கடந்தன. காஞ்சிபுரத்தை ஆண்ட நரசிம்ம பல்லவன் தனது வெற்றியின் சின்னமாக இந்த சிவலிங்கத்துக்கு ஓர் ஆலயம் எழுப்பினான். பல்லவ மன்னர்கள் தாங்கள் போருக்குச் செல்லும்

முன் இத்தல ஈசனை வழிபட்டுவிட்டே சென்றதாக வரலாறு உள்ளது.

சேர, சோழ, பாண்டிய, பல்லவ மன்னர்களாலும் விஜய நகர மன்னர்களாலும், இக்கோயிலில் பல திருப்பணிகள் மேற்கொள்ளப்பட்டன. இங்கு இறைவன் அகத்தீசன் என்ற பெயர்கொண்டு அருள, அன்னை காமாட்சி என்று பெயர் கொண்டு அருள்கிறாள். நம் ஒவ்வொருவர் அகத்துக்கும் ஈசன் அல்லவா அவர்!

இத்திருக்கோயிலில் இரட்டைப் பிள்ளையார்கள், இரட்டை நந்திகள் போன்றவை அபூர்வமான அமைப்பாகும். காசி விஸ்வநாதர், விசாலாட்சி, முருகன், வள்ளி, தெய்வானை, பைரவர், சூரியன், சண்டிகேஸ்வரர், தட்சிணாமூர்த்தி ஆகியோரும் இத்தலத்தில் கோயில் கொண்டு அருள்கின்றனர்.

ஆருத்ரா தரிசனத்தன்று இத்தல நடராஜரின் பேரெழிலைக் காணக் கண் கோடி வேண்டும். அன்று மாலையில் நடைபெறும் திருவிழாவின்போது கருடன் வானத்தில் வட்டமிட்டு அவரை வணங்குவது இன்றும் நடைபெறும் நிகழ்வு.

சனி தோஷத்தால் பாதிக்கப்பட்டவர்கள், அவராலேயே பிரதிஷ்டை செய்யப்பட்ட அருங்குளம் அகத்தீஸ்வரரை வணங்கி, சனி பாதிப்பிலிருந்து விடுபடலாம். இன்னல்கள் எல்லாம் தீரும்.

இத்தலத்தில் உள்ள இரட்டை நந்திகளை, விளக்கேற்றி 11 முறை வலம்வந்து வழிபட்டால் வாழ்க்கையில் மேன்மைகள் ஏற்படும் என்கிறார்கள். திருமணத்தடை, வியாபாரத்தடை, கோர்ட் வழக்குகளில் இழுபறி என எல்லாவகைத் தடைகளையும் இத்தலத்து ஈசனும், நந்திகளும் தகர்க்கிறார்கள் என்பது பக்தர்களின் அனுபவ நம்பிக்கை.

திருவள்ளூர் & திருத்தணி பேருந்து பாதையில், 20 கி.மீ.ல் உள்ள அருங்குளம் கூட்ரோடு பகுதியிலிருந்து 2 கி,மீ தொலைவில் உள்ளது அருங்குளம். பேருந்து போக்குவரத்து வசதிகள் நிறையவே உள்ளன.

பக்தரை நோக்கி வரும் பகவான்

(அருங்குளம்)

பக்தர்களை காக்க திருமால் அர்ச்சாவதார மேனியாய் பல தலங்களில் அருளாட்சிபுரிகின்றார். அந்த வகையில் தமிழகத்தில் அமைந்துள்ள வரப்பிரசாதியாக திருமால் உறையும் தலம் அருங்குளம். இங்கு ஆறு குளங்கள் இருந்ததால் 'ஆறுகுளம்' என்று அழைக்கப்பட்டது. பின்பு அது நாளடைவில் மறுவி 'அருங்குளம்' ஆயிற்று. இயற்கை எழில் சூழ்ந்து அமைதியாக அமைந்துள்ள சிறந்த பரிகாரத் தலம்இது.

அபராஜிதன் எனும் பல்லவ மன்னன் தன் ஆட்சிக்கு உட்பட்டிருந்த இந்தத் தலத்தை தரிசிக்க வந்தான். அப்போது அங்கே தங்கியிருந்த மன்னனின் கனவில் தோன்றிய திருமால், 'இங்கு அமைந்துள்ள குளத்தின் கரையில் எமக்கு ஓர் ஆலயம் அமைத்து 'கல்யாண வரதர்' எனப் பெயர் வைத்து, பூஜைக்கான ஏற்பாடுகளை குறைவறச் செய்தால் உனது எண்ணங்கள் யாவும் நிறைவேற்றிவைப்பேன்; உனக்கு புத்திர பாக்யமும் கிட்டும்' எனக் கூறி மறைந்தார்.

திருமாலின் திருவாக்கை சிரமேற்கொண்டு உடனடியாக ஆலயத்தை எழுப்பினான் மன்னன். அதோடு நில்லாமல் நித்ய பூஜைகளும், உற்சவங்களும் நடக்கத் தேவையான மான்ய நிலங்களையும் வழங்கினான். தன் மனக்குறைகள் எல்லாம் நீங்கி, புத்திர பாக்கியமும் பெற்று வாழ்வாங்கு வாழ்ந்தான் என்கிறது தலபுராணம். 'அனவரதமும் நாராயணனின் திருமார்பில் அகலகில்லேன்' எனும்படி உறையும் திருமகள், பெருந்தேவித் தாயார் எனும் திருநாமம் கொண்டு எல்லா உற்சவங்களிலும் கல்யாண வரதரோடு சேர்ந்து எழுந்தருளி சேவை சாதிக்கிறாள்.

பக்தர்களின் குறைகளைக் கேட்டு அவற்றை பெருமாளிடம்

எடுத்துக்கூறி, அவற்றைக்களைந்து, குறையொன்றும் இல்லாதோராக, நம்மை வளரச் செய்வது தாயாரின் குணம். அவளின் கருணை மிகவும் அவசியமாதலால் தாயாரை முதலில் தரிசித்து வணங்குவது சம்பிரதாயம். தனிச் சந்நதியில் கோயில் கொண்டுள்ள இந்த பெருந்தேவித் தாயார், பக்தர்களின் கோரிக்கைகளை விரைவில் நிறைவேற்றுபவள் எனப் போற்றப் பெறுகிறாள். தாமரை மலரை இரு கரங்களிலும், மற்ற இரு கரங்களில் அபய முத்திரை, வரத முத்திரை தரித்தும் அழகே உருவாய், அருளே வடிவாய் அருள்கிறாள் அன்னை. தாயாரை வெள்ளிக்கிழமைகளில் வில்வ தளங்களால் அர்ச்சித்து வழிபடுவது இக்கோயிலில் பக்தர்கள் மேற்கொள்ளும் தனிச்சிறப்பு வழிபாடாகும். நெய்தீபம் ஏற்றி தாயாரை வலம்வரும் அன்பர்களின் வாழ்வில் தடைகளை தகர்த்து வளமான வாழ்வை வரமாகத் தருபவளாம் இந்த பெருமாளின் பிரியை.

பிரதான சந்நதியில் ஸ்ரீதேவி&பூதேவி சமேத கல்யாண வரதராஜர், நான்கு கரங்களுடன் தரிசனம் அளிக்கிறார். சங்கு, சக்கரம், கதை ஆகிய ஆயுதங்களை மூன்று கரங்கள் தாங்க, முன் வலது கரம் அபயஹஸ்தமாக திகழ்கிறது. நம்முடன் நேரிடையாக பேசுவது போன்ற தோற்றமுடைய கண்களோடு விளங்குகிறார் பெருமாள். திருமணத்திற்காக காத்திருப்பவர்கள் இவருக்கு திருமணம் செய்து வைத்தால் தமக்கு திருமணமாவதை அனுபவபூர்வமாக உணர்ந்திருக்கிறார்கள்.

தன்னை நோக்கி ஓரடி எடுத்துவைக்கும் பக்தர்களை நோக்கி பத்தடி எடுத்து வைக்கும் வேகத்தோற்றத்தில் பகவான் தமது திருவடிகளை முன்னுக்கு வைத்துள்ளது அற்புதமான கோலம்.

நவகோள்களின் துன்பங்களில் இருந்து விடுபட ஒரே வழி அனுமனின் திருப்பாதங்களில் சரணடைவதுதான் என்பார்கள். இத்தலத்தில் அருள்புரியும் 'சங்கட விமோசன வீர அனுமன்' விசேஷமான சாளக்கிராம கல்லால் ஆனவர். இவர் அடியாரின் மனத் துன்பங்களை போக்குபவர். சனிக்கிழமைகளில் வலம் வருவோரின் தீவினையை தீயிலிட்ட பஞ்சுபோல் ஆக்குபவர். பௌர்ணமி அன்று இவரை வழிபட்டு குறை தீர்ந்தோர் அநேகம் பேர். வாலில் உள்ள மணியையே தன் தலையில் கிரீடமாக தரித்துள்ளார்.

திருமணத்தடை, வேலை வாய்ப்பு, செல்வ வளம், நோய் நீக்கம், கிரக பாதிப்புகளிலிருந்து நிவாரணம், மழலை வரம் என கேட்ட வரங்களை தந்தருளும் அற்புதக் கோயில் இது.

சென்னையிலிருந்து திருத்தணி செல்லும் வழியில் திருவள்ளூருக்கும் திருத்தணிக்கும் இடையில் அருங்குளம் உள்ளது.

அற்புத வாழ்வருளும் ஆவுடையார் கோவில்

(புதுக்கோட்டை)

மாணிக்கவாசகரால் கட்டப்பட்ட மிகச் சிறப்புவாய்ந்த சிவதலம் ஆவுடையார் கோயில். இக்கோயிலின் மண்டபங்களில் முறுக்குக் கம்பிகளால் வேயப்பட்டது போல கொடுங்கைகள் (தாழ்வாரம்) அமைக்கப்பட்டுள்ளது. ஐந்து கம்பிகள் இணைக்கப்பட்டு, அதில் ஆணி அடிக்கப்பட்டது போல இவை இருக்கிறது. இதுதவிர தியாகராஜர் மண்டபத்தில் உள்ள கல்சங்கிலி, பஞ்சாட்சர மண்டபத்திலுள்ள சப்தஸ்வர தூண்கள் காணத்தக்கது. பெரிய மண்டபத்தில் உள்ள இரண்டு தூண்களில், ஆயிரம் சிறிய தூண்கள் பொறிக்கப்பட்டுள்ளது

இத்தல ஈசன் ஆத்மநாதர். இரைவி யோகாம்பாள். தல மரமாக குருந்த மரமும், தீர்த்தமாக அக்னி தீர்த்தமும் உள்ளது. புராண காலத்தில் இத்தலம் திருப்பெருந்துறை, சதுர்வேதிமங்கலம், சிவபுரம் என்றெல்லாம் வழங்கப்பட்டது. ஆத்மநாதர் கோயில் சிற்பக்கலைக்கு சான்றாக சிறப்புற கட்டப்பட்டுள்ளது. இங்கு இரண்டாம் பிரகாரத்தில் உள்ள தில்லை மண்டபத்தில் அர்ஜுனனுக்கு பாசுபதம் கொடுத்த சிவன், அம்பாள் சிற்பமும், புலையன், புலத்தி வேடத்தில் வந்த சிற்பமும் உள்ளது. இதில் அம்பாள் கழுத்தில் சங்கிலி, கையில் சுருள் வளையல் அணிந்து, பையுடன் இருக்கிறாள். இதுதவிர ஆகமங்கள் கூறும் நிவர்த்திகலை, பிரதிபாகலை, வித்யாகலை, காந்திகலை, சாந்திதீதாகலை ஆகிய பஞ்சகலைகளையும் பஞ்சாட்சர மண்டபத்தின் மேல் பகுதியில் சிற்ப வடிவில் காணலாம்.

இத்தலவிநாயகர் வெயிலுவந்த விநாயகர் என்ற திருநாமத்துடன்

அருள்பாலிக்கிறார். இந்த சிவதலத்தில் வழிபடுவோர்க்கு குருபலன் கூடும். மாணிக்கவாசகருக்கு ஈசனே குருவாய் வந்து உபதேசித்த தலம் என்பதால் இந்த தலத்தில் வழிபடுவோர் கல்வி கேள்விகளில் சிறந்து விளங்குவதோடு சிறந்த ஞானம் பெற்றவராகத் திகழ்வர். தொழில் விருத்தி, உத்தியோக உயர்வு திருமணவரம், குழந்தை வரம் ஆகியவற்றுக்காகவும் இத்தலத்தில் பிரார்த்திக்க உடனே அப்பிரார்த்தனை நிறைவேறுவதாக பக்தர்கள் நம்புகின்றனர்.

ரூபம் (வடிவம்), அரூபம் (வடிவம் இல்லாமை), அருவுருவம் (லிங்க வடிவம்) ஆகிய மூன்று வடிவங்களில் அருளும் சிவன் இத்தலத்தில் மூலஸ்தானத்தில் அரூபமாகவும், அருவுருவமாக குருந்தமர (ஸ்தல விருட்சம்) வடிவிலும், உருவமாக மாணிக்கவாசகராகவும் அருளுகிறார். இங்கு ஒரு விசேஷம் என்னவென்றால் குருந்தமரத்தையும் சிவனாகக் கருதுவதால், கார்த்திகை சோமவாரத்தில் இந்த மரத்தின் முன்பாகவே, 108 சங்காபிஷேகம் நடக்கிறது. மூலஸ்தானத்தில் சதுர வடிவ ஆவுடையார் மட்டுமே இருக்கிறது. அதன் மீது ஒரு குவளை சாத்தப்பட்டுள்ளது. குவளை உடலாகவும், அதனுள் இருப்பது ஆத்மாவாகவும் கருதப்படுகிறது. இதன் காரணமாகவும், ஆத்மாக்களை காத்தருள்பவர் என்பதாலும் சுவாமிக்கு "ஆத்மநாதர்' என்று பெயர் ஏற்பட்டது. ஆறுகால பூஜையின் போதும், இவருக்கு 108 மூலிகைகள் கலந்த தைல அபிஷேகம் நடப்பது விசேஷம்.

கோயில்களில் தீபாராதனை செய்யும் போது, பக்தர்கள் அதை கண்ணில் ஒற்றிக் கொள்வார்கள். ஆனால், ஆவுடையார் கோயில் மூலவருக்கு, தீபாராதனை செய்யும் தட்டை வெளியில் கொண்டு வருவதில்லை. இங்கு சிவனே ஜோதிவடிவமாக இருக்கிறார். அவரை வணங்குவதே தீபத்தை வணங்கியதற்கு ஒப்பானது தான். எனவே, தீபாராதனையை கண்ணில் ஒற்றிக் கொள்ள வெளியில் கொண்டு வருவதில்லை.

இத்தல மூலஸ்தானத்தில் சிவனுக்கு பின்புறத்தில் வெள்ளை, சிவப்பு, பச்சை ஆகிய நிறங்களில் மூன்று தீபங்கள் ஏற்றப்பட்டுள்ளன. வெள்ளை நிறம் சூரியன், சிவப்பு அக்னி, பச்சை நிறம் சந்திரனாக கருதப்படுகின்றன. சுவாமிக்கு இங்கு சிலை இல்லை என்பதால், அவரது மூன்று கண்களை குறிக்கும் விதமாக இந்த தீபங்களை ஏற்றியுள்ளனர்.

இத் கோயிலில் உள்ள ஒவ்வொரு வாசலிலும் குறிப்பிட்ட எண்ணிக்கையில் தீபங்கள் ஏற்றப்படுகிறது. இவை ஒவ்வொன்றும் ஒவ்வொரு தத்துவத்தை குறிக்கின்றன. ஈசனை சுற்றி திருவாசியில் உள்ள 27 தீபங்கள் நட்சத்திரங்களையும், அருகிலுள்ள 2 தீபங்கள் ஜீவாத்மா, பரமாத்மாவையும் குறிக்கின்றன. சன்னதியிலிருந்து வெளியே வரும் அடுத்தடுத்த வாசல் நிலைகளில் பஞ்சகலைகளை

குறிக்க 5 தீபம், 36 தத்துவங்கள், 51 அட்சரங்கள், 11 மந்திரங்கள், 224 உலகங்கள் இவற்றை குறிக்கும் விதமாக அந்தந்த எண்ணிக்கையில் தீபங்கள் ஏற்றப்படுகின்றன. கிரக தோஷம் உள்ளவர்கள், ஈசனின் திருவாசியில் நெய்தீபம் ஏற்றி வழிபடுகிறார்கள்.

இத்தலத்தில் குருவாக இருந்து ஈசன் மாணவர்களுக்கு உபதேசம் செய்தபோது, சீடர்கள் அவருக்கு படைத்த உணவை ஏற்றுக்கொண்டார். அவரிடம் பயின்றவர்கள் வீட்டிலிருந்து புழுங்கல் அரிசி சாதம், கீரை, பாகற்காய் என எளிய பொருட்களை அவருக்கு கொடுத்தனர். அதனை சிவனும் விரும்பி வாங்கி சாப்பிட்டார். இதன் அடிப்படையில், ஆத்மநாதருக்கு புழுங்கல் அரிசி சாதம்தான் நைவேத்யம் செய்யப்படுகிறது. அடுப்பில் இருந்து இறக்கப்பட்ட சாதத்தை அப்படியே சுவாமி சன்னதிக்கு கொண்டு சென்று, படைக்கல்லில் ஆவி பறக்க கொட்டி விடுகின்றனர். அப்போது சன்னதி கதவுகள் சாத்தப்பட்டு, சிறிதுநேரம் கழித்து திறக்கப்படும். சுவாமி அரூப வடிவானவர் என்பதால், அரூபமாகி விடும் ஆவியுடன் நைவேத்யம் படைக்கப்படுகிறது. மூன்றாம்கால (காலை 11 மணி) பூஜையின் போது மட்டும் தேன்குழல், அதிரசம், வடை, பிட்டு, தோசை, பாயசம் படைக்கப்படுகிறது. பொங்கலன்று வாழைஇலை போட்டு, 16 வகை காய்கறிகளுடன், சர்க்கரைப் பொங்கல், வெண்பொங்கல் மற்றும் கரும்பு போன்றவை நிவேதிக்கப்படுகிறது.

தட்சனின் யாகத்திற்கு சிவனை மீறிச் சென்றதற்கு மன்னிப்பு பெறுவதற்காக, அம்பாள் இத் தலத்தில் அரூப வடிவில் தவம் செய்தாள். எனவே, இங்கு அம்பாளுக்கும் விக்ரகம் இல்லை. அவள் தவம்செய்தபோது, பதிந்த பாதத்திற்கு மட்டுமே பூஜை நடக்கிறது.

இந்த பாதத்தை பக்தர்கள் தரிசனம் செய்வதற்காக, கண்ணாடியில் பாதம் பிரதிபலிக்கும்படி ஏற்பாடு செய்யப்பட்டுள்ளது. இவளது சந்நதி எப்போதும் அடைத்தே இருக்கும் என்பதால், சன்னதி முன்புள்ள ஜன்னல் துவாரம் வழியாகத்தான் பாதத்தை தரிசிக்க முடியும். இவளது அபிஷேக தீர்த்தம் மற்றும் குங்குமத்தை பிரசாதமாக தருகின்றனர். இவளது சன்னதி முன்பாக தொட்டில், வளையல் கட்டி வழிபட்டால் புத்திரப்பேறு உண்டாகும் என்பது நம்பிக்கை. சூரிய, சந்திர கிரகணங்களின்போது கோயில்களின் பூஜை செய்யமாட்டார்கள். ஆனால், ஆவுடையார் கோயிலில் கிரகணநாளிலும் ஆறு கால பூஜை நடக்கிறது. ஆதியந்தம் அல்லாத அருவ வடிவ சிவனுக்கு சிவபூஜை எந்த காரணத்தாலும், தடைப்படக்கூடாது என்பதற்காக பூஜை நடக்கிறது. குரு இருக்குமிடத்தில் சிஷ்யர்கள், மரியாதை கொடுப்பதற்காக அவர்முன்பு அமராமல் நின்று கொண்டிருப்பார்கள். இக்கோயிலில் ஆத்மநாதருக்கு மரியாதை

செய்யும் விதத்தில், மாணிக்கவாசகர், சொக்க விநாயகர், முருகன், வீரபத்திரர் ஆகியோர் நின்ற கோலத்திலேயே இருக்கின்றனர்.

இத்திருத்தலத்தில் சோமாஸ்கந்தர் ஸ்தானத்தில் விளங்குகிறவர் மாணிக்கவாசகர். இவருக்குத்தான் உற்சவம் நடைபெறுகிறது. இந்த உற்சவத்தை பக்தோர்ச்சவம் (அடியார்க்குச் செய்யும் உற்சவம்) என்று சிலர் கூறுவர். மாணிக்க வாசகர் இறைவனோடு இரண்டறக் கலந்து சாயுஞ்ய முத்தி பெற்றவர் ஆகையாலும், அவர் அறிவாற்சிவமே என்று ஞானிகளால் பேசப்படுவதாலும், இறைவன் வேறு மாணிக்கவாசகர் வேறு என்று எண்ணுவது சிவாபராதம் ஆகையாலும் அவர்க்கு எடுக்கும் விழா பிரம்மோற்சவமே ஆகும். ஆன்மநாதரின் பரிகலச்சேடம் நிர்மாலிய புஷ்பம் முதலியன இவர்க்குச் சேர்ப்பிக்கப்பெறுகின்றன.

ஆத்ம ஒளியைத் தூண்ட உதவும் திருவாசகத்தை அருளியவர் மாணிக்கவாசகர். அவரை திருப்பெருந்துறையில் குருந்தமரத்தடியில் ஈசனே குருவாக வந்து ஆட்கொண்டார். திருப்பெருந்துறை ஆவுடையார் கோயிலில் ஆத்ம தத்துவங்களை விளக்கும் வகையில் தீபங்கள் அமைத்துள்ளனர். கருவறையில் அஸ்வினி முதல் ரேவதி வரையிலான 27 நட்சத்திரங்களை உணர்த்தும் விதமாக 27 தீபங்கள் ஏற்றியுள்ளனர். உலகைப் படைத்து, காத்து, அழித்து நடத்தும் மும்மூர்த்திகளை உணர்த்துவதற்காக, கருவறையில் கண்ணாடிச் சட்டமிட்ட பெட்டியில் மூன்று விளக்குகளை ஏற்றிவைத்துள்ளனர். 36 தத்துவங்களைக் குறிக்கும் தீப மாலையை தேவசபையில் விளக்காக வைத்துள்ளனர். ஐந்துவகை கலைகளைக் குறிக்க ஒன்றின்கீழ் ஒன்றாக ஐந்து விளக்குகளை கருவறையில் ஏற்றியுள்ளனர். 51 எழுத்துக்களைக் கொண்டது வர்ணம். இதனைக் குறிக்கும் வகையில் கருவறை முன் உள்ள அர்த்தமண்டபத்தில் 51 தீபங்களை ஏற்றி வைத்துள்ளனர். உலகங்கள் 87 என்பதை குறிக்கும் வகையில் கனக சபையில் குதிரைச் சாமிக்குப் பின் 87 விளக்குகள் உள்ளன. நடன சபையில் 11 மந்திரங்களைக் குறிக்க 11 விளக்கேற்றி வைத்துள்ளனர்.

புதுக்கோட்டையிலிருந்து அறந்தாங்கி சென்றால் அங்கிருந்து ஆவுடையார்கோயிலுக்கு பேருந்து போக்குவரத்து வசதி நிறைய உண்டு. முக்கிய ஊர்களிலிருந்து தூரம் : திருச்சியிலிருந்து -100 கி.மீ. புதுக்கோட்டையிலிருந்து - 48 கி.மீ.

அற்புதங்கள் நிறைந்த அற்புதக் கோயில் அருளும் ஆத்மநாதரை தரிசித்து இகபர சுகம் பெறுவோம்.

மணமுடித்து வைக்கும் மாப்பிள்ளை
(அயனம்பாக்கம்)

எட்டுத் திக்கிலும் அருள் பரப்பும் அருட்செல்வம் சிவம். இவரது பேரருளை விளக்கும் விதமாக அமைந்ததுதான் எட்டீஸ்வரர் சிவாலயம். இவர் திரிபுராந்தகேசர் என்று போற்றி வணங்கப்படுகிறார். அன்னையின் அழகுப் பெயர் கற்பகாம்பாள். அயன் என்று சொல்லப்படும் பிரம்மன், இத்தலத்திற்கு அருகில் உள்ள வெண்தாமரை குளத்தில் நீராடி ஈசனை வழிபட்ட காரணத்தால் இத்தலம் அயனம்பாக்கம் என்று அழைக்கப்படுகிறது.

சுகன்மன், சுபக்தி என்ற அரசர்கள் உறுதியான மனதோடு ஈசனை வழிபட்டனர். அவர்களுடைய பக்தியை மெச்சிய சிவபெருமான் அவர்கள் முன் தோன்றினார். அப்போது அவர்கள், அவருடைய திருக்கோயிலின் துவாரபாலகராக தாங்கள் இருக்க வரம் தர வேண்டும் என்று கேட்டுக்கொண்டனர். திருவேற்காட்டினில் சிவலிங்கப் பிரதிஷ்டை செய்து அவர்கள் தொடர்ந்து பூஜித்து வந்தால் தக்க தருணத்தில் அந்த வரமருள்வதாக ஈசன் கூற, அவர்கள் திருவேற்காட்டை அடைந்தனர். அங்கிருந்த வேத தீர்த்தத்தில் நீராடினார்கள். பிறகு காந்த நாயகரை வணங்கி, அவருக்குக் கிழக்கே சிவலிங்கத்தை நிறுவி இடைவிடாமல் பூஜித்தார்கள். அவர்கள் எதிர்பார்த்ததுபோலவே வழிபட்டுத் தங்கள் விருப்பம் நிறைவேறப்பெற்றனர். அவர்கள் நிறுவிய லிங்க வடிவமே திரிபுராந்தகேசர். அயனம்பாக்கத்தில் உள்ள எட்டு லிங்கங்களுள் ஒன்று இது. எட்டீஸ்வரர் எனப் பெயர்.

துவாபர யுகத்தில் பாரதப்போர் மூண்டபோது, பலராமர், தம்

கோரிக்கைகள் நிறைவேற்றும் கோயில்கள்

உறவினரான கௌரவர்கள் அதர்ம யுத்தம் செய்கின்றனரே என்று மனம் வெதும்பினார். அந்த இடத்தில் இருப்பதே பாவம் என்று தீர்மானித்து தீர்த்த யாத்திரை புறப்பட்டார். தவமுனிவர்களிடம், எந்தெந்த தலங்கள், தீர்த்தங்கள் வழிபட உகந்தவை என்று பட்டியலிட்டுத் தருமாறு கேட்டார்.

அதற்கு அந்த முனிவர்கள், காசியும், காஞ்சியும், திருவேற்காடும் மிகமிகச் சிறந்தவை. இங்கு பிறந்தவர், வாழ்ந்தவர், வாழ்பவர் அனைவரும் மிகவும் புண்ணியம் செய்தவர்கள்,' என்றனர். அவர்கள் கூறியபடியே பலராமர் காசி, காஞ்சி போன்ற தலங்களை தரிசித்துக் கடைசியில் திருவேற்காட்டை அடைந்தார். வேத தீர்த்தத்தில் நீராடி, காந்த நாயகனை வலம்வந்து அங்கிருந்த உபமன்யு முனிவரிடம் தீட்சை பெற்றார். பின் திரிபுராந்தகேச லிங்கத்தை தரிசித்து, அவருக்குத் தெற்கில் தானும் ஒரு லிங்கத்தை ஸ்தாபித்து பலராமேசர் எனப் பெயரிட்டு வணங்கி வடமதுரைக்குத் திரும்பினார். அவரால் நிறுவப்பட்ட லிங்கம் இன்று சிதிலமடைந்து காணப்படுவது மனதை வேதனையால் கனக்க வைக்கிறது. இந்த இடம் முழுமையான கோயிலாக வீர ராஜேந்திர சோழன் காலத்தில் கட்டப்பட்டதாக கல்வெட்டுச் சான்றுகள் கூறுகின்றன. இத்தலத்து விநாயகர், மாப்பிள்ளை விநாயகர் என கொண்டாடப்படுகிறார். இவர் தன்னைத் துதிப்போருக்குத் திருமண வரமருள்கிறார்.

சென்னையை அடுத்த அம்பத்தூர் ஐசிஎப் காலனி வழியாகவும், அம்பத்தூர் அத்திப்பேடு வழியாகவும் சென்று இத்தலத்தை அடையலாம்.

வடக்கே ஒரு திருவாதவூரர்

சிறு வயது முதலே, ராம பக்தியில் ஆழ்ந்தவர் கோபன்னா. அதன் விளைவாக தான தருமங்கள் செய்வதிலும் தாராளமானவராக விளங்கினார் இவர். ஒரு சமயம் பத்ராசலம் என்ற இத்தலத்தில் பாகால டாமக்கா என்ற பெண்மணி வாழ்ந்து வந்தாள். அவளும் ராமனிடம் மிகுந்த பக்தி பூண்டவள். ஒரு சமயம் காட்டினுள் சென்ற டாமக்கா, ஒரு பாம்பு புற்றிலிருந்து ஒளி வெளிப்படுவதை கண்டு திகைத்தாள். உள்ளே தைரியமாகக் கைவிட்டுப் பார்த்தபோது, அவளுக்கு ராமர், சீதை, லட்சுமணர் சிலைகள் கிடைத்தன. அவற்றை வைத்து அவளே ஒரு சிறிய கோயில் கட்டி வழிபட்டு வந்தாள்.

கோபன்னா நேர்மையில் சிகரமானவர். அதனால் எதிரிகளும் அவருக்கு அதிகம். அந்த எதிரிகளில் சிலர் இவரைத் தாக்கி இந்த காட்டில் போட்டு விட்டுச் சென்றனர். அச்சமயம் பாகால டாமக்கா அங்கு வந்து கோபன்னாவிற்குத் தேவையான சிகிச்சைகள் அளித்துக் காப்பாற்றினார். அப்போது அவள் உருவாக்கிய சிறிய ராமர் கோயிலைக் கண்ட கோபன்னா மிகவும் பரவசமடைந்தார். ராமபக்தி மிகவே, தன் மனைவி, மகனுடன் காட்டிற்கு வந்து இந்த ராமரை பூஜித்து வந்தார்.

பத்ராசலம் அந்நாளில் ஹைதராபாத் நிஜாமின் ஆதிக்கத்தில் இருந்தது. அவரிடம் மந்திரியாகப் பணியாற்றிய அக்கன்னாவின் மருமகன்தான் கோபன்னா. தாசில்தாராக வேலை பார்த்து வந்தார்.

பதவிதான் தாசில்தார்; ஆனால் அவரது கவனம் முழுவதும்

ராம சேவையில்தான்! இதனாலேயே அவர் ராமதாஸ் என்றும் அழைக்கப்பட்டார். மகேசனுக்கு சேவை செய்தால் அது மக்களுக்குப் போய்ச் சேரும் என்று நினைத்தாரோ என்னவோ? ராமபிரானுக்கு விழாக்கள் நடத்துவதும், வரும் பக்தர்களுக்கு அன்னதானம் செய்வதுமாக இருந்த அவர், பக்தி மயக்கத்தில், இதற்காக அரசாங்கப் பணத்தை செலவு செய்ததை ஒரு குற்றமாகவே கருதவில்லை. ஆனால் ஹைதராபாத் நிஜாம் அப்படித்தான் கருதினார். ஆதாரத்துடன் கோபன்னா இழைத்த குற்றங்களுக்கு தண்டனை தரும் வகையில் அவரை ஹைதராபாத்துக்கு வரவழைத்து, சிறையில் அடைத்துத் துன்புறுத்தினார்.

இதற்கும் வருத்தப்படவில்லை ராமதாஸர். சிறையில் பலவகையாக துன்பங்களைத் தான் அனுபவித்தாலும், ராம நாம ஜபத்தை மட்டும் அவர் கைவிடவேயில்லை. சிறையிலேயே ராம கீர்த்தனைகள் பலவற்றை இயற்றிப் பாடியும் வந்தார். துன்பத்தால் துவண்டாலும், ராம ஜபத்தால் புத்துணர்வு பெற்றவராகவே திகழ்ந்தார் அவர். அவருடைய துன்பத்தைத் துடைப்பதற்காக ராம&லட்சுமணர்கள் வேடம் புனைந்து நிஜாமை வந்து சந்தித்தார்கள். தாங்கள் பெரிய பணக்காரர்கள் என்றும், கோபன்னா 'கையாடல்' செய்த அரசாங்கப் பணத்தைத் தாங்கள் அவர் சார்பில் திரும்ப செலுத்திவிடுவதாகவும், ஆகவே அவரை விடுவிக்க வேண்டுமென்றும் கேட்டுக் கொண்டார்கள்.

உடனே கோபன்னாவை விடுவித்தார் நிஜாம். அப்போது பளிச்சென்ற ஒளியுடன் பணம் கட்டியவர்கள் மறைந்துவிட, அப்போதுதான் நிஜாமுக்கும் கோபன்னாவின் ராமபக்தி புரிந்தது. தன் வாயால் கோபன்னாவை 'ராமதாஸ்' என்று அன்புடன் அழைத்த நிஜாம், அந்தக் கோயிலில் ராமதாஸ் தொடர்ந்து பணியாற்ற அனுமதித்தார்; தேவைப்பட்ட உதவிகளையும் செய்தார்.

அந்த ஆதரவுடனும், மக்களின் ஒத்துழைப்புடனும் (தற்போது கோதாவரி நதிக்கரையில் உள்ள) ராமர் ஆலயத்தை பாகால டாமக்கா விருப்பப்படி, 17ம் நூற்றாண்டில் நிர்மாணித்து, எல்லா விழாக்களையும், பூஜைகளையும் நடத்தினார், ராமதாஸர். அவ்வாறு கோயில் கட்டிவரும் சமயம், மூலவரின் சந்நதிக்கு மேல் கோபுரத்தில் சுதர்சன சக்கரம் அமைப்பதில் கொஞ்சம் சிக்கல் ஏற்பட்டது. அதனால் சற்றே மனம் தளர்ந்தார் ராமதாஸர். அன்றிரவே அவர் கனவில் ராமர் தோன்றி, அதிகாலையில் கோதாவரியில் குளிக்குமாறும், அப்போது அதில் கிடைக்கும் சுதர்சன சக்கரத்தை கருவறை கோபுரத்தில் நிறுவுமாறும் உத்தரவிட்டார். அதன்படியே எல்லாமும் நடந்தன.

சிறு குன்றின் மேல் அமைந்துள்ள இத்தலம் கோதாவரி

நதிக்கரையில் பசுமையான இயற்கை சூழல் நிறைந்த இடத்தில் அமைந்துள்ளது. ஆந்திரப்பிரதேசத்தின் கம்மம் என்ற ஊருக்கு சுமார் 200 கி.மீ தொலைவில் உள்ள இத்தலத்திற்குச் செல்ல பேருந்து வசதிகள் உள்ளன. மேலும், ஹைதராபாத், விஜயவாடா போன்ற இடங்களிலிருந்தும் பேருந்துகள் உண்டு.

இத்தலத்தில் ராமபிரான், தான் திருமால் அவதாரம்தான் என்பதை விளக்கும் வகையில் சங்கு, சக்கரம் ஏந்தி ஒரு கையில் அம்பு, மற்றொரு கையில் வில்லுடன் சீதாதேவியைத் தனது மடியில் இருத்தி .அமர்ந்த திருக்கோலத்தில் தரிசனமளிக்கிறார். அருகில் இளையவன் நின்ற நிலையில் சேவை சாதிக்கிறார்.

இந்த மலைப்பகுதியில் பத்ரா என்ற முனிவரின் ஆஸ்ரமம் இருந்ததால், இத்தலம் பத்ராசலம் என்றாயிற்று. இத்தலத்தில் ஸ்ரீராமநவமி மிகவும் முக்கியமான விழாவாகக் கொண்டாடப்படுகிறது. பல இடங்களிலிருந்தும் ஆயிரக்கணக்கான மக்கள் அங்கே கூடி ராமபிரானின் திருவருளைப் பெறுகிறார்கள்.

நிஜாம் காலத்தில், பெருமாளுக்கு நிஜாமே ஆபரணங்கள், வஸ்திரங்கள் கொண்டு வந்து சமர்ப்பித்து விழாவைச் சிறப்பாக நடத்த உதவி வந்தார். இன்றும் இத்தலத்தில் தினமும் இரவு ஏழரை மணிக்கு நடக்கும் தர்பார் சேவை பிரசித்தி பெற்றது. ராமச்சந்திர மூர்த்திக்கு ராஜஉடைகள் அணிவிக்கப்பட்டு, தர்பாரில் எழுந்தருளச் செய்து அன்றைய கோயில் வருமானம் முறைப்படி எண்ணப்படும். அப்போது ராமதாஸரின் கீர்த்தனைகள் இசைக்கப்படும்.

இந்தியாவிலேயே மிகப் பெரிய அளவில் செல்வம் கொழித்த இடமாக ஹைதராபாத் நிஜாமின் அரண்மனை விளங்கியதற்குக் காரணம், ராமபிரானே நேரில் வந்து பொற்காசுகளை நிஜாமுக்கு அளித்ததுதான் காரணம் என்பார்கள்.

தென்னாட்டில், சிவாலயம் உருவாக்க, மன்னன் கஜானாவிலிருந்து பணத்தை எடுத்து செலவழித்த திருவாதவூரர் போல, வடக்கே ராமதாஸர்!

வேண்டும் வரமெலாம் வழங்கும் வீரபத்திரர்
(பெங்களூரு)

ஈசன் புரிந்தருளிய பல திருவிளையாடல்களில் எட்டை வரிசைப்படுத்தி, அஷ்ட வீரட்டம் என சான்றோர் வகுத்துள்ளனர். அதில் யமன், அந்தகன், ஜலந்தரன், திருபுராதிகள், கஜாசுரன், மன்மதன் போன்ற அறுவரை ஈசன் தானே நேரடியாக தண்டித்தார். மற்ற இருவரான தட்சன், பிரம்மன் இருவரையும் தன் அம்சமான வீரபத்திரர் மற்றும் பைரவர் மூலம் தண்டித்தார். அதில் வீரபத்திரை அனுப்பி பெற்ற வெற்றி, உன்னதமானதாகக் கருதப்படுகிறது. மற்ற ஏழு வீரட்டங்களில் தேவர்களுக்கு உதவியாக இருந்த ஈசன், தட்ச சம்ஹாரத்தில் மட்டும் தேவர்களுக்கு எதிராக போரிட்டார். தட்சனையும் அவனுடைய யாகத்தையும் அழிக்க ஈசனின் நெற்றிக்கண்ணிலிருந்து தோற்றுவிக்கப்பட்ட வீரபத்திரமூர்த்தி, தனிப் பெருந்தெய்வமாக பல்வேறு ஆலயங்களில் கோயில் கொண்டு அருள்கிறார்.

அவற்றில் ஒரு தலம், பெங்களூருவில் உள்ளது. வீரபத்திரரும், பத்ரகாளியும் தட்ச யாகத்தை அழித்த நிகழ்ச்சி புராணமாகவும், கதைப் பாடல்களாகவும் இலக்கிய வடிவம் பெற்றுள்ளன.

தலவிருட்சமாக வில்வ மரத்தையும், தல தீர்த்தமாக கல்யாணி திருக்குளத்தையும் கொண்டது இத்தலம். வீர சைவாகம முறைப்படி பூஜைகள் நடைபெறுகின்றன. 500 வருடங்கள் பழமையானது.

ஈசனுக்கு அழைப்பு விடுக்காமல், அவரை அவமதித்து, பார்வதியின் தந்தை தட்சப் பிரஜாபதி யாகம் செய்தான். ஈசன் தடுத்தும் கேளாமல், தன் தந்தையார் எப்படித் தன் கணவரை அலட்சியப்படுத்தலாம் என்ற ஆதங்கத்தைத் தட்டிக் கேட்க

யாகசாலைக்குச் சென்றால் பார்வதி. ஆனால் அவளும் அங்கே அவமானப்படுத்தப்பட்டாள். இது அறிந்து கோபமடைந்த ஈசன், தனது அம்சமாக தன் கண்டத்திலிருந்து, கருத்த ஆலகால விஷத்திலிருந்து சிறிதளவு தன் நெற்றிக்கண் வழியே வெளிப்படுத்தி அதிலிருந்து வீரபத்திரரை உருவாக்கினார். அந்த வீரபத்திரர், ஆயிரம் முகங்களையும், விதவிதமான ஆயுதங்கள் ஏந்திய இரண்டாயிரம் கரங்களையும் கொண்டிருந்தார். கழுத்தில் மணிமாலைகள், ஆமை ஓட்டு மாலைகள், பன்றிக்கொம்பு மாலைகள், கபால மாலைகள் ஆகியவற்றைப் பூண்டிருந்தார். சிங்க முகங்களைக் கோர்த்த மாலையுடன், பாம்பாலான கச்சத்தையும் அணிந்திருந்தார். இந்தத் தோற்றத்தில் அவரைக் கண்ட பூத வேதாள கணங்கள் ஆர்ப்பரித்தன. வீரபத்திரர் ஈசனைத் தொழுது நின்று, 'யாது செய்ய வேண்டும்?' என கேட்க, தட்சனின் யாகத்தை அழித்து வருமாறு ஆணையிட்டார் ஈசன். வீரபத்திரர், யாகத்தை அழித்து அவிர்ப்பாகத்தை ஏற்க வந்த மற்ற தேவர்களை விரட்டியடித்தார். தட்சனின் தலையைக் கொய்தார். பின் ஈசனின் ஆணைப்படி யாகத்தின் அருகில் இருந்த ஆட்டின் தலையை வெட்டி, அவன் உடலில் பொருத்தினார். தட்சன் பிழைத்தெழுந்து ஈசனிடம் மன்னிப்புக் கேட்டான். தட்சனை அழிப்பதற்காக வீரபத்திரர் 32 கைகளுடன் விஸ்வரூபம் எடுத்தார்.

இந்த சம்பவத்தின் அடிப்படையில் 32 கைகளுடன் பிரளயகால வீரபத்திரர் சிலை வடிக்கப்பட்டு, அவருக்கு ஒரு கோயிலும் எழுப்பப்பட்டது. காலப்போக்கில் கோயில் அழிந்தது. அப்பகுதியை ஆண்ட மன்னன் ஒருவர் அவ்வழியாக வந்தபோது ஒரு புதரின் நடுவில் பிரகாசமான ஜோதி தெரிந்தது. அதைக் கண்டு திகைத்த மன்னன், புதரை ஒதுக்கிப் பார்த்த போது, அங்கே வீரபத்திரர் சிலையாக ஒளிவீசினார். அச்சிலையை ஆகமவிதிப்படி மீண்டும் பிரதிஷ்டை செய்தார். வீரபத்திரர் போர் செய்ய பயன்படுத்திய தேர், வைதிகத் தேர் என புராணங்களில் குறிப்பிடப்பட்டுள்ளது.

வீரபத்திரம் என்றால் வீரத்தால் மேம்பட்டவன் என்றும், வீரத்தை ஐஸ்வர்யமாக உடையவன் என்றும் பொருள். பசுமை வளம் கொழிக்கும் சிறிய குன்றின் மீது அமைந்த இத்திருக்கோயிலில் வீரபத்திரர் வடக்கு நோக்கி அருள்கிறார். ஈசனுக்குரிய மழு, நாகம், அம்பிகைக்குரிய சூலம், பாணம் மற்றும் திருமாலுக்குரிய சங்கு, சக்கரம் போன்றவை உட்பட 32 திருக்கரங்களிலும் ஆயுதங்கள் ஏந்தி அற்புத வடிவில் தரிசனமளிக்கிறார் பிரளயகால வீரபத்திரர். மூலவரைப் போன்றே உற்சவரும் 32 திருக்கரங்களும் அருட்கோலம் காட்டுகிறார். அவரது அருகிலேயே தட்சப் பிரஜாபதியும் அவன் மனைவி வேதவல்லியும் எழுந்தருளியுள்ளனர்.

இத்தலத்தில் ஆவணி மாத திங்கட்கிழமைகளில் சிறப்பு

வழிபாடுகள் மேற்கொள்ளப்படுகின்றன. ரதசப்தமி விழாவும் விமரிசையாகக் கொண்டாடப்படுகிறது. ஆவணிமாதக் கடைசி ஞாயிற்றுக் கிழமை இரவு, சுவாமி முத்துப் பல்லக்கில் எழுந்தருளி திருவீதியுலா வருகிறார். தை மாதத்தில் ரத சப்தமிக்கு முதல்நாள், ஆலயத்திற்கு எதிரே அக்னி குண்டம் வளர்க்கின்றனர். அப்போது பிரளயகால வீரபத்திர மூர்த்திக்கு பூஜை செய்யும் அர்ச்சகர்கள் இருவரும், வீரபத்திரரைப் போன்று வேடம் அணிந்த ஒருவரும் அக்னி குண்டத்திலிருந்து நெருப்பை தம் கைகளால் அள்ளி தட்டில் வைப்பார்கள். அந்த நெருப்பு அவர்கள் கைகளைச் சுடுவதில்லை என்பதிலிருந்து, அவர்களுடைய பக்தி ஈடுபாடு புரியும். அவ்வாறு தட்டில் வைத்த நெருப்புக் கங்குகளில் தூபம் போட்டு பிரளயகால வீரபத்திரருக்கு பூஜை செய்கின்றனர். அதன்பின் அம்மூவரும் பூக்குழி இறங்குகிறார்கள். ரதசப்தமி தினத்தன்று பிரளயகால வீரபத்திரசுவாமிக்கு விசேஷ ருத்ராபிஷேகம் செய்யப்பட்டு, பிறகு அவர் திருத்தேரில் உலா வருவார்.

வீரபத்திர விரதம், செவ்வாய்க்கிழமைகளில் கடைப்பிடிக்கப் படுகிறது. அன்று சிவந்த பூக்களாலும், சிவப்பு சந்தனத்தாலும் வீரபத்திரரை பூஜிக்க வேண்டும் என்பார்கள். ஐப்பசி மாத வளர்பிறை அஷ்டமியில் நோற்கப்படும் விரதம், மகா அஷ்டமி விரதம் என்று அழைக்கப்படுகிறது. அன்று தும்பை, நந்தியாவட்டை, மல்லிகை போன்ற வெண்ணிற மலர்களால் வீரபத்திரரை வழிபடுவது வழக்கம்.

கார்த்திகை மாதக் கடைசி செவ்வாய்க்கிழமையன்று இந்த வீரபத்திரருக்கு தேங்காய்த் துருவலால் விசேஷ அலங்காரம் செய்யப்படுகிறது. அவர் உக்ர வடிவில் இருப்பதால் அவரை சாந்தப்படுத்த இப்படி அலங்கரிக்கிறார்களாம். சுவாமி சந்நதியின் வலப்புறம் உள்ள குன்றில் வீரஅனுமன் புடைப்புச் சிற்பமாக எழிற்கோலம் காட்டுகிறார். அவர் இங்குள்ள வீரபத்திரரை வழிபட்டு அவர் அருள் பெற்றதாக ஐதீகம். வீரபத்திரர் சந்நதிக்கு இடப்புறம், தன் மடியில் தேவியை அமர்த்திய கோலத்தில் உமாமகேஸ்வரரை தரிசிக்கலாம். நந்தியம்பெருமான் அவரது திருப்பாதங்களைத் தாங்கியிருக்க, கந்தனும், விநாயகனும் உமாமகேஸ்வரரை வணங்கும் அபூர்வமான, மிக அழகான காட்சி நெஞ்சை நெகிழச் செய்கிறது. ஆலயத்தில் தன் நாயகியருடன் முருகப்பெருமான், மகாலிங்கம், பார்வதி, விநாயகர், நவகிரகங்கள் ஆகியோரும் அருள்கின்றனர். நவகிரகத்தில் உள்ள சூரிய பகவான் ஏழு குதிரைகள் பூட்டிய தேரில் ஆரோகணித்திருப்பது கண்கொள்ளாக் காட்சி.

இந்த வீரபத்திரர், புத்திரதோஷம், நாகதோஷம் போன்ற தோஷங்களை நீக்குகிறார். தம் பிரார்த்தனை நிறைவேறியவர்கள் வீரபத்திரருக்கு துளசி, வில்வம், நாகலிங்கப்பூ மற்றும் எலுமிச்சை

மாலை போன்றவற்றை சாற்றி போளி தயாரித்து, நிவேதனம் செய்து தம் நன்றிக்கடனை தெரிவிக்கிறார்கள்.

ஆலயம் காலை 8 முதல் 11 மணிவரையிலும், மாலை 6 முதல் இரவு 8 வரையும் திறந்திருக்கும். பெங்களூரு மெஜஸ்டிக் பேருந்து நிலையத்திலிருந்து 5 கி.மீ தொலைவில், கவிப்புரம், குட்டஹள்ளியில் அருள்பாலிக்கிறார், பிரளயகால வீரபத்திரர்.

பரங்கியனைப் பண்படுத்திய பண்ணாரி அம்மன்

அது வருடா வருடம் நடைபெறும் திருவிழா. பண்ணாரி கிராம மக்கள் திருவிழாவிற்கு சுமார் ஒரு மாதத்துக்கு முன்னாலேயே தங்களைத் தயார்பண்ணிக்கொண்டு விடுவார்கள். பண்ணாரி மாரியம்மனை ஒவ்வொருவரும் தத்தமது குடும்பத்துப் பெண்ணாகவே பாவித்து அந்த அன்னைக்குத் திருவிழா எடுப்பார்கள். அந்த கிராமம் மட்டுமல்ல, அக்கம்பக்கத்து கிராம மக்களும் இந்தத் திருநாளுக்காக பக்தியுடன் ஏங்கிக் காத்திருப்பார்கள்.

அவர்களைத் தவிரவும் வழிப்போக்கர்களாக வரும் பக்தர்களும் திருவிழா சமயத்தில் பண்ணாரிக்கு வர நேர்ந்தால் திருவிழாவில் கலந்துகொண்டுவிட்டுதான் தத்தமது பயணங்களைத் தொடர்வார்கள். தாளவாடி, திம்பம் ஆகிய மலைப்பகுதிகளுக்கு 27 கொண்டை ஊசி வளைவுகள் உள்ள மலைச்சாலையில் பயணம் மேற்கொள்பவர்கள் தங்கள் வாகனங்களை மலையடிவாரத்தில் பண்ணாரி மாரியம்மன் ஆலய வாயிலின் முன் நிறுத்துகிறார்கள். பயணம் நல்லபடியே நடக்க அன்னையை வேண்டிக்கொண்டு மலையை நோக்கிப் பயணம் துவங்குகிறார்கள். அதே போன்று திரும்பிவரும் போதும் உளமாற அம்பிகையை வேண்டுகிறார்கள். இப்படி இவர்கள் போகும்போதோ, வரும்போதோ அது திருவிழா காலமாக இருந்தால், தம் பயணத்தைச் சற்றே ஒத்திவைத்து, விழாவில் கலந்து கொள்கிறார்கள்.

ஈரோடு மாவட்டம் சத்யமங்கலத்துக்கு மேற்கே 14 கிலோ மீட்டர் தொலைவில் மைசூர் செல்லும் மலைப்பாதையின்

துவக்கத்தில் அடர்ந்த வனத்தின் இடையே இந்தப் பண்ணாரித் தலம் அமைந்துள்ளது. கொடிய விஷமுடைய பிராணிகள் சுதந்திரமாகத் திரியும் இந்தக் காட்டுப் பகுதியில், அம்மனுக்குத் திருவிழா என்றால், அந்த பிராணிகள் எல்லாம் விழா முடியும்வரை தம்மை வெளிக்காட்டிக்கொள்ளாது. அவற்றுக்கும் தெரியும், அம்மனின் பக்தர்களைத் துன்புறுத்தக்கூடாது என்று!

இப்படி ஐந்தறிவுப் பிராணிகளே திருவிழா எந்த இடையூறுமில்லாமல் சிறப்புற நடைபெற வேண்டும் என்று விரும்பும்போது, அன்னையின் மகிமை தெரியாத ஓர் ஆங்கிலேய அதிகாரி இந்தத் திருவிழா நடக்கவே கூடாது என்று தடுக்கும் வகையில் செயல்பட்டான்.

இந்தச் சம்பவம் ஆங்கிலேயர் நம்மை அடிமைப் படுத்தியிருந்தபோது நிகழ்ந்தது.

இத்திருவிழாவிற்கு அக்கினி குண்டம் அமைக்க, வனத்திலிருந்து மரங்களை வெட்டிக்கொண்டு வந்து சேர்ப்பது பக்தர்களின் வழக்கம். தங்கள் வேண்டுதலை நிறைவேற்றிய அன்னைக்கு நன்றி செலுத்தும் வகையில் அந்த குண்டத்தில் இறங்கி, தீ மிதித்து, பக்தர்கள் நன்றிக் கடன் செலுத்துவார்கள். இது வருடா வருடம் நடக்கு சம்பிரதாயம்.

ஆனால் குறிப்பிட்ட ஆண்டு, வனத்துறை அதிகாரியாக இருந்த ஆங்கிலேயர் ஒருவர், இவ்வாறு குண்டம் அமைப்பது கண்டு வெகுண்டார். 'முட்டாள்தனமான சம்பிரதாயத்துக்காக மதிப்பு வாய்ந்த மரக்கட்டைகளைத் தீக்கிரையாக்குவதா, கூடாது!' என்று எதிர்ப்பு தெரிவித்தார். தீமிதி விழாவிற்காக மரங்களை வெட்டும் தருணம் காட்டில் பயணியர் விடுதியில் தங்கியிருந்தார். குண்டத்திற்கு மரங்களை வெட்டிப் பயன்படுத்தக்கூடாது! என்று அவர் தடுத்தார்.

இதனால் குண்டம் அமைக்க முடியாத நிலை ஏற்பட்டு, திருவிழாவே நின்று போகுமோ என்ற கவலை பக்தர்களை வேதனையுறச் செய்தது. அந்த அதிகாரியிடம் உதவியாளர்களாகப் பணிபுரிந்த சில தமிழர்கள் அவரிடம் பண்ணாரி அம்மனின் சக்தியை எடுத்துச்சொல்லி, குண்டம் அமைப்பதற்கு அவர் அனுமதிக்க வேண்டும் என்று எடுத்துரைத்தார்கள். ஆனால் ஆட்சி வெறியில் இருப்பவன் அவர்களுடைய சொல்லை அம்பலத்தில் ஏற்றுவானா? அவர்கள் பேச்சை அவன் காதிலேயே வாங்கிக் கொள்ளவில்லை.

விவரம் கேள்விப்பட்ட பக்தர்கள் திகைத்தார்கள். இதற்கு முந்தைய வருடங்கள்வரை இதே பொறுப்பிலிருந்த பிற ஆங்கிலேயர்கள் அனுமதித்திருக்கும்போது இவர் மட்டும் ஏன் முட்டுக்கட்டை போடுகிறார்? அவர்களுக்குக் கையைப் பிசைந்து

கோரிக்கைகள் நிறைவேற்றும் கோயில்கள்

நிற்பதைத் தவிர வேறொன்றும் செய்யத் தோன்றவில்லை. அதிகாரியும் மனம் மாறுவதாகக் காணோம். 'இனி அம்பிகைதான் தனக்கான திருவிழாவை நடத்திக் கொள்ள வேண்டும்' என்று அம்பிகையிடமே அந்தப் பொறுப்பை விட்டார்கள்.

அம்மனுக்கு, பக்தர்களின் வருத்தம் தோய்ந்த குரல் கேட்டிருக்க வேண்டும். திடீரென அதிகாரியின் வேதனைக் குரல் அனைவருக்கும் கேட்டது. அவர் வயிற்று வலியாலும், வாந்தி, பேதியாலும் பெருந்துயருற்றார். இத்தகவல் பண்ணாரி மாரியம்மன் ஆலயத்திற்குப் போனது. அவர் ஆங்கிலேயர் என்றாலும், திருவிழா நடைபெற விடாமல் தடுத்தவர் என்றாலும், மனிதாபிமான அடிப்படையில் அவர் துன்புறுவதைக் கான பக்தர்களுக்குப் பொறுக்கவில்லை. உடனே, அம்மனை உளமாற வேண்டிக்கொண்டு, ஆலயத்திலிருந்து தீர்த்தம், விபூதி, குங்கும பிரசாதங்களை அனுப்பி வைத்தார்கள். அவற்றை அந்த அதிகாரி ஏற்கவும் அவருடைய வாந்தி பேதி குணமாயிற்று. தெய்வாதீனத்தை உணர்ந்து கொண்ட அவர், அடுத்த கணமே மனம் மாறி, குண்டத்திற்குத் தேவையான மரங்களை வெட்டுவதற்கு அனுமதியளித்தார். அன்னையின் கோயில்முன் வந்து மன்னிப்பும் கேட்டுக் கொண்டார். திருவிழாவும் வழக்கம் போல் கோலாகலத்துடன் நடந்தது.

பண்ணாரி மாரியம்மன் மிகவும் சக்தி வாய்ந்த தெய்வம். தினமும் நான்கு காலபூஜைகள் அம்பிகைக்கு. ஒவ்வொரு அமாவாசையன்றும் மிகவும் விசேஷமாக பூஜைகள் நடைபெறுகின்றன.

மாசி மாதம் அமாவாசை முடிந்த பின் வரும் வளர்பிறையில் பூச்சாட்டுதல் என்ற துவக்க விழா இங்கு நடக்கிறது. அதற்கு பதினைந்தாம் நாள் தீமிதித்திருவிழா நடக்கிறது. பக்தர்கள் அக்கினிக் குண்டத்தில் இறங்குவார்கள். இந்த ஆலயத்தின் சிறப்பான திருவிழா இதுவே. அன்றைக்கு லட்சக்கணக்கான பக்தர்கள் இங்கு வந்து கூடுவது கண் கொள்ளாக் காட்சி.

மகத்தான சக்தி படைத்த இந்த அன்னை புற்றுருவாய் சுயம்புவாக எழுந்தருளியவள். ஆலயத்திற்கும், சுற்றுவட்டாரத்திற்கும் தேவையான தண்ணீர் பண்ணாரி அம்மனுக்கே காவல் தெய்வமாக விளங்கி வரும் சருகுமாரியம்மன் ஆலயத்தின் அருகே உள்ள தெப்பக்குளத்திலிருந்து பெறப்படுகிறது. திருவிழாவின் போது மலைவாழ் மக்கள் பீனாச்சி எனும் கொம்பு வாத்தியம் மற்றும் தப்பட்டை போன்ற இசைக்கருவிகளை இசைப்பார்கள். பண்ணாரி மாரியம்மன் ஆலய திருவிழாக்களை சுற்றுவட்டார மக்கள் தாங்களாகவே வந்து ஆளுக்கொரு வேலை எனப் பகிர்ந்து செய்வது ஒற்றுமையின் அடையாளம்.

கல்லில் கணபதியைக் கண்டவர்கள்
(சென்னை - மடிப்பாக்கம்)

சென்னை மடிப்பாக்கத்தைச் சேர்ந்த விநாயக பக்தர் ஒருவர் சுமார் நூறு வருடங்களுக்குமுன் தன் வயலில் கிணறு வெட்டுவதற்காக வெடி வைத்தபோது பூமியின் கீழேயிருந்து ஒரு கல் தெறித்துச் சிதறியது. அக்கல்லைக் கண்ட அனைவருக்கும், அது பிள்ளையாரைப் போலவே தோன்றியதால், அந்தக் கல்லையே விநாயக சுயம்பு மூர்த்தமாக பாவித்து பாதாளத்திலிருந்து தெறித்து விழுந்ததால் பாதாளவிநாயகர் எனப் பெயரிட்டு வழிபடத் தொடங்கினர்.

சென்னை மடிப்பாக்கத்தில் கோயில் கொண்ட அந்த மதவாரணன், கற்பகத் தருவை மிஞ்சும் வண்ணம் அருளாட்சி புரிய ஆரம்பித்தார். வருடங்கள் உருண்டன. அந்த இடத்தில் ஒரு சிறு ஆலயம் ஒன்றை எழுப்பினர். அவருக்கு அபூர்வமானதாக இருந்தாலும், பிள்ளையாரின் முழு வடிவுடனான அழகிய திருவுருவம் இல்லையே என நினைத்த பக்தர்கள் சுமார் இருபத்து ஐந்து வருடங்களுக்கு முன்பு ஒரு அழகான கணபதியின் திருவுருவை அந்த கருவறையில் நிறுவினர்.

அனைவரும் அதிசயிக்கும்படி அந்த கருவறையில் முன்பிருந்த பாதாளவிநாயகரின் சுயம்பு வடிவம் சில மாதங்களில் கணபதியின் முழு வடிவினைப் பெற ஆரம்பித்து பூரண வடிவத்துடன் திகழ்ந்தது. அன்றுமுதல் கருவறையில் இரட்டை விநாயகர்கள் அருள் கின்றனர்.

பிரதிமாதம் சங்கடஹரசதுர்த்தியன்று மாலையில் சந்திரனுக்கு ஆரத்தி, பூஜை செய்து பின் விநாயகர் களுக்கு பூஜை நடக்குமாம்.

அன்று சுமார் 200 லிட்டர் பால் அபிஷேகம் இந்த மூர்த்தங்களுக்கு நடைபெறுகிறது. பதினோரு தேங்காய்களைக் குடுமியுடன் கோர்த்து மாலையாய் அணிவித்து வழிபடுவோர்க்கு திருமணத்தடை, வியாபாரத்தடை, மகப்பேறு தடை போன்றவைகள் நீக்குகின்றனர் இந்த இரட்டைக் கணபதியர்.

வெள்ளையரைக் காத்த வேதநாயகி
(பவானி)

ஆங்கிலேயர் ஆட்சிக் காலத்தில் இப்போதைய கோவை பகுதியின் ஆணையராகப் பொறுப்பு மேற்கொண்டிருந்தார், வில்லியம் கேரோ என்ற ஆங்கிலேயர். தம்முடைய அலுவலக நடவடிக்கையாக தம் கட்டுப்பாட்டுக்குட்பட்ட பகுதிகளுக்குச் சென்று நிர்வாகச் சூழ்நிலையை கவனித்து வருவார் அவர். அந்த வகையில் பவானியில் இருந்த ஒரு மாளிகைக்கு வந்த வில்லியம் கேரோ, அங்கு தங்கியபடி அலுவல்களை கவனித்தார்.

ஒருநாள் அவர் மட்டுமல்ல, அந்தப் பகுதி மக்கள் யாருமே தத்தமது வீட்டைவிட்டு வெளியே போக முடியாதபடி இடி, மின்னலுடன் பெருமழை கொட்டித் தீர்த்தது. கேரோவுக்கு அன்றைய தினம் வெளியே போய், பணியில் ஈடுபடவேண்டிய அவசியம் இல்லைதான். ஆனாலும் அந்த மழையும் இடி&மின்னலும் அவருக்குள்ளும் அச்சத்தை வளர்த்தன. ஆங்கிலேய அதிகாரிதான் என்றாலும் தன் கட்டுப்பாட்டுக்குள் இருக்கும் பகுதியில் வசிக்கும் மக்கள் பாதிக்கப்படுவது அவரால் சகித்துக்கொள்ள முடியவில்லை. அப்போது அந்த மாளிகையில் தம் பணியாட்களில் சிலர் பவானி அம்மனை வேண்டிக் கொண்டிருப்பதையும் அவர்கள் முகத்தில் எந்தக் கவலையும் இல்லாததையும் கவனித்தார். அவர்களிடம் விசாரித்தபோது, 'அன்னை வேதநாயகி எந்த இயற்கைப் பேரழிவும் ஏற்படாதபடி நம் அனைவரையும் காப்பாள்' என்று பதிலளித்தார்கள்.

அவர்களுடைய நம்பிக்கை அவருக்கு சிரிப்பைத் தந்தது. 'வேடிக்கையான மக்கள். எத்தனை நம்பிக்கை இவர்களுக்கு!'

கோரிக்கைகள் நிறைவேற்றும் கோயில்கள்

என்று கேலியாக அதிசயப்பட்டார். ‘சரி, எப்படியோ போங்கள்,’ என்று அவர்களுடைய நம்பிக்கையை அலட்சியப்படுத்திவிட்டு, தன் படுக்கையறைக்குச் சென்றார் கேரோ. படுக்கையில் படுத்த அவருக்கு உடனே உறக்கம் வரவில்லை. ஒரு மயக்க நிலையில் உறக்கமும் விழிப்புமாகப் படுத்திருந்தார். அப்போது யாரோ ஒருவர் அவரருகே வந்து தட்டி எழுப்புவது போலத் தெரிந்தது. பாதுகாப்பு மிகுந்த அந்தப் பகுதிக்குள், அதுவும் தன் படுக்கையறைக்குள் வந்திருப்பவர் யார் என்று திடுக்கிட்டு எழுந்துப் பார்த்தார் கேரோ. எழுப்பியது ஒரு சிறுமி. ‘என்கூட வா,’ என்று சைகையால் அவரை அழைத்தாள். பிறகு முன்னே சென்றாள். ஏதோ மந்திரத்தால் கட்டுண்டவர் போல கேரோ அவள் பின்னாலேயே சென்றார்.

அந்த பங்களாவுக்கு வெளியே வந்த அவர் கொட்டும் மழையில் நனைந்தபடியே பார்த்துக் கொண்டிருந்தபோது, அந்தச் சிறுமி மெல்ல நகர்ந்து பக்கத்திலிருந்து கோயிலுக்குள் சென்று மறைந்தது தெரிந்தது. அதே சமயம் ‘மட மட’வென்ற ஒலியுடன் அவர் தங்கியிருந்த பங்களா இடிந்து விழுவதையும், உள்ளிருந்தவர்கள் எல்லோரும் வெளியே வந்து நின்று அதைப் பார்ப்பதையும் கவனித்தார். அந்தச் சிறுமி தன்னை மட்டுமல்ல, தன்னைச் சார்ந்தவர்கள் எல்லோரையுமே காப்பாற்றியிருக்கிறாள்!

அப்படியே சிலிர்த்துப் போனார் கேரோ. உடனே அந்த ஆலயத்து அம்மனை, வேதநாயகியை தரிசிக்கத் துடித்தார். ஆனால் அப்போதைய மரபுப்படி அந்த அந்நியர் கோயிலுக்குள் நுழைய முடியாது. ஆனாலும் அவரது நிலைக்குக் கோயில் அர்ச்சகர்கள் இரங்கி, அவருக்கு தரிசன வாய்ப்பு அளிக்கத் தீர்மானித்தார்கள். ஆலயத்தின் வெளிச்சுவரில் சிலதுவாரங்களைப்போட்டு, அவற்றின் வழியாக அம்பாளை அவர் வணங்க ஏற்பாடு செய்தனர். மனம் கசிய அம்பாளை வழிபட்ட அவர், தன் நன்றிக்காணிக்கையாக ஓர் தந்தத் தொட்டிலை கோயிலுக்கு அளித்தார். "கேரோ 1804" என்று பொறிக்கப்பட்டுள்ள அந்த தந்தத் தொட்டிலையும் அவர் தரிசித்த வெளிச்சுவர் துவாரங்களையும் ஆலயத்தில் இன்றும் காணலாம்.

வட இந்தியாவில் கங்கை, யமுனை, சரஸ்வதி ஆகிய மூன்று நதிகளும் சங்கமிக்கும் ’திரிவேணி சங்கமம்’ போல பவானி தலத்திலும் பவானி, காவிரி நதிகளோடு, கண்ணிற்குப் புலனாகாத ’அமிர்தவாஹினி’ நதியும் சங்கமிக்கிறது. இதுதான் தென்னாட்டுத் திரிவேணி, தட்சிணப் பிரயாகை எனப்படும் புனிதத்தலமான ’பவானி முக்கூடல்’.

பத்மகிரி, வேதகிரி, சங்ககிரி, மங்களகிரி, நாககிரி என்ற ஐந்து மலைகளால் சூழப்பட்டு இயற்கை எழில் கொஞ்ச அமைந்துள்ளது இத்தலம். தேவாரத்தில் ’திருநணா’ என்று புகழப்பட்டுள்ளது.

அதாவது, தீமைகளை அகற்றும் தலம்.

இப்பழமையான ஆலயம், ஆறு ஏக்கர் பரப்பில், ஐந்து நிலை ராஜகோபுரத்துடன் அழகிய சுதைச் சிற்பங்களால் அலங்கரிக்கப்பட்டு கம்பீரமாகக் காட்சியளிக்கிறது. கோயிலின் நுழைவாயிலில் கோட்டை விநாயகர் உள்ளார். உட்புறத்தில் ராஜகணபதி, முத்துக்குமார சுவாமி சந்நதிகள். வலதுபக்க மண்டபத்தில் ஆதிகேசவப் பெருமாள், சௌந்திரவல்லித் தாயார், நரசிம்மர் சந்நதிகள் அமைந்துள்ளன. சங்கமேசுவரர் சந்நதி கிழக்கு நோக்கியுள்ளது.

வேதநாயகி என்ற திருப்பெயருடன் அன்னை தனிச் சந்நதியில் அருள்கிறார். அன்னையின் அழகு அனைவரையும் ஈர்க்கிறது. சங்கமேசுவரர் சந்நதிக்கும் வேதநாயகி அம்மன் சந்நதிக்கும் இடையில் சுப்பிரமணியர் சந்நதி அமைந்து "ஸோமாஸ்கந்த" வடிவத்தை நினைவுபடுத்துகிறது.

செல்வச் செழிப்பிற்கு அதிபதியாக விளங்கும் குபேரனும் படைப்புக் கடவுளான பிரம்மனும் இந்த சங்கமேசுவரரை வழிபட்டுச் சிறப்புப் பெற்றனர். ராஜ ரிஷியான விஸ்வாமித்திரர் முக்கூடலில் நீராடி முக்கண்ணனைப் பூஜித்ததால் பிரம்ம ரிஷி என்று அழைக்கப்பட்டார். வியாசர் இம்மூர்த்தியைப் பாடியதால் வேதங்களை வகுக்கும் திறன் பெற்றார். தலவிருட்சம், இலந்தை மரம்.

ஒவ்வொரு ஆடிமாத ஆடிப்பெருக்கு நாளிலும் முக்கூடலில் நீராட, திரளாக மக்கள் கூடுகின்றனர். முக்கூடலில் நீராடினால் முக்தி கிட்டும் என்ற நம்பிக்கை நிலவுகிறது.

முக்கூடல் கரையில் உள்ள சிறிய ஆலயத்தில் அமிர்தலிங்கம் அருள்பாலிக்கிறார். தேவர்களும், அசுரர்களும் அமுதத்தைக் கைப்பற்ற சண்டையிட, அமிர்தகுடம் நிலத்தில் விழுந்தது. அதிலிருந்து தெறித்த அமுதத்துளி, அமுத வாஹினி நதியாக பூமிக்கு அடியில் ஓட ஆரம்பித்தது. காலியான குடம்தான் லிங்கமாயிற்று. பராசர முனிவர் அந்தக் குடத்திற்கு அமிர்தலிங்கேசுவரர் என்று பெயரிட்டு வழிபடத் தொடங்கினார். இந்த லிங்கத்தை ஆவுடையாரிலிருந்து பிரித்து எடுத்து மீண்டும் ஆவுடையாரிலேயே வைக்க முடியும்! குழந்தை இல்லாதவர்களும் வயிற்று வலியால் அவதிப்படுபவர்களும் இந்த லிங்கத்தை வழிபட்டுப் பயன்பெறுகின்றனர்.

சங்கமேசுவரர் ஆலயத்தை சிற்பக் கலைக் கருவூலம் என்றே சொல்லலாம். தட்சிணாமூர்த்தி சிலையின் இருமருங்கிலும் ஒரே கல்லில் குடைந்தெடுக்கப்பட்ட சங்கிலிகள்; தண்ணீர் விட்டால் சிரிக்கும் பாவை சிலை, ஆதிகேசவப் பெருமாள் சந்நதியில் யாழிசைத்துப் பாடும் அனுமன் என்று சிற்பக் கலை நேர்த்தியை

வியந்து போற்றலாம்.

இங்குள்ள ஜுரஹரேஸ்வர மூர்த்தி சிலை மூன்று கால்களை உடையது. இவருக்கு சந்தனக் காப்பிட்டு வணங்கினால் கடுமையான காய்ச்சலும் தணிவதாகக் கூறுகின்றனர்.

ஈரோட்டிலிருந்து 15 கி.மீ. தூரத்தில் உள்ளது பவானி சங்கமேஸ்வரர் ஆலயம்.

திருமண வரமருளும் கல்யாண கந்தசுவாமி
(சென்னை - மடிப்பாக்கம்)

வள்ளி தெய்வானையுடன் திருமணத் திருக்கோலத்தில் முருகப் பெருமான் திருவருள்புரியும் திருத்தலம் சென்னை மடிப்பாக்கத்தில் உள்ளது. ஒவ்வொரு கார்த்திகை நட்சத்திர தினத்தன்றும் விசேஷ வழிபாடுகள், அலங்காரங்கள் இத்தலத்திலுள்ள முருகப் பெருமானுக்கு நடத்தப்படுகிறது. சுமார் நூறு வருடங்களுக்கு முன் இப்பகுதியைச் சேர்ந்த முருக பக்தர்கள் அடிக்கடி கந்தகோட்டம், திருப்போரூர் போன்ற தலங்களில் அருளும் கந்தசுவாமியை தரிசித்தனர். ஒருசமயம் அவர்கள் இப்பகுதியிலேயே முருகப்பெருமான் ஆலயத்தை எழுப்பி வழிபடத் தொடங்கினர், நாளொரு மேனியும் பொழுதொரு வண்ணமுமாய் முருகனின் திருவருள் பொங்கிப் பெருக ஆலயம் புகழ் பெற்றது. ஆலயநுழைவு வாயிலில் கொடிமரமும், மயிலும் அமைந்துள்ளது. முருகனின் ஆறெழுத்து மந்திரமான சரவணபவ எனும் எழுத்துக்களே இங்கு கருவறைக்குச் செல்லும் படிக்கட்டுகளாக உள்ளதென்பது ஐதீகம். இந்த படிகளுக்கு படிபூஜையும் நடைபெறுகிறது. பங்குனி உத்திரம் மற்றும் கந்தசஷ்டியன்று முருகப்பெருமானுக்கு திருக்கல்யாண உற்சவம் விமரிசையாக நடைபெறுகிறது. அப்போது முருகப்பெருமான் அணிந்திருந்த மாலையை திருமணமாக வேண்டிய கன்னியரும், காளையரும் பிரசாதமாக வாங்கி அணிய அவர்களுக்கு திருமணம் விரைவில் நிச்சயமாகிறது. எனவே, இத்தல முருகன் கல்யாண கந்தசுவாமி என போற்றப்படுகிறார். திருமணத் திருக்கோலத்தில் வீற்றிருப்பதால் இத்தலத்தில் சூரசம்ஹார விழா நடைபெறுவதில்லை. இவரிடம்

நேர்ந்து கொண்டு பிரார்த்தனை நிறைவேறியவர்கள் பால்குடம் எடுத்தும், அபிஷேகம் செய்தும், விசேஷ நாட்களில் அலகு குத்தியும் தம் நன்றிக்கடனை தெரிவிக்கின்றனர்.

பரம்பொருள் புருஷ வடிவில், மாயா சம்பந்தத்தால் தேவிகளை ஏற்கும்போது மாயை இரண்டு அம்சங்களாக உதிக்கிறாள். இந்த இரு அம்சங்களே சிவனுக்கு பார்வதி, கங்கையாகவும், திருமாலுக்கு ஸ்ரீதேவி, பூதேவியாகவும், நான்முகனுக்கு சாவித்ரி, சரஸ்வதி எனவும், விநாயகனுக்கு சித்தி, புத்தியாகவும் அருள்வது போல் முருகப் பெருமானுக்கு தேவசேனா, வள்ளி எனத் துணை நிற்கின்றன என கந்தபுராணம் கூறுகிறது. அதன்படி கருவறையில் தன் நாயகியரான வள்ளி தேவசேனாவுடன் அழகே உருவாய், அருளே வடிவாய் முருகப் பெருமான் திருவருள்புரிகிறார். மிகுந்த வரப்ரசாதியாக அவர் பக்தர்களால் போற்றப்படுகிறார்.

முன்பொரு சமயம் நாரதர் கூறிய திருமுருகனின் லீலா விநோதங்களைக் கேட்டு அகமகிழ்ந்த நாரணன் மகிழ்ச்சிப் பெருக்கில் ஆனந்தக் கண்ணீர் பெருக்க அவர்தம் கண்ணீரிலிருந்து உதித்த இரு பெண்களும் முருகனைக் கணவராய் அடைய அரியிடம் வரம் கேட்டனர். அமுதவல்லி, சுந்தரவல்லி எனும் அந்த இருவரையும் பூவுலகில் தவம் புரியப் பணித்தார் பரந்தாமன். அவ்வாறே தவம் புரிந்த அவர்களின் முன் தோன்றிய முருகன், 'அமுதவல்லி தேவேந்திரன் மகளாக இந்திரலோகத்தில் தேவசேனா எனும் பெயருடன் வளரவும், சுந்தரவல்லி பூமியில் வேடுவர் குலத்தில் வள்ளியாக வளர்ந்திடவும், தக்க காலத்தில் தாம் அவர்களை மணம்புரிவதாகவும்' வாக்குறுதி அளித்தான். காலம் கனிந்தது.

சூரபத்மனை இரு கூறாக்கி சேவலாகவும், மயிலாகவும் மாற்றி அருளி தேவலோகத்தைக் காத்த கருணாமூர்த்தியான முருகப் பெருமானின் வீரதீர பராக்ரமத்தால் மனமகிழ்ந்த தேவேந்திரன் தன் மகளான தெய்வானையை முருகப்பெருமானுக்கு மணமுடித்துத் தந்தார். அதே போன்று தினைப்புனம் காத்த வள்ளியை வேடனாய், வேங்கை மரமாய் மாறி விநாயகரை மறந்ததால் இடர்பட்டு விநாயகரை வேண்டி யானையின் உருவில் வரச்செய்தான் முருகப்பெருமான். யானையைக்கண்டு பயந்த வள்ளிநாயகி முருகனை கட்டி அணைக்க முருகப் பெருமானின் திருவருளை உணர்ந்து வள்ளிநாயகியை அவருக்கு மணமுடிக்க முடிவெடுத்தான் வேடுவர்குல ராஜனான நம்பிராஜன். அதன்படி முருகப்பெருமான் எப்போதும் காதலுடன் தன்னையே நோக்கும் புள்ளிமானாகிய வள்ளி மானையும் மணந்தான்.

தேவசேனை தேவலோகத்து மந்தாரமாலை, முத்துமாலை போன்றவற்றை அணிந்த மார்பினள். முருகனின் இடப்புறம்

அமர்ந்து அருள்பவள். வள்ளி தாமரைமலர் ஏந்தி, அலங்கார ரூபிணியாக, மாணிக்க மகுடங்கள் துலங்க இடப்புறம் வீற்றிருப்பவள். ஆகமங்கள் இவர்களை கஜா, கஜவல்லி என்று போற்றுகின்றன. மேலும் வேதங்கள் இவ்விருவரையும் வித்யா, மேதா என்றும் போற்றுகிறது.

சட்டியில் இருந்தால் அகப்பையில் வரும் எனும் பழமொழி கூட சஷ்டிவிரதம் இருந்தால் கருப்பையில் மழலைவரம் வரும் என்பதைக் குறிக்கும் என்பர். அவ்வாறான முருகனுக்கு உறுதுணையாய் இருக்கும் சஷ்டி தேவியான தேவசேனாவை முருகனுடன் சேர்த்து வழிபட நீண்ட ஆயுளும் ஆரோக்யமும் சத்புத்ர பாக்யமும் கிடைக்கும்.

நீலச்சிகண்டியில் ஆரோகணித்து குமரவேலுடன் கோலக்குறத்தியாய் பக்தர்களைக் காக்க வருபவள் வள்ளி. ஞானமும், தவமும் அறியாத வேடுவர்குல நங்கையைத் தானே வலியச் சென்று மணம்செய்த முருகனின் பரந்தநோக்கை கண்டு அருணகிரியார் மெய்சிலிர்த்து பேசுகிறார். "முனிநாமுதா" எனும் சுப்ரமணிய புஜங்கத்தில் ஆதிசங்கரர் கூட குண்டலினி, நவவிதபக்தி செய்து தன்னை வழிபடும் அடியவருக்கு அருள்புரியும் அநேக தெய்வங்கள் உண்டு. ஆனால் எதுவுமே அறியாத எளியோர்க்கும் விரும்புவதைத் தரும் தெய்வமான முருகனின் பேரருளை வியக்கிறேன் என்கிறார்.

காலத்தின் வடிவை ஸ்தூலமாய் உருவகப்படுத்தினால் 60 வருடங்களையும் அறுபது படிகளாகக் கொண்டு அதன் மேல் கோலோச்சும் சுவாமிநாதனாகிய முருகப்பெருமான் 60 வருடங்களாகிய காலத்தின் ஸ்தூலரூபம். காலத்தை ஒரு வருடத்தின் உருவமாய்க் கொண்டால் முருகனின் இரு கால்கள் தட்சிணாயனம், உத்ராயணம் ஆகிறது. ஆறு ருதுக்களும் ஆறுமுகங்கள், பன்னிரெண்டு கரங்களே பன்னிரெண்டு பாதங்களாகும். அதேகாலம் ஒரு நாளாய் உருவம் கொண்டால் இரவு, பகலாகிறது. அதுவே முருகனின் வடிவமாய் எடுத்துக்கொண்டால் இரவு வள்ளி, பகல் தேவசேனா. இந்த இரண்டு சக்திகளும் இணைந்த ஒருவரே முருகனின் ரூபம். முருகனை காலரூபமாகவும், காலத்தை தன் வசத்தில் வைத்திருப்பவனாகவும் பேசுகிறது கந்தபுராணம். இவ்வளவு வல்லமை பொருந்திய வள்ளி தேவசேனா சமேத கல்யாண கந்தசாமியாகிய முருகப்பெருமான் தன் பக்தர்களுக்காக எதைத்தான் செய்ய மாட்டான்.

அங்காரகன் எனும் செவ்வாய் கிரகத்திற்கு அதிபதி முருகப் பெருமான். இத்தலத்தில் அங்காரகனுக்கு தில பத்ம தானம் எனும் விசேஷ பூஜை நடத்தப்படுகிறது. திலம் என்றால் எள். பத்மம் என்றால் தாமரை. இத்தல அங்காரகனின் பாதங்களில் செவ்வாய்க்

கிழமையன்று எள்ளையும் தாமரையையும் சமர்ப்பித்து மனமுருக பிரார்த்தனை செய்தால் அனைத்து தோஷங்களும் நீங்கும்.

கருவறையின் தெற்கில் கருணை கணபதி, வடக்கில் செவ்வாய் பகவான் இருவரும் துவாரபாலகர்களைப் போல வீற்றிருக்கின்றார்கள். கோஷ்டங்களில் குருபகவானும், ஜெயதுர்க்காவும் திருவருள் பாலிக்கின்றனர். இவர்கள் தவிர ராமர், சீதை, லட்சுமணர், அபீதகுசலாம்பிகை சமேத அருணாசலேச்வரர், நவகிரகங்கள் போன்றோரும் தனிச் சந்நதியில் அருள்கின்றனர். கேட்ட வரங்களை கேட்டவாறே அருளும் கல்யாண கந்தசுவாமியை தரிசித்து வளங்கள் பெறுவோம்.

ராஜபோகங்கள் அருளும் ராஜகோபாலன்!

(மணிமங்கலம்)

பூர்ணாவதாரப் புருஷன் என்று போற்றப்படும் கிருஷ்ணனுக்கு இரத்தினாக்ரஹாரம் என்ற மணிமங்கலம் திருத்தலத்தில் ஒரு கோயில் உருவாகியிருக்கிறது.

நரசிம்மவர்ம பல்லவன், சாளுக்கியர்களுடன் கி.பி. 612ல் போர் செய்து வெற்றி கொண்ட இடம்தான் மணிமங்கலம். இச்செய்தி முதலாம் பரமேசுவரவர்மனின் கூரத்துச் செப்பேடுகளிலிருந்து நமக்குத் தெரிய வருகிறது. தான் பெற்ற வெற்றியின் சின்னமாக மாமல்லன், மணிமங்கலத்தில் பல திருக்கோயில்கள் கட்டினான். அவற்றுள் ஒன்று ராஜகோபாலப் பெருமாள் திருக்கோயில்.

தமிழகத்தில் பகவான் கிருஷ்ணனுக்கு உரிய ஆலயங்களில் குறிப்பிடத்தக்கதாகத் திகழ்கிறது இந்தக் கோயில். அமைதியான கிராமத்தின் எல்லையில் ஏரிக்கரையையொட்டி கிழக்கு நோக்கி அமைந்திருக்கிறது. உள்ளே பலிபீடத்தையும் கொடிமரத்தையும் தரிசித்து கருடாழ்வார் சந்நதியைக் கடந்து கருவறை மண்டபத்துள் நுழைகிறோம். இத்தல அனுமன் காவியுடை அணிந்து காட்சி தருவது வித்தியாசமான அமைப்பாகும். கருவறையின் மாமாயக் கண்ணன், ராஜகோபாலப் பெருமாள் என்ற திருப்பெயர் கொண்டு, ஸ்ரீதேவி&பூமிதேவித் தாயார்களுடன் கிழக்கு நோக்கி அருட்காட்சி தருகிறான். பீடத்துடன் சுமார் ஒன்பதடி உயரம்கொண்ட பெருமாளுக்கு நான்கு திருக்கரங்கள். மேல் வலக்கரத்தில் சங்கும், மேல் இடக்கரத்தில் சக்கரமும் (மற்ற தலங்களில் வலக்கரத்தில் சக்கரமும், இடக்கரத்தில் சங்கும் அமைந்திருக்கும்) தரித்து, கீழ்வலக்கரம் அபயஹஸ்தமாய் அருள, இடக்கரம் கதாயுதத்தைப்

பற்றிய நிலையில் கதாஹஸ்தமாகத் திகழ்கிறது. பெருமாளின் திருமேனி அழகு நம்மை மெய் மறக்கச் செய்கிறது. பெருமாளைத் தரிசித்த பின்னர், கருவறை மண்டபத்திலேயே அமைந்திருக்கும் சிறிய சந்நதியில் ஆழ்வார்& ஆசாரியர்களைத் தரிசிக்கலாம்.

கருவறையை விட்டு வெளியே வந்து பிராகார வலம் வருகையில் தெற்குப் பிராகாரத்தில் தென்மேற்கு மூலையில் செங்கமலவல்லித் தாயார் தனிக்கோயில் கொண்டு, அமர்ந்த நிலையில் திருக்காட்சி தருகிறாள். தாயாரைத் தரிசித்த பின்னர், வடக்குப் பிராகாரத்தில் வடமேற்கு மூலையில் சூடிக் கொடுத்த சுடர்க்கொடியாம் ஆண்டாளின் சந்நதி அமைந்திருக்கிறது. தீந்தமிழில் பாமாலை தொடுத்துச் சூட்டி மாதவனில் கலந்த இந்தக் கோதையைப் போற்றி வணங்குகிறோம்.

ஸ்ரீஜெயந்தி, திருக்கார்த்திகை, பவித்ர உற்சவம் 3 நாட்கள், திருப்பாவாடை உற்சவம் (புரட்டாசி பௌர்ணமியில்) ஆழ்வார், ஆசார்யாள் வருஷ திருநட்சத்திரம் (சாத்து முறைகள்) புரட்டாசி முதல் மற்றும் இறுதி சனிக்கிழமைகளில் வீதி புறப்பாடு போன்ற விழாக்கள் இத்தலத்தில் விமரிசையாகக் கொண்டாடப்படுகின்றன.

இந்த ஆலயம் பல்லவர்கள் காலத்தைச் சேர்ந்ததாகக் கருதப்பட்டாலும், பிற்காலச் சோழ மன்னர்கள் பலர் இத்திருக்கோயிலுக்குப் பல திருப்பணிகள் செய்ததுடன் பல வகையான தானங்களையும் அளித்திருப்பதாகக் கல்வெட்டுகள் தெரிவிக்கின்றன. இத்திருத்தலத்திற்கு மதப்புரட்சி செய்த மகான் ராமானுஜர் எழுந்தருளியதாகக் கூறுகிறார்கள். அதற்கான சான்றுகள் இல்லையென்றாலும், சாத்தியம் இருக்கிறது. காரணம் எம்பெருமானார் அவதரித்த ஸ்ரீபெரும்புதூர் திருத்தலம் இத்திருத்தலத்திற்கு அருகில்தான் அமைந்திருக்கிறது.

நாடி வந்து வணங்குபவர்க்கெல்லாம் ராஜபோகங்களை நாளும் அருளும் ராஜகோபாலப் பெருமாளைத் தரிசித்து, நல்லன எல்லாம் பெறுவோம்.

சென்னை தாம்பரத்திலிருந்து 9 கி.மீ தொலைவில் இத்தலம் உள்ளது. 55&என், 55&எஸ், எம்62&ஹெச், எம்&80 ஆகிய பேருந்துகளில் சென்று மணிமங்கலம் போலீஸ் ஸ்டேஷன் நிறுத்தத்தில் இறங்கி இத்தலத்தை அடையலாம்.

வெற்றிகள் தரும் வெற்றிலை மாலை வழிபாடு
(சென்னை – மயிலாப்பூர்)

வெற்றிலை மாலை போட்டு வேண்டினால் வேண்டியதை வேண்டியவாறே அருளும் வீரபத்திர சுவாமி திருக்கோயில் சென்னை மயிலாப்பூர் முண்டகக்கண்ணி, மாதவப் பெருமாள் கோயில்களின் அருகே அமைந்துள்ளது. இது ஒரு பிரார்த்தனை தலமாகும். இங்கு மூன்று பௌர்ணமி தினங்களில் சேர்ந்தாற்போல் வீரபத்திரருக்கு வெற்றிலை மாலை சாத்தி அர்ச்சனை செய்து மனமுருகி வழிபட்டால் நினைத்த காரியங்கள் நிறைவேறுவதாக பக்தர்கள் நம்புகின்றனர். இத்தலத்தில் இவர் கல்யாண வீரபத்திரராக அருட்காட்சி அளிக்கிறார். விதியை மாற்றும் வீரபத்திரர் என இவரை பக்தர்கள் அன்புடன் வழிபடுகின்றனர்.

வெற்றிலைக்கொடியுடன் கூடிய இத்தலத்தை அடைந்தவுடன் அவருக்கு மனதில் இனம்

புரியாத அமைதி ஏற்பட்டது. வெற்றிலையின் நறுமணம் அவருக்கு மேலும் அமைதியைத் தந்தது. அன்று முதல், வெற்றிலை அவருக்கு பிடித்த ஒன்றாக மாறியது. இத்தலத்தில்

சினம் தணிந்த வீரபத்திரர் சாந்தமூர்த்தியானவுடன், தாட்சாயணியான பார்வதிதேவி அவர் முன் தோன்றி தன் வளர்ப்புத் தந்தையின் அறியாமையை மன்னித்து அவரை உயிர்பெறச் செய்யுமாறு வேண்டினாள். எனவே வீரபத்திரர் தட்சப்பிரஜாப தியை உயிர்த்தெழச் செய்தார். தட்சன் தன் தவறை மன்னிக்கும்படி வேண்டி சாமவேதங்களை இசைத்தான். அதனால் மனம் மகிழ்ந்த ஈசனின் அம்சமான வீரபத்திரர் தட்சனிடம் என்ன

வரம் வேண்டும்? எனக் கேட்டார். அதற்கு தட்சன் தன் மகள் தாட்சாயணியின் திருமண வைபவத்தை தான் காண வேண்டும் என வரம் கேட்க அதற்குப் பதிலளித்த வீரபத்திரர் தாட்சாயணியை பங்குனி உத்திர நந்நாளிலே திருமணம் செய்து கொள்வதாக வாக்களித் தார். தாட்சாயணி தன் வளர்ப்புத் தந்தைக்கு அபயம் தந்ததால் அன்று முதல் அபயாம்பாள் என வணங்கப்படுகிறாள்.

ஒரு பங்குனி உத்திர நந்நாளில் முப்பத்து முக்கோடி தேவர்கள் புடைசூழ திருமால் தன் தங்கையின் திருமண வைபவத்தை சீர் கொண்டு வந்து நடத்தினார். அன்று முதல் இத்தல வீரபத்திரர் கல்யாண வீரபத்திரர் என போற்றப்படுகிறார்.

இத்திருக்கோயில் சைவ வைணவ ஒற்றுமைக்கு எடுத்துக்காட்டாய்த் திகழ்கிறது. ஆலயத்தில் சிவசுந்தர விநாயகர், வீரபத்திரர், அபயாம்பாள், ஆதிசங்கரர், வள்ளி தேவசேனா சமேத சுப்ரமண்யர், சரபேஸ்வரர், விருபாட்சீஸ் வரர் எனும் அஷ்டலிங்கேஸ்வரர், விசாலாட்சி, சீர்கொண்டு வந்த பெருமாள், சண்டிகேசுவரர், தட்சிணாமூர்த்தி, காலவீரபைரவர், விருட்ச கணபதி, சிவதுர்க்கை, விஷ்ணு துர்க்கை என அருளாட்சி புரிந்து வருகின்றனர். சனீஸ்வரர், நவகிரகங்கள், தியான அனுமன் ஆகியோர் இங்கு தனிசந்நதி கொண்டுள்ளனர். ஆலயத்தில் உள்ள அனைத்து விநாயகப் பெருமான்களும் வடக்கு நோக்கியே எழுந்தருளியிருப்பது சிறப்பான அம்சம்.

பங்குனிப் பெருவிழா 10 நாட்கள் சிறப்பாக நடைபெறும் திருத்தலம் இது. அத்திருவிழாவின் கடைசி நாளான பங்குனி உத்திர நாளில் வீரபத்திரருக்கும் அபயாம்பாளுக்கும் திருக்கல்யாணம் மிகச் சிறப்பாக நடைபெறும். அன்று தட்சனுக்கு வீரபத்திர சுவாமி திருக்கல்யாண காட்சியை அருள்வார். பெருமாள் தன் தங்கையான பார்வதியின் திருக்கல்யாண வைபவத்தை சீர் கொண்டு வந்து நடத்தித் தருவது இத்தலத்தின் சிறப்பம்சமாகும்.

சித்ராபௌர்ணமி, ஆனித்திருமஞ்சனம், ஆடிப்பூரம், ஆவணி மூலம், புரட்டாசி நிறைமணிகாட்சி, ஐப்பசி அன்னாபிஷேகம், கார்த்திகை தீபம் (அன்று அர்த்தநாரீஸ்வரர் சிறப்பு அலங்காரம்), மார்கழி ஆருத்ரா தரிசனம், தைப்பூசம், மாசி கடலாடு உற்சவம், கந்தசஷ்டி உற்சவம் என ஆண்டு முழுவதும் விழாக்கோலம் காணும் வீரபத்திரரை வணங்கி சகல பாக்கியங்களும் பெறுவோம்.

சென்னை நவகிரகத் தலங்கள் - புத்திக் கூர்மை அளிக்கும் புதன் பகவான்

(கோவூர் - புதன்)

நவகிரகங்களில் புதன் முக்கியத்துவம் வாய்ந்தவர். புத்திக் கூர்மை, எதிலும் வேகம், சாதுர்யமான பேச்சு, குழப்பமின்றி முடிவெடுத்தல், அலங்காரத்தில் ஆர்வம், கணக்கு, நவீன ஆராய்ச்சி என்று எல்லா விஷயங்களுக்கும் புதன்தான் காரணம். ஒருவர் ஜாதகத்தில் புதன் சரியில்லையெனில் குழப்பம், ஞாபக மறதி மிக்கவராகவும், எதிலும் ஆர்வமில்லாதவராவும், மந்த புத்தியோடும் இருப்பார். ஜாதகத்தில் புதன் சரியில்லையென்றால், கோவூர் தலத்தில் அருள்பாலிக்கும் சுந்தரேஸ்வரரையும், சௌந்தராம்பிகையை வழிபட, புத்தி சுடர்விட்டு பிரகாசிக்கும்.

தியாகராஜர் இத்தல இறைவன் மீது கோவூர் பஞ்சரத்னம் பாடி சிறப்பித்துள்ளார். தேவேந்திரனின் ஐராவதம் எனும் யானை அகழ்ந்து குளமாக்கி நீராடிய ஐராவத தீர்த்தம் சிவகங்கை என அழைக்கப்படுகிறது. இத்தலத்தின் சிறப்பே கயிலாயத்துக்கு ஒப்பான இத்தலத்தின் தலவிருட்சமாக விளங்கும் மகாவில்வம். 9, 16, 27 தளங்கள் கொண்டது. இந்த இலைகள் மகாசக்தி படைத்தவை. இத்தலத்தில் புதன் ஈசனோடு இணைந்த அம்சமாக விளங்குகிறார். அதனால், புதனுக்கு தனி சந்நதியில்லை. மூலவரை வணங்கினாலே போதும்.

கோயிலுக்குள் வலப்புறமாக கருவறையில் சுந்தரேஸ்வரர் அருள் வெள்ளம் பரப்புகிறார். பசுவடிவ பார்வதி தேவிக்கு சிவபெருமான் சிவலிங்கதிருமேனியராக காட்சிதந்து அருளியதால் திருமேனீச்சுரம் என்று பெயர். இதுமட்டுமல்லாது அன்னை காமாட்சி மாங்காடு தலத்தில் செய்த தவத்தால் மூவுலகும் வெம்மையால் கொதித்தது.

அந்த கணத்தில் மகாலட்சுமி காமதேனுவாக இவ்வூரில் தங்கி தேவர்களுக்கு குளிர்நிழலும், அருள்நிழலும் தந்தமையால் இவ்வூரை கோவூர் என அழைத்தனர்.

ஆலயத்தில் சூரியன், நால்வர், காளிகாம்பாள், வீரபத்திரர், தட்சிணாமூர்த்தி சோமாஸ்கந்தர், சுக்கிரவார அம்மன், லிங்கோத்பவர், கருணாகரப் பெருமாள் உற்சவர், முருகன்&வள்ளி&தெய்வானை, துர்க்கை என எல்லோரையும் தரிசிக்கலாம். அம்பாள் கருவறையைச் சுற்றிலும் வாராஹி, வைஷ்ணவி, மகாலட்சுமி, பிராம்மனி, துர்கி சண்டேஸ்வரி, பைரவர் போன்றோரைத் தரிசிக்கலாம். அம்பாளை தரிசித்து வெளியே வந்தால் புதனின் நட்பு கிரகமான சனி பகவானை அக்னி மூலையில் தரிசிக்கலாம்.

சென்னை போரூரிலிருந்து குன்றத்தூர் செல்லும் வழியில் 5 கி.மீ. தொலைவில் கோவூர் அமைந்துள்ளது.

திருவினை அருளும் திங்கள் பகவான்

(சென்னை நவகிரக தலங்கள் – சோமங்கலம்)

நவகிரகங்களில் சந்திரனை மனோகாரகன் என்பார்கள். மனதை தீர்மானிப்பதில் சந்திரனுக்கு முக்கிய பங்கு உண்டு. ஜாதகத்தில் சந்திரன் சரியில்லையென்றால் அல்லது அசுப கிரகங்களின் சேர்க்கை பெற்றிருந்தால் மன உளைச்சல், மனநிலை சரியில்லாதிருத்தல் போன்ற பிரச்னை இருக்கும். புலம்பும்படியான வாழ்க்கை அமையும். எனவே, சந்திரனை தரிசித்தால் மனோபலம் அதிகமாகும். அப்படிபட்ட சந்திரனுக்கான தலமே சோமங்கலம். ஏனெனில் சந்திரனே இத்தலத்திலுள்ள ஈசனை பூஜித்து தமது தோஷத்தை நிவர்த்தி செய்து கொண்டிருக்கிறான்.

தட்சன் தன் இருபத்தேழு பெண்களை சந்திரனுக்கு மணமுடித்தான். ஆனால், சந்திரன் ரோகிணியை மட்டும் குளுமையாய் பார்த்தான்; மற்ற பெண்களைக் குறையோடு நோக்கினான். அதனால் அவர்கள் மனம் குன்றிப் போனார்கள். தந்தையிடம் வந்து முறையிட்டார்கள்.

“உனக்கு செக்கை அளிக்கும் உன் அழகு குலையட்டும். உன் சக்தி, உன் பிரகாசம் மங்கட்டும்” என்று தட்சன் கடுமையாய் சபித்தான். அவன் கோபத்தால் மெல்ல தான் சுருங்குவதைக் கண்டு மிரண்டான்.

சந்திரன் எனும் சோமன் ஒளி மங்கி கருமையாய் தேய ஆரம்பித்தான். உடனே தட்சனின் பாதம் பணிந்தான். மனமிரங்கினான் தட்சன். "தொண்டை மண்டலத்தில் சுயம்புவாய் நிற்கும் சிவனை நோக்கி தவம்செய்து வா. இந்த சாபம் தீரலாம்" என்றான். அப்படியே சிவனை பூஜித்தான் சந்திரன். சிவனும்

காட்சி தந்தார். "தட்சன் சாபம் இட்டது இட்டதுதான். ஆகவே நீ முற்றிலும் தேயாது, தேய்ந்தும், மறைந்தும் ஒரு வட்ட சுழற்சியில் வா. அது உலக உயிர்களுக்கு நன்மை புரியட்டும்" என்றான் ஈசன். சந்திரன் அதை சந்தோஷத்தோடு ஏற்றான்.

அப்படி சந்திரன் பூஜித்து சாபநிவர்த்தி பெற்ற தலமே சோமங்கலம். அதனாலேயே இங்குள்ள ஈசனுக்கு சோமநாதர் என்று பெயர். அம்பிகை காமாட்சி. சந்திரன் இங்கு தனிச் சந்நதியில் அருள்பாலிக்கிறார். இங்கு ஈசன் சோமநாதரையும் சந்திரனையும் தரிசித்தாலே மனம் உறுதி பெறும்; தடுமாற்றங்கள் நீங்கும்.

குலோத்துங்கச் சோழன் கஜபிருஷ்ட விமான அமைப்போடு அமைத்த அற்புதமான கோயில் இது.

சென்னை, தாம்பரத்திலிருந்தும், குன்றத்தூரிலிருந்தும் இக்கோயிலுக்குச் செல்லலாம். இரண்டு ஊர்களிலிருந்தும் பதினைந்து கிலோமீட்டர் தொலைவு. மேலும்

குறைகள் களைவார் குரு பகவான்
(சென்னை நவகிரக தலங்கள் – போரூர்)

நவகிரகங்களில், குரு தனிச்சிறப்பு மிக்கவர். குரு என்றாலே இருட்டை நீக்குபவர் என்று பொருள். கல்வி, கலை, ஆராய்ச்சி, திருமணம், ஆன்மிகம், மரபு சார்ந்த விஷயங்கள், அமைதி, கௌரவப் பதவி, ஒழுக்கம் போன்ற விஷயங்களை குருபகவான்தான் அருளுகிறார். குரு ஜாதகத்தில் சரியான நிலையில் இல்லாதோர், போரூர் ராமநாதீஸ்வரர் தலத்திற்கு வந்தால், நிம்மதியான வாழ்க்கையை மேற்கொள்ளலாம்.

ராமபிரான் இங்கிருந்து போருக்குப் புறப்பட்டதால் இத்தலம் போரூர் என வழங்கப்படுகிறது. ராவணனால் கடத்தப்பட்ட சீதா தேவியைத் தேடி வந்தபோது, இப்பகுதியில் ஈசனை தவமிருந்து தரிசித்து அவர் அறிவுரையின்படி ராமேஸ்வரம் சென்று ராமநாதரை தரிசித்து அவர் அருளால் சீதையை மீட்டார். ராமபிரானுக்கு குருவாக போரூர் ஈசன் விளங்கியதால், இத்தலம் குரு தலமாக போற்றப்படுகிறது. குரு பகவானுக்கு உரிய பூஜைமுறைகள் யாவும் இந்த ராமநாதருக்கு செய்யப்படுகிறது. ராமேஸ்வரம் போலவே இங்கும் விபூதியுடன் பச்சைக் கற்பூரம் & ஏலக்காய் மணக்கும் தீர்த்தமும் பிரசாதமாகக் கிடைக்கிறது; அதோடு, பக்தர்களின் தலையில் சடாரி சார்த்தும் முறையும் உள்ளது.

ஆலயத்துள் அம்பிகை சிவகாமசுந்தரிக்கு தனி சந்நதி. ஈசன் கருவறை முன் உள்ள மகாமண்டப விதானத்தில் ராசிச் சக்கரம் வரையப்பட்டுள்ளது. சந்தான விஜயகணபதி, வள்ளி & தேவசேனா சமேத சுப்ரமண்யர், பைரவர், சண்டிகேசுவரர், சனிபகவான், தத்தமது மனைவியருடன், தத்தமது வாகனங்களில் நவகிரகங்கள்,

ஆகியோர் அருள்கின்றனர். ராமபிரானின் திருவடிகளை இத்தலத்தில் தரிசிக்கலாம்.

தலவிருட்சமான நெல்லிமரத்தின் கீழ் அமர்ந்து பக்தர்கள் தியானம் செய்கிறார்கள்.

குருதசை, குருபுக்தி, ஜாதகத்தில் லக்னத்தில் குரு, குரு தோஷம் போன்றவற்றால் பாதிக்கப்பட்டவர்கள் தொடர்ந்து 11 வாரங்கள் இத்தல ஈசனுக்கு நெய்விளக்கேற்றி 11ம் வாரம் கடலைச் சுண்டல், தயிர்சாதம் நிவேதித்தால் பிரச்னைகள் ஒன்றுமே இல்லாமல் போய்விடுகிறது என்பது பக்தர்களின் அனுபவ நம்பிக்கை.

போரூர் சந்திப்பிற்கு அருகில் குன்றத்தூர் மின்வாரிய அலுவலகத்தைக் கடந்து இடதுபுறம் சென்றால் இத்தலத்தை அடையலாம்.

கேடுகள் நீக்குவார் கேது பகவான்

(சென்னை நவகிரக தலங்கள் – கெருகம்பாக்கம்)

நவகிரகங்களில் கேதுவை ஞானகாரகன் என்று அழைப்பர். தெளிவற்ற, நிம்மதியற்ற எந்த ஒரு குறிக்கோளும் இல்லாது வாழ்பவர்கள் கேதுவின் அருளால் சட்டென்று ஞானப் பாதைக்குத் திரும்புவார்கள். கேது சரியில்லை எனில் திருமண வாழ்க்கையில் பிரச்னைகள் வரும்; எந்த காரியமானாலும் அலைச்சலுடன்தான் முடிப்பார். எனவே கெருகம்பாக்கம் நீலகண்டேஸ்வரரை தரிசிக்கும்போது கேதுவினால் ஏற்படும் பிரச்னைகள் தீரும்.

இக்கோயிலில் கேதுபகவானை தனி சந்நதியில் தரிசிக்கலாம். இரு நாகங்கள் பின்னிப் பிணைந்த நிலையில், நடுவில் காளிங்க நர்த்தன கண்ணன் வடிவில் இவர் அருள்பாலிக்கிறார். எமகண்ட வேளை கேதுவிற்கு உரியது என்பதால் இவர் சந்நதியில் செய்யப்படும் எமகண்டவேளை பூஜைகள் விசேஷம்.

கோயிலில் முதலில் தரிசனம் தருகிறார் ஆதிகாமாட்சி. ஐந்தரை அடி உயரத்தில் அன்பே வடிவாய் திருக்காட்சி அளிக்கிறாள். மூலக் கருவறையில் ஈசன், நீல கண்டேஸ்வரராக அருள்கிறார். அமிர்தம் பெற வேண்டி பாற்கடலைக் கடைந்தபோது, வலி தாங்காமல் வாசுகி நஞ்சைக் கக்கியது. பாற்கடலில் இருந்தும் நஞ்சு தோன்றியது. இரண்டும் சேர்ந்து ஆலாலம் எனும் கொடிய விஷமாய் மாறின. யாரும் பாதிக்கப்படக்குடாது என்பதற்காக அந்த நஞ்சை சட்டென விழுங்கினார். அதைக் கண்டு பதைபதைத்த பார்வதி, அந்த நஞ்சு தொண்டையை விட்டுக் கீழே இறங்காதபடி அதை ஈசனின் கண்டத்திலேயே நிறுத்தினாள். ஈசன் நீலகண்டேஸ்வரர் ஆனார்.

ஈசனுக்கும் நந்திக்கும் இடையே உள்ள மேல்விதானத்தில், சூரியனை கேது விழுங்குவது போல் ஒரு சிற்பம் காணப்படுகிறது. இதன் கீழ் நின்று ஈசனையும் அம்பிகையையும் மனமுருக வேண்டினால் கேதுவின் கெடுபலன்கள் குறைகிறது.

நவகிரகநாயகர்களின் சந்நதியின் மேல் விதானத்திலும் சூரியனை கேது விழுங்கும் சிற்பம் உள்ளது.

ஆலயம் காலை 7.30 முதல் 10.30 வரையிலும், மாலை 5.30 முதல் 8 மணி வரையிலும் திறந்திருக்கும்.

சென்னை, போரூர்&குன்றத்தூர் பாதையில் கெருகம்பாக்கத்தில் உள்ளது, இந்த ஆலயம். போரூர் சந்திப்பிலிருந்து 3 கி.மீ தொலைவு.

சர்ப்ப தோஷங்களை சீராக்கும் ராகு பகவான்

(சென்னை நவகிரக தலங்கள் - குன்றத்தூர்)

நவகிரகங்களில் ராகு பகவானை யோகக்காரகன் என்று அழைப்பர். 'அவருக்கு யோகம் அடிக்குது' என்று சொல்ல கேட்டிருப்போம். அந்த யோகக் காலத்தை உருவாக்குபவரே ராகுதான். திருமணம், லாபம், வெளிநாடு செல்லும் வாய்ப்பு, யோகா, தியானம், கெட்ட சகவாசத்திலிருந்தும், தீய பழக்க வழக்கத்திலிருந்து மீள்வது போன்ற எல்லாமே ராகு பகவானால் முடியும். ஒரு ஜாதகத்தில் ராகு சரியான நிலையில் இல்லையெனில் வாழ்க்கையில் பல துன்பங்களை அடுக்கடுக்காகச் சந்திக்க வேண்டியிருக்கும். வேதனையும், வெறுப்பும் அதிகமிருக்கும். இவை நீங்கி நிம்மதியாக வாழ குன்றத்தூர் தலத்திலுள்ள நாகேஸ்வரரை வழிபடுவது நல்லது.

ஈடு இணையற்ற பெரியபுராணத்தை இயற்றிய சேக்கிழாரின் அவதாரத் தலம் இதுவே. சேக்கிழார் பெருமான், சோழ தேசத்தில் அமைச்சராக இருந்தபோது கும்பகோணத்திற்கு அருகேயுள்ள திருநாகேஸ்வரம் நாகநாதஸ்வாமியை தரிசிப்பதை பெரும் பேறாகக் கருதினார். இப்படியொரு ஆலயத்தை தம் சொந்த ஊரில் அமைக்க ஆவல் கொண்டு அதை நிறைவேற்றி மனநிறைவு கொண்டார். இத்தலத்தை வடநாகேஸ்வரம் என்று அழைத்தனர். இத்தலத்தில் நாகத்தின் கீழ் லிங்க உருவில் காட்சி தருகிறார் ஈசன்.

கோயிலினுள் சேக்கிழார் பெருமான் சந்நதி அமைந்துள்ளது. கருவறையில் நாகேஸ்வரர் அருள் பொழிகிறார். தலைப்பகுதியில் சிறிதளவு பின்னப்பட்டிருந்ததால் நாகேஸ்வரரை திருக்குளத்தில் இட்டு அருணாசலேஸ்வரர் மூலவராக பிரதிஷ்டை செய்ய

முடிவெடுத்தனர், சிவனடியார்கள். நாகேஸ்வரர் சேக்கிழார் பிரதிஷ்டை செய்ததல்லவா? அதனால் குளம் திடீரென ரத்தச் சிவப்பாயிற்று. சிவனடியார் கனவில் பழையபடி மூலவர் இருக்குமிடத்திலேயே நாகேஸ்வரரையும் பிரதிஷ்டை செய்யுங்கள் என்ற உத்தரவுக்கிணங்க பக்தர்கள் மீண்டும் அருணாசலேஸ்வரரை பிராகாரத்திலும், நாகேஸ்வரரை மூலவராகவும் பிரதிஷ்டை செய்தனர்.

பிராகாரத்தில் வள்ளிதெய்வானை சமேத சுப்ரமணிய சுவாமியும் பிராகார முடிவில் காமாட்சி அம்மனும் தரிசனம் தருகிறார்கள். நாகேஸ்வரர் எனும் நாமத்தோடு அருள்பாலிப்பதாலும், ராகுவின் அம்சத்தோடு ஈசன் விளங்குவதாலும் ராகு தோஷம், காலசர்ப்ப தோஷம் உள்ளவர்கள் இத்தலத்தில் வழிபடலாம். இன்றும் சர்ப்பங்கள் இரவில் இறைவனை வழிபட்டுவருவதாகக் கூறுகின்றனர். தாம்பரம், கோயம்பேடு, பூவிருந்தவல்லியிலிருந்து பேருந்து வசதிகள் உள்ளன.

ந. பரணிகுமார்

சங்கடங்கள் தீர்க்கும் சனி பகவான்
(சென்னை நவகிரக தலங்கள் - பொழிச்சலூர்)

நவகிரகங்களில் சனீஸ்வரர் தனிச்சிறப்பு பெற்றவர். இவர் பிடிக்கிறார் என்றால் எல்லோருக்குமே கலக்கம்தான். ஆனால், ஒட்டுமொத்தமாக அப்படி பயப்படவேண்டியதில்லை. ஏனெனில், தர்ம நியாயங்களையும், நீதியையும் சீர்தூக்கிப் பார்த்து தீர்ப்பளிக்கும் நீதிதேவன் இவர். அதனால்தான் தராசு சின்னம் கொண்ட துலாம் ராசியில் இவர் உச்சமாகிறார். ஆனாலும், சனி பகவானுடைய சோதனையை தாங்க முடியாதவர்களும், சனியின் எதிர்மறை பார்வை பெற்ற ஜாதகர்களும் வழிபடவேண்டியது பொழிச்சலூர் அகஸ்தீஸ்வரர் ஆலயம்.

அகத்தியர் பொதிகை நோக்கி நதியோரமாகப் பயணப்பட்டபோது தர்ப்பைப் புற்களை நீரில் இட்டு விடுவாராம். எங்கெல்லாம் ஈர்க்கப்படுகிறதோ அங்கெல்லாம் அவை கரை ஒதுங்குமாம். அவ்விடங்களிலெல்லாம் சுயம்பு சிவலிங்கமோ அல்லது ஏற்கனவே பிரதிஷ்டை செய்யப்பட்ட லிங்கமோ தரிசனம் தருமாம். அப்படி இல்லாத இடங்களில் இவரே ஒரு லிங்கத்தை நிறுவிவிட்டு தன் தீர்த்த யாத்திரையை தொடர்வாராம். அப்படி அகஸ்தியர் வழிபட்ட லிங்கம் உள்ள ஒரு கோயில் பொழிச்சலூரில் உள்ளது. இவ்வூர் பூம்பொழிலோடு மலர்ந்திருந்ததால் பொழில்சேரூர் என்றும் வழங்கப்பட்டது. தொண்டைநாட்டு நவக்கிரகத் தலங்களில் சனி பகவானுக்குரிய பரிகாரத் தலமாக இது விளங்குகிறது.

இத்தலத்தில் வேளாளர் ஒருவர் விவசாயம் செய்தபோது ஏர் முனையில் ஒரு லிங்கம் தட்டுப்பட்டது. அச்சிவலிங்கத்தையே

அங்கு நிறுவி வழிபட்டு வந்தார்கள். அகத்தியர் இத்தலத்தின் பெருஞ் சக்தியால் ஈர்க்கப்பட்டு சுயம்புவாய் நின்ற ஆதிசிவனை பூஜித்து சில காலம் இங்கேயே தங்கினார்.

மூலவர் சந்நதி யானையின் பின்பக்கம் போன்ற தோற்றம். கோயிலின் முகப்பு மண்டப வாயிலிலிருந்து நேராக நோக்கினால் பிரதானமாக அகஸ்தீஸ்வரர் கிழக்குநோக்கியும், சற்று தள்ளி இடப்பக்கமாக ஆனந்தவல்லி தெற்குப்புறம் நோக்கியும், தனித்தனி சந்நதிகளில் அருளாட்சி செய்கிறார்கள். இத்தலத்தின் பிரதானமே சனீஸ்வர பகவான்தான். சனீஸ்வர பகவானே இங்குள்ள சிவனை பூஜித்து, நள்ளார் தீர்த்தத்தில் நீராடியதால் தன் தோஷம் நீங்கப் பெற்று, தனிச் சந்நதியில் அருள்பாலிக்கிறார். எனவே, இவ்வூர் வடதிருநள்ளார் என்று வழங்கப்படுகிறது. ஒவ்வொரு சனியன்றும் பக்தர்கள் கூட்டத்தால் நிரம்பி வழிகிறது. திருநள்ளாருக்கு செல்ல முடியாதவர்கள் இங்கு வந்து தோஷப் பரிகாரம் செய்து மகிழ்வோடு திரும்புகின்றனர். இங்குள்ள தீர்த்தத்திற்கும் நள்ளார் தீர்த்தம் என்றே பெயர்.

சென்னையை அடுத்த பல்லாவரத்திலிருந்து 4 கி.மீ. தொலைவில் பொழிச்சலூர் எனும் ஊரில் உள்ளது.

தடை நீக்கி மணமுடிப்பார் செவ்வாய் பகவான் (சென்னை நவகிரக தலங்கள் – பூவிருந்தவல்லி)

நவகிரகங்களுக்குள் செவ்வாயைப் பூமிகாரகன் என்று அழைப்பர். வீடு, மனை, நிலம், சகோதரர் நிலை, நிர்வாகம், பூர்விகச் சொத்து, ரத்தம், எலும்பு, காவல், ராணுவத்தில் வேலை, குழந்தைப்பேறு, சொந்தத்தில் திருமணம் என்று பல விஷயங்களை செவ்வாய்தான் தீர்மானிக்கிறார். ஒருவருடைய சொந்த ஜாதகத்தில் செவ்வாய் நிலை சரியாக அமையாவிடின் மேற்கண்ட விஷயங்களில் பிரச்னைகள் ஏற்படும். அந்த பிரச்னைகள் பூந்தமல்லி வைத்தியநாதரையும், செவ்வாய் எனும் அங்காரக பகவானையும் தரிசிக்கலாம்.

சென்னை பூவிருந்தவல்லியில் தையல்நாயகி அம்மை உடனுறை வைத்தியநாத சுவாமி ஆலயம் அமைந்துள்ளது. சென்னையிலுள்ள இத்தலம் சாபம் பெற்ற இந்திரனுடைய சருமநோயை தீர்த்து மோட்சமே அருளியதாகும். அங்காரகன் தனக்கு ஏற்பட்ட தோஷத்தால் அதாவது பலம் குறைந்ததால் இத்தலத்தை தரிசித்தான். மேலும், அங்காரகன் வாயு ரூபமாக, தாளிப்பனையின் கீழிருந்த சிவனை வழிபட்டான். இத்தலத்திலுள்ள மங்கள தீர்த்ததில் நீராடி முழு வலிமை பெற்றான்.

நாற்புறமும் அழகிய திருமதில்கள் அணி செய்கின்றன. கிழக்கு வாயிலில் சிறிய அளவில் ஒரு ராஜகோபுரமும் அதன் எதிரிலேயே அருமையும், பெருமையும் மிக்க மங்கள தீர்த்தம் அமைந்துள்ளது. நுழைவாயிலில் நுழைந்தவுடனேயே கொடி மரமும், சற்று உள்ளே சென்றால் விழாக்காலங்களில் சுவாமி எழுந்தருள அழகிய மேடை ஒன்றும் இங்கே அமையப் பெற்றுள்ளது. இங்குதான் சனி

பகவான் எழுந்தருளியிருக்கிறார். அவருக்கு நேரே கருவறைக்குள் வைத்தியநாதர் தண்ணிலவாக தரிசனமளிக்கிறார். தையல்நாயகி அம்மை சந்நதியில் அருள் வெள்ளம் பெருக்கெடுத்து ஓடுகிறது. கருவறையின் வலதுபுறத்தில் மோதகம் தாங்கிய விநாயகப் பெருமானும், இடது புறம் அங்காரனின் சந்நதியும் அமைந்துள்ளன.

தாளிப்பானையின் கீழே சிறு அங்காரகன் அருவமாகப் பூஜிக்கும் விதமாக சிவலிங்கமும், திருவடிகளும் உள்ளன. செவ்வாய் கிழமைகளில் இங்கு சிறப்பு வழிபாடுகள் நடைபெறுகின்றன. செவ்வாய் தோஷம் உள்ளவர்கள் பயனடைகின்றனர்; சீக்கிரம் மணமாலையோடு கோயிலுக்கு வருகின்றனர். ஆண்டுதோறும் மாசி திங்கள் 21, 22, 23, 23, 24, 25 தேதிகளில் கிழக்கு கோபுரம் வழியே சூரியனின் செம்பொற்சோதியானது இறைவனின் திருமேனியின் மீது பொழிவது கண்கொள்ளாக் காட்சி.

சென்னை பூவிருந்தவல்லி நகரத்தின் மையத்திலேயே இந்த ஆலயம் அமைந்துள்ளது.

சென்னை நவகிரக தலங்கள் - கொளப்பாக்கம் - வாழ்வை பிரகாசமாக்கும் சூரிய பகவான்

நவகிரகங்களுக்குள் சூரியனே எல்லாவற்றிற்கும் மையம் ஆவார். ஜோதிடத்தில் சூரியனை ஆத்மகாரகன் என்று அழைப்பர். தந்தை, அரசாங்க பதவி, ஆட்சி, கண்கள், தலை போன்ற முக்கிய விஷயங்களை ஒருவரின் தனிப்பட்ட ஜாதகத்தில் சூரியன்தான் தீர்மானிக்கின்றன. சூரியன் சரியான நிலையில் இல்லையெனில் மேலே சொல்லப்பட்ட விஷயங்களில் பிரச்னைகள் வரும். எனவே, நவக்கிரகங்களுக்குள் சூரியனுக்கென்று அமைந்துள்ள கொளப்பாக்கம் தலத்தை தரிசிக்கும்போது பிரச்னைகள் அகலுகின்றன.

இத்தல இறைவன் அகத்தீஸ்வரர். இறைவி ஆனந்தவல்லி.

1300 ஆண்டுகள் பழைமையான தலம் இது. தனி சந்நதியில் சூரிய பகவான். அவர் கருவறையின் மேல், ஏழு குதிரைகள் பூட்டிய ஒற்றைச் சக்கர ரதத்தை அவர் செலுத்தும் சுதைச்சிற்பம், கண்களைக் கவர்கிறது. ஈசனை நோக்கிய வண்ணம் தரிசனம் அளிக்கும் இவர், இத்தலத்தில் பிரதானமாக வழிபடப்படுகிறார். ஒவ்வொரு ஞாயிற்றுக்கிழமையன்றும் சூரியபகவானுக்கு சிவப்பு நிற ஆடை அணிவித்து, சிவப்பு நிற மலர்களால் அர்ச்சனை செய்து, அவருக்கு உரிய தானியமான கோதுமையை அவர் காலடிகளில் வைத்து மனமுருக வேண்டி சூரிய தோஷங்கள் நீங்கப்பெறுகின்றனர்.

ராம&ராவண யுத்தத்தின்போது ராவணனை மாய்க்க ராமருக்கு உதவ நினைத்த அகத்தியர், ஆதித்ய ஹ்ருதயம் எனும் மகத்தான சூரிய துதியை உபதேசித்தார். ராமபிரானும்

அதை நம்பிக்கையுடன் பாராயணம் செய்து, சோர்வும், மன அழுத்தமும் நீங்கப் பெற்று, ராவணனை வென்றார். இன்றும் உடல், மனநலப்பாதிப்புடையவர்கள் நம்பிக்கையுடன் ஆதித்ய ஹ்ருதய துதியை தினமும் பாராயணம் செய்து வந்தால் அந்த பாதிப்புகள் கட்டாயம் நீங்கிவிடும்.

அரசமரத்தை தலவிருட்சமாகக் கொண்ட ஆலயம் இது. தல தீர்த்தம், அம்ருத புஷ்கரணி. பிரதோஷ நாட்களிலும், சிவராத்திரி நேரங்களிலும் பக்தர்கள் இத்தலம் வந்து, அம்மை&அப்பர் அருளோடு சூரிய பகவானின் திருவருளையும் பெறுகின்றனர்.

கொளப்பாக்கம் சென்னையிலிருந்து 18 கி.மீ தொலைவிலும், போரூர் சந்திப்பிலிருந்து சுமார் 5 கி.மீ தொலைவிலும் உள்ளது. ராமாவரத்திலிருந்தும் இத்தலத்தை அடையலாம்.

சுக்கிரன் - மாங்காடு

(சென்னை நவகிரக தலங்கள் - சுக்கிரன்)

"சுக்கிர தசைய்யா அவருக்கு. அதான் சக்கைப்போடு போடறாரு" என்று சொல்வார்கள். ஆமாம், சுக்கிரனுடைய அருள்பார்வை குடிசைவாசியையும் குபேரனாக்கும். ஆய கலைகளுக்கும் அதிபதியே சுக்கிரன்தான். கலைத்துறையில் வெற்றி பெற இவர் பார்வை போதும். அழகையும், வசீகரத்தையும், செல்வ வளத்தையும் அருள்வதில் நிகரற்றவர். அந்த சுக்கிரனுக்கு அதிபதியாக இருந்த சுக்கிராச்சார்யார் வழிபட்ட தலமே மாங்காடு வெள்ளீஸ்வரர் கோயில்.

திருமால் வாமன அவதாரமெடுத்து மகாபலி சக்ரவர்த்தியிடம் மூன்றடி மண் தானமாக கேட்டதும், சக்கரவர்த்தியின் குரு சுக்கிராச்சார்யார், மன்னனைத் தடுத்ததும், முடிவில் மன்னனின் மனதை மாற்ற முடியாததால்தானே வண்டாக உருவெடுத்து தானமளிக்க, நீர் வார்க்கும் கெண்டியின் வாயை அடைத்துக் கொண்டதும், வாமனனான திருமால் ஒரு தர்ப்பைப் புல்லால் அந்த வாயைக் குத்த, உள்ளே வண்டுருவில் இருந்த சுக்கிராச்சாரியார் பார்வையிழந்ததும் புராண சம்பவங்கள்.

மூன்றடி மண் கேட்ட திருமால் மூவுலகையும் அளந்தார். இதற்குப் பிறகு சுக்கிராச்சாரியார் தன் பார்வை மீள, திருமாலை பிரார்த்திக்கொண்டார். பெருமாளும், "மாங்காடு தலத்தில் பஞ்சாக்னி மத்தியில் தவமிருக்கும் பார்வதி தேவிக்கு தரிசனம் கொடுக்க ஈசன் அங்கு வருவார். அப்போது அவரை தரிசித்து இழந்த பார்வையை பெறலாம்" என்று அருளினார். அதன்படியே

சுக்கிராச்சார்யார் சிவலிங்கத்தை பிரதிஷ்டை செய்து

அனுதினமும் பூஜிக்க, பார்வதிதேவியை மணம்புரிய அங்கே தோன்றிய ஈசன், சுக்கிராச்சாரியாருக்கும் அருளி அவர் பார்வையை மீட்டுக் கொடுத்தார். அத்தகைய சுக்கிராச்சார்யார் பூஜித்த இத்தலத்தை தரிசிப்பவர்களுக்கு சுக்கிரனின் பூரண அருள் கிட்டும்.

சுக்கிராச்சாரியார் பூஜித்ததால் இறைவனை தமிழில் வெள்ளீஸ்வரர் என்றும், சமஸ்கிருதத்தில் பார்க்கவேஸ்வரர் என்றும் அழைத்தனர். பார்வை குறைபாடுள்ளோர், ஏன், பார்வை இழந்தவரும்கூட வெள்ளீஸ்வரரை அகக்கண்களால் தரிசித்து, மீண்டும் வந்து புறக்கண்களால் தரிசிக்கும் பாக்கியத்தை பெறுகின்றனர். ஐந்து வெள்ளிக்கிழமைகளில் அல்லது பரணி, பூரம், பூராடம் போன்ற நட்சத்திரங்களில் சுக்கிரனுக்கு பரிகார பூஜைகள் செய்யப்படுகின்றன.

இத்தலம் மாங்காடு அம்மன் கோயிலுக்கு வெகு அருகில் உள்ளது.

மழலை வரம் தரும் மாருதி
(சென்னை - பட்டாளம்)

ஒரே ஆலயத்தில் சேவை சாதிக்கும் பத்து ஆஞ்சநேயர்களை ஒரு சேர தரிசிக்க ஆவலா? அப்படியானால் சென்னை பட்டாளம் மார்க்கெட் அருகில் அங்காளபரமேஸ்வரி கோயில் தெருவில் உள்ள இருநூறு ஆண்டுகளுக்கு மேல் பழமையான ஆஞ்சநேயர் ஆலயத்திற்குப் போக வேண்டும்.

கூப்பிய திருக்கரங்களுடன் கருடபகவான் தரிசனமளிக்க மூன்று நிலை ராஜகோபுரம் வழியே ஆலயத்துள் நுழைகிறோம். நாலரை அடி உயரத்தில் வரசித்தி விநாயகர் பாசம், அங்குசம், மோதகம், அபயக்கரம் காட்டி கொலுவீற்றிருக்கிறார்.

வலப்புறம் அனுமனின் பிரதான சந்நதி உள்ளது. முழுவதும் சலவைக்கல்லினாலான தரைத் தளத்துடனும், மேற்புறம் சித்திர வேலைப்படுகளுடனும், அலங்கார மின் விளக்குகளோடும் மூலவர் கருவறை ஒளிமயமாக உள்ளது. அனுமன் சந்நதி முன் சுதை உருவில் மிகப்பெரிய ஆதிசேஷன் காணப்பட அதற்குள் தனித்தனி நாக வடிவங்களில் ராதாகிருஷ்ணர், பாலகிருஷ்ணர், ராமர், சீதை, லட்சுமணன் ஆகியோர் அருள்கின்றனர்.

மூலவரின் கருவறையின் மேலே தியான அனுமனின் சுதை உருவம் கண்ணையும் கருத்தையும் கவர்கிறது. சலவைக்கல்லினாலான வாயிற்படியையும், வேலைப்பாடுகள் அமைந்த வெள்ளிக்கதவுகளையும் தாண்டி, அழகான மண்டபத்தில் சுயம்பு மூர்த்தமான செந்தூர அனுமனையும், அதற்கு மேல் உள்ள பீடத்தில் பளிங்கினாலான சஞ்சீவி மாருதியையும் தரிசிக்கிறோம். அவர்களுக்கு இடப்புறம் கிருஷ்ணரின் உற்சவத்திருமேனியும், வலது

புறம் சிவபெருமானும் தரிசனம் அளிக்கின்றனர். அதையடுத்து பஞ்சமுக அனுமான். அவருக்கு வலது புறம் அனுமனின் உற்சவத் திருமேனி உள்ளது. செந்தூர அனுமன் துளசி மாலைகளாலும், பூக்களாலும் அலங்கரிக்கப்பட்டு, கதையை தன் கையில் ஏந்தி கம்பீரமாக அருட்காட்சியளிக்கிறார். மூர்த்தி சிறிதானாலும் கீர்த்தி பெரிது எனும் வாக்கியப்படி மிகவும் வரப்ரசாதியாகத் திகழும் மூர்த்தியாம் இவர். குறிப்பாக மழலைச்செல்வம் வேண்டி வணங்கும் பக்தர்களுக்குத் தட்டாமல் பிள்ளைவரம் தரும் பரமகருணாமூர்த்தியாம் இவர்.

தினமும் காலையும், மாலையும் ஏழு மணிக்கு விசேஷ பூஜைகள் இவருக்கு நடக்கின்றன. ஒவ்வொரு அமாவாசைக்கும் செந்தூரத்தினால் ஸஹஸ்ரநாம அர்ச்சனை நடக்கிறது. அனுமனின் கருவறையைச் சுற்றிலும் அனுமன் சாலீஸா ஹிந்தி மொழியில் பொறிக்கப்பட்டுள்ளது. அனுமனின் தமிழ்த்துதிகளும் காணப்படுகின்றன. இந்த அனுமன் வடஇந்தியமுறைப்படி ஆராதிக்கப்படுகிறார். கருவறையின் கோஷ்டங்களில் பளிங்கினாலான தியானஅனுமன், அபயஅனுமன், பஞ்சமுக அனுமன் போன்றோர் உறைகின்றனர்.

பிராகாரத்தை வலம் வரும்போது வலப்புறம் ராமதாச அனுமனின் சந்நதி உள்ளது. தன் இதயத்தில் சீதாராமரை தரிசனம் காட்டும் அனுமனின் சந்நதி இது.

சனிபகவானைத் தன் பாதங்களுக்கு அடியில் மிதித்த திருக்கோலத்தில் ஒரு அனுமன் காட்சி தருகிறார். அடுத்து பாதாள உலகில் வாழும் ஏழுதலை நாகத்தின் வாலை தன் இடது கரத்தால் தூக்கிக்கொண்டுள்ள நிலையில் உள்ள அனுமனை தரிசிக்கிறோம்.

வெளிப்பிராகாரத்தில் ஆழ்வார்களின் சந்நதியும், ருக்மாயி, பாண்டுரங்கன், தேவிகருமாரியம்மன், நவகிரகங்கள் போன்றோரும் அருள்கின்றனர்.

அடுத்து, காசியில் உள்ளது போலவே காசிவிசுவநாதர் சதுர அமைப்புள்ள பள்ளத்தில் அருள்கிறார். அவரது வாயிலின் இருபுறங்களிலும் பாலகணபதி, பாலமுருகனுடன் அன்னை விசாலாட்சி தனிக்கோயில்கொண்டுள்ளாள்.

ஆலயத்தினுள் ராமர், சீதை, லட்சுமணர், அனுமனுடன் உள்ள சந்நதி ஒன்றும் உள்ளது. விஷ்வக்சேனர், சுதர்சனமூர்த்திகளும் இந்த கருவறையில் அருள்கின்றனர்.

அஞ்சிலே ஒன்று பெற்ற அனுமன், ஐயிரண்டு திருவுருவங்களில் அருளும் திருத்தலம் இது,

அத்தனை தெய்வங்களும் அருளும் அற்புத ஆலயம்
(சென்னை - சேலையூர்)

புதுக்கோட்டை ஜட்ஜ் சுவாமிகளின் சீடர் ஸ்வயம்பிரகாசர். அவரது சீடர் சாந்தானந்த சுவாமிகள். 1921ல் அவதரித்த அவரது இயற்பெயர் சுப்ரமணியம். அவரால் ஸ்தாபிக்கப்பட்ட தலங்கள் ஸ்கந்தாஸ்ரமம் என பெயர் பெற்றன. சேலம் ஸ்கந்தாஸ்ரமத்தைத் தொடர்ந்து 2002ம் வருடம் மே 27ம் தேதி இவர் மகா சமாதி அடைந்தார். அவரால் எழுப்பப்பட்ட ஸ்கந்தாஸ்ரமம் எனும் அற்புத ஆலயம் சென்னை&சேலையூரில் உள்ளது. பிரமாண்ட முறையில் கண்களைக் கவரும் சிற்ப வேலைப்பாடுகளுடன் விளங்கும் இறையுருவங்களை இத்தலத்தில் தரிசிக்கலாம்.

ஆலயத்தில் நுழைந்ததும் பஞ்சமுக ஹேரம்ப கணபதியை தரிசிக்கலாம். ஐந்து யானை முகங்களோடு, அபயம், வரம், பாசம், தந்தம், ருத்ராட்சமாலை, அங்குசம், பரசு, உலக்கை, கொழுக்கட்டை, பழம் ஆகியவற்றைத் தன் பத்து கரங்களில் ஏந்தி அற்புத கோலத்தில் அருள்புரிகிறார். ப்ருசுண்டீ எனும் பக்தருக்கு அருள் வழங்க விநாயகர் எடுத்த திருக்கோலமாம் இது. போஜராஜன் இயற்றிய ராமாயண சம்பூ எனும் காவியத்தில் கடவுள் வாழ்த்தில் இந்த ஹேரம்ப கணபதியின் திருவுருவை அவர் பாடிப் போற்றியுள்ளார். ஒவ்வொரு சங்கட ஹர சதுர்த்தி தினத்தன்றும் இந்த கணபதிக்கு விசேஷ அபிஷேக ஆராதனைகள் நடைபெறுகின்றன. இவரை வலம்வரும்போது கோஷ்டத்தில் பாலகணபதி, ஹேரம்பகணபதி, லட்சுமி கணபதி ஆகியோரின் சுதை உருவங்களையும் தரிசிக்கலாம்.

ஆலயத்தினுள் நுழைந்ததும் கருவறையில் 6 அடி உயரத்தில் அன்பே வடிவாய், அழகே உருவாய் பாசம், அங்குசம், வரத&அபய கரங்கள் தாங்கி புவனேஸ்வரி அருள்கிறாள். இத்தேவியை வலம் வரும்போது கோஷ்டங்களில் தசமகாவித்யா தேவியர்களையும் ஒருசேர தரிசிக்கலாம். செவ்வாய், வெள்ளி, பௌர்ணமி, ஆடிவெள்ளி, தைவெள்ளி, சாரதா நவராத்திரி தினங்களில் இந்த புவனேஸ்வரி தேவிக்கு வித விதமான அபிஷேகங்களும், அலங்காரங்களும் செய்யப்படுகின்றன. தேவியை வழிபடுபவர்களுக்கு அவளின் கடைக்கண் பார்வையால் சகல சௌபாக்கியங்களும் கிட்டுகின்றன என அபிராமி பட்டர் கூறியதை மெய்ப்பிப்பவள் இந்த புவனேஸ்வரி தேவி. அன்னைக்கு வலப்புறம் தல கணபதியான கமலசித்தி விநாயகர் கோயில் கொண்டுள்ளார். இடப்புறம் சாந்தனந்தரின் சந்நதி உள்ளது. தன் குருநாதர்களோடு அவர் திருவருள் புரிகிறார்.

புவனேஸ்வரி தேவியின் சந்நதிமுன் பூரண மஹாமேரு பிரதிஷ்டை செய்யப்பட்டுள்ளது. 'ஸுமேருமத்ய ஸ்ருங்கஸ்தா ஸ்ரீமன்நகரநாயிகா' என மஹாமேருவை லலிதா ஸஹஸ்ரநாமம் போற்றுகிறது. தேவியை மேருவில் ஆவாஹனம் செய்து பூஜித்தால் அம்பிகையின் அருளால் சகல தோஷங்கள், கிரக தோஷங்கள் நீங்கி பக்தன் அனைத்து நலன்களும் பெறுவான் என மூகபஞ்சசதியும் கூறுகிறது. பஞ்சமி, அஷ்டமி, நவமி, சதுர்த்தசி, பௌர்ணமி, அமாவாசை, ஆடிவெள்ளி, தைவெள்ளி, சாரதா நவராத்திரி காலங்களில் இந்த மேருவிற்கு நவாவரண பூஜைகள் செய்யப்படுகிறது. ஆவரண தேவதைகளுடன் சேர்த்து அம்பிகையை பூஜிப்பது என்பது 'மஹாயாக க்ரமாராத்யா' என்ற ஒரு யாகத்தை நிறைவேற்றுவதற்கு ஒப்பாகும் என்றே சொல்லப்பட்டுள்ளது. பக்தர்கள் பெருமளவில் இந்த பூஜையில் கலந்து கொண்டு தேவியின் திருவருளைப் பெறுகின்றனர்.

தேவிக்கு வலப்புறம் உள்ள சந்நதியில் சரபேஸ்வரர் அருள்கிறார். நாராயணனே எல்லாம், அவனே எங்கும் உளன் என்பதை தன் மகன் கூறியதைக் கேட்ட ஹிரண்யன், அகந்தையால் இறையடி பணிய மறுத்தபோது நரசிம்மமூர்த்தி அவனைக் கொன்று ஆரவாரித்தார். அவரது ஆரவாரத்தால் உலகமே அழிந்துவிடுமோ என அனைவரும் அதிர்ந்தபோது ஈசன், சரபேஸ்வர அவதாரம் எடுத்தார். தன் இறக்கைகளாலும் கால்களாலும் நரசிம்மரை கட்டி அணைத்து அவர் சினம் தணித்து இந்த உலகைக் காத்தார் என காஞ்சிபுராணம் கூறுகிறது. பட்சிகளின் அரசனாக 'ஸாலுவேசன்' எனும் திருநாமமும் இவருக்கு உண்டு. பத்தடி உயரத்தில் பஞ்சலோகத்தினாலான சரபேஸ்வரர் தன் திருக்கரங்களில் மான், மழு, சர்ப்பம், தீ ஏந்தியுள்ளார். கொடிய பகைவரை அழித்து

தீராத இன்னல் தீர்த்து சரணடைந்தோர்க்கு அபயமளிக்கும் தெய்வம் சரபமூர்த்தி என வேதங்கள் போற்றுகின்றன. பகைவர், நோய், வனத்தில் பயம், பாம்பு போன்ற விஷஜந்துக்களால் வரும் ஆபத்துகள், தீவிபத்து, யானை, கரடி போன்ற விலங்குகளின் தொல்லை, பஞ்சபூதங்களால் வரும் ஆபத்து போன்றவற்றிலிருந்து சரபேஸ்வரர் காப்பார் என அதர்வண வேத மந்திரம் குறிப்பிடுகிறது. பிரதோஷ வேளைகளிலும் ஞாயிற்றுக்கிழமை மாலை ராகு கால வேளையிலும் இவருக்கு சிறப்பு அபிஷேக ஆராதனைகள் நடைபெறுகின்றன. இவரது பிராகார சுற்றுச் சுவர்களில் பைரவரின் பல்வேறு மூர்த்தங்கள் சுதைச் சிற்பங்களாக விளங்குகின்றன.

தமிழகத்தில் அறுபடை வீடுகள் கொண்டு அருளாட்சி செய்துவரும் முருகனை ஸ்வாமிநாதனாக, 10 அடி உயரத்தில் எழில் கொஞ்சும் திருவடிவில் இத்தலத்தில் தரிசிக்கலாம். மிகவும் வரப்ரசாதி இவர். புவனேஸ்வரி தேவியின் நேர் எதிரே இவர் சந்நதி உள்ளது. தாயின் பார்வையில் எப்போதும் இருப்பதால் இந்த முருகப்பெருமான் கருணையில் வடிவாகவே அருட்காட்சியளிக்கிறார். 'குருவாய் வருவாய் அருள்வாய் குகனே' என அருணகிரிநாதப் பெருமான் பாடியபடி இந்த முருகன் அடியார்களுக்கு குருவாய் இருந்து அவர் தமக்கு வருவாய் எனும் செல்வ வளத்தையும் அருள்கிறார். இவரது பிராகார சுற்றுச் சுவர்களில் அறுபடை வீட்டு முருகப்பெருமான்களும், கதிர்காம முருகனும், பாலமுருகனும் சுதை வடிவில் அருள்கின்றனர். ஞானமும், செல்வமும் வேண்டும் பக்தர்கள் இந்த மேற்கு பார்த்த சுவாமிநாதப் பெருமானை வணங்கி வளம் பெறுகின்றனர். சூரனை வதம் செய்ய, தாயை வணங்கி, சக்தி வேலைப் பெற்றதை நினைவுறுத்தும் வகையில் தாய் புவனேஸ்வரியின் திருவுருவின் எதிரில் பணிவுடன் கொலுவிருக்கிறார். தந்தைக்கே பாடம் சொன்ன, குருவின் குருவாக அருளும் இவரை குருப்பெயர்ச்சி நாளில் வணங்குதல் சிறப்பாகக் கூறப்படுகிறது. கந்த சஷ்டி விரதத்தையொட்டி, ஆறு நாட்களிலும் வித விதமான அலங்காரங்களில் ஜொலிப்பார் இவர். கிருத்திகை தோறும் சிறப்பு அபிஷேகம், அலங்காரம் செய்யப்படுகின்றன.

அதற்கு அடுத்த சந்நதியில் சரபேஸ்வரரின் நேர் எதிரே ப்ரத்யங்கிரா தேவி அருளாட்சி புரிகிறாள். சூலம், பாசம், டமருகம், கபாலம் ஆகியவற்றைத் தன் கைகளில் ஏந்தி அருள்கிறாள். சிங்கத்தின் மீது அமர்ந்த திருக்கோலம். சதி எனும் பார்வதியின் கோபமே ப்ரத்யங்கிராவாக உருவெடுத்ததாக மந்திர சாஸ்திரங்கள் கூறுகின்றன. இந்திரஜித் இந்த ராம&லட்சுமணரை வெல்ல இந்த ப்ரத்யங்கிரா தேவியைக் குறித்தே நிகும்பலா யாகம் செய்தான். அந்த யாகம் நிறைவு பெற்றால் அவனை யாராலும் அழிக்க

முடியாது என்பதற்காக லட்சுமணன் அவனை அழித்ததாக புராணங்கள் பகர்கின்றன. தன்னை வழிபடும் பக்தர்களுக்கு அருள்பவள். மது&கைடபர் வதத்தின்போது திருமாலுக்கே உதவிய பெருமை பெற்றவள். வறுமை, நோய், பகை போன்ற எல்லாவகை பயங்களையும் இந்த தேவி நீக்கியருள்கிறாள். நடுவில் மகாமேரு, நான்கு புறங்களிலும் புவனேஸ்வரி, ஸ்வாமிநாதன், சரபேஸ்வரர், ப்ரத்யங்கிரா சந்நதி என்ற இந்த அமைப்பு அபூர்வமானது; வேறெங்கும் காணக்கிடைக்காதது என்றும் சொல்லலாம்.

ராமாயணத்தில் வரும் மயில்ராவணனின் பஞ்ச பிராணன்களும் வண்டு வடிவாக இருந்தன. அவற்றை ஒரே நேரத்தில் கொன்றால்தான் மயில்ராவணன் மடிவான் என்பதற்காக எடுத்த அவதாரமே பஞ்சமுக ஹனுமான். சீதையை மரணத்தில் பிடியிலிருந்து காத்தவன், சூளாமணி கொணர்ந்து ராமனுக்கு நிம்மதியளித்தவன். பரதனின் இன்னுயிர் காத்தவன் போன்ற பல பெருமைகளைப் பெற்ற அனுமானை இத்தலத்தில் பஞ்சமுகங்களோடு தரிசிக்கலாம். வானர, நரசிம்ம, கருட, வராஹ, ஹயக்ரீவ முகங்களோடு தன்னை வழிபடும் பக்தர்களுக்கு புத்தி, சக்தி, திவ்யஞானம், சத்ரு ஜெயம், சகல காரிய சித்திகளைத் தருகிறார். வியாழன் மற்றும் சனிக்கிழமைகளில் இவருக்கு விசேஷ வழிபாடுகள் செய்யப்படுகின்றன. சனிகிரக பாதிப்புகளிலிருந்து இந்த அனுமன் காப்பாற்றுகிறார். ஹனுமத் ஜயந்தியன்று இந்த அனுமனை பக்தர்கள் பெருமளவில் வந்து தரிசித்து அருள் பெறுகின்றனர்.

வறுமை, நோய், பேரச்சம் போன்றவற்றிலிருந்து மக்களைக் காக்கும் சுதர்சனர் 28 அடி உயரத்தில் பஞ்சலோகத்தால் உருவாக்கப்பட்டு இத்தலத்தில் கிழக்கு நோக்கி அருள்கிறார். அவரின் பின்புறம் லட்சுமி நரசிம்மர் பிரகலாதனோடு காட்சி தருவது எங்குமே காண இயலாத அற்புதம். கருவிலிருந்த குழந்தை பரீட்சித்தைக் காத்தது, கஜேந்திரன் எனும் யானையைக் காத்தது போல, தன்னை வணங்கி வலம் வரும் பக்தர்களையும் இவர் காக்கிறார். இவரை புதன் சனிக்கிழமைகளில் வழிபட சத்ருக்களினால் ஏற்பட்ட தீமைகள் விலகுகிறது. இவருக்கு எதிரே 5 அடி உயரத்தில் சுதைச் சிற்பமாக திருமலையில் அருளும் வெங்கடாஜலபதியை தரிசிக்கலாம்.

ஹரிஹர புத்ரனாய்த் தோன்றி பாலவயதுடையவனாயினும் பக்தர்களை சம்சாரக் கடலிலிருந்து கரையேற்றும் படகாய்த் திகழ்பவனும், யோகியரின் மனத்தாமரையை இடமாகக் கொண்டு சுவர்க்கம், மோட்சம் போன்றவற்றை அருளும் ஐயப்பன், இங்கே 5 அடி உயர பஞ்சலோக மூர்த்தியாய் பிரதிஷ்டை செய்யப்பட்டுள்ளார். வலதுகரம் ஞானமுத்திரை காட்ட,

இடக்கரம் தொடை மீது வரமுத்திரை காட்ட, மார்பில் யோக பட்டம் ஒளிர திருக்காட்சியளிக்கிறார் இவர்.

ஆலய பிராகாரத்தில் மகாலட்சுமி, மகாசரஸ்வதி, மகாதுர்க்கை மூவரும் ஒருருவாக அஷ்டதசபுஜமகாலக்ஷ்மியாய் அருள்கின்றனர். ராகு கிரகத்தால் வணங்கப்பட்டதால் ராகுகால துர்க்கை எனவும் மங்களசண்டி எனவும் இத்தேவி வழிபடப்படுகிறாள். ராகு தோஷம் போக்கும் அன்னை இவள். பெண்களின் திருமணம் தடைபடுவது, திருமண வாழ்வில் ஏற்படும் துன்பம், ராகு/செவ்வாய் தோஷங்கள் போன்றவை இந்த அன்னையை செவ்வாய்க்கிழமை ராகுகாலத்தில் வழிபடுவதால் நீங்கி நல்வாழ்வு கிட்டுகிறது என்பது பக்தர்களின் அனுபவ நம்பிக்கை. அதை அடுத்து 10 அடி உயரத்தில் ஸஹஸ்ரலிங்கத்தையும் 6 அடி உயரத்தில் நந்தியம்பெருமாளும் திருவருள்புரிகின்றனர். ஒவ்வொரு பிரதோஷத்தன்றும் விசேஷ அபிஷேக அலங்காரங்களும், ஐப்பசி மாத பௌர்ணமி அன்று அன்னாபிஷேகமும், கார்த்திகை மாத சோமவாரங்களில் சங்காபிஷேகமும் இந்த ஸஹஸ்ர லிங்க மூர்த்திக்குச் செய்யப்படுகிறது. தஞ்சை பிரகதீஸ்வரர் ஆலய பாணத்தை விட உயரமான பாணத்தையுடைவர் இவர். இந்த லிங்கமூர்த்தியில் வரிசைக்கு 53 எனும் கணக்கில் 19 வரிசைகளில் 1007 சிறு லிங்கங்கள் செதுக்கப்பட்டுள்ளன. மூல மூர்த்தியுடன் சேர்த்து 1008 லிங்கங்கள். இவரின் எடை 20 டன்.

அடுத்து காகத்தின் மேல் தன் வலக்காலை வைத்து எழிலார்ந்த கோலத்தில் பத்தடி உயர சனிபகவானை தரிசிக்கலாம். இவருக்கு தமிழ் மாதங்களின் முதல் சனிக்கிழமையில் விசேஷ வழிபாடுகள் நடக்கிறது. ஒவ்வொரு சனிக்கிழமையிலும் எள்ளன்னம் பிரசாதம் படைக்கப்பட்டு பக்தர்களுக்கு விநியோகிக்கப்படுகிறது. அவரை அடுத்து மனிதர்களின் அறியாமையிருள் நீக்கி, ஞான ஒளிபெற தத்தகீதையை அருளிய தத்தாத்ரேயரை 12 அடி உயர மூர்த்தியாக தரிசிக்கலாம். கார்த்தவீர்யார்ஜுனன் எனும் ஆயிரம் கைகள் கொண்ட மன்னன், தத்தாத்ரேயரை உபாசித்து அவரருளால் பல வரங்களைப் பெற்றவன். சாந்தனந்த சுவாமிகளும் தத்த பரம்பரையில் வந்த பெருமை பெற்றவர். ஞானம் வேண்டுவோர் வணங்க வேண்டிய இறை ஆசான், இந்த தத்தாத்ரேயர்.

தினமும் பிரத்யங்கிரா சரப சூலினி ஹோமம் முடிந்தவுடன் ஆலயத்தில் அன்னதானம் செய்யப்படுகிறது. அன்னதானகூடத்தில் அழகுருவாய் அன்னபூரணி தேவியை தரிசிக்கலாம். ஆலயத்தில் கோசாலையும் உள்ளது. ஆலயம் சுத்தமாகப் பராமரிக்கப்படுகிறது. ஆலய கோபுரங்கள் ஒடிஸா மாநில பாணியில் அமைக்கப்பட்டுள்ளன. பக்தர்கள் அமைதியாக தியானம் செய்ய தியான மண்டபமும் இத்தலத்தில் உள்ளது.

சந்தான வரமருளும் சாக்லேட் அர்ச்சனை

குழந்தையும் தெய்வமும் கொண்டாடும் இடத்திலே என்பது பழமொழி. தெய்வத்தை குழந்தை போல் கொண்டாடி மகிழும் அற்புத ஆலயம் சென்னை மயிலாப்பூர் சமஸ்க்ருத கல்லூரி அருகே உள்ளது. ஆலயமே ஆதி தங்க அதிசய அற்புத அஷ்டபுஜ வடபத்ர ஜய ஸ்வர்ண பயாபஹா பட்டுக்கோலவிழி பத்ரகாளி ட்ரஸ்ட் மூலம் இயங்குகிறது. மாலா எனும் பக்தையின் 30 வருட தேவி உபாசனையில் மனமகிழ்ந்த தேவியின் அருளுரைப்படி எழுப்பப்பட்ட ஆலயத்தில் வழிபாடுகள் அனைத்தும் தேவியின் உத்தரவின் பேரிலேயே நடைபெற்று வருகிறது.

ஐந்து நிலை ராஜகோபுரத்தின் இருபுறங்களிலும் பத்து வித ரேணுகா காளிதேவியரும், அஷ்டமாதர்களும் சுதை வடிவில் எழிலுற அருட்காட்சியளிக்கின்றனர். கோபுர வாயிற்படியில் உள்ள கதவுகளில் திருமாலின் தசாவதார வடிவங்களும் திதி நித்யா தேவியரும் அற்புதமான சிற்ப வடிவில் செதுக்கப்பட்டுள்ளதை தரிசித்து ஆலயத்தின் உள்ளே நுழைந்ததும் ஹேரம்பகணபதி இடப்புறத்திலும், பாலமுருகன் வலப்புறத்திலும் சந்நதி கொண்டருள்கின்றனர். இடப்புறம் ஊஞ்சலில் அதிசயகாளியின் உற்சவத்திருமேனி சர்வாலங்காரங்களுடன் திகழ்கிறார். அவளுக்கு நேரெதிரே கைலாச கபாலியை தரிசிக்கலாம். அவர் கருவறையில் மங்களகாளி எனும் பச்சைக்காளியோடு லிங்க உருவில் தனி கோஷ்டத்தில் ஈசன் அருள்கிறார். கைலாயத்தில் ஏற்படும் மனஅமைதியை இந்த சந்நதி தருவதாக பக்தர்கள் கூறுகின்றனர்.

அதையடுத்து பச்சைப்பட்டுக் கோலவிழியம்மனின் எழிலார்ந்த சுதை வடிவம் உள்ள சந்நதியை தரிசிக்கலாம். தன்னை வழிபடுவோர்க்கு வீரம், வெற்றி, மன அமைதியைத் தரும் அம்பிகை இவள். கோஷ்டத்தில் ராஜமாதங்கியை தரிசிக்கலாம். பச்சைப்பட்டுக் அந்த சந்நதிக்கு நேர் எதிரே அசுரனை வதைத்து சிங்கத்தின் மேல் அமர்ந்த சப்தஸ்வரகாளியை தரிசிக்கலாம். தேவியின் இருபுறமும் வாராஹி, மாதங்கி போன்றோரின் உற்சவ விக்ரகங்களை தரிசிக்கலாம். ஊமையையும் பேச வைக்கும் ஆற்றல் படைத்தவளாம் இந்த சப்தஸ்வரகாளி. படிப்பில் மந்தமான குழந்தைகள் இந்த தேவியை தரிசித்தால் படிப்பில் முன்னேற்றம் கிட்டுமாம். இந்த அம்மனின் கோஷ்டத்தில் வாராஹி அருள்கிறாள். அதை அடுத்து பிராகார வலம் வரும் போது சஞ்சீவினி ஆஞ்சநேயர், அபர்ணாகாளி, ஏழு குதிரைகள் பூட்டிய ரதத்தில் சூரியபகவான் போன்றோரின் சந்நதி உள்ளது.

பிரதான கருவறையின் முன் துவஜஸ்தம்பம் காட்சியளிக்கிறது. கருவறையில் ஓங்காரியாய் ஒய்யாரியாக கைலாச அதிசயகாளி பார்வதியின் அலங்காரத் திருவுருவை தரிசிக்கலாம். பேசும் கண்களுடனும், பேரெழிலுடனும் கொலுவீற்றிருக்கும் தேவியின் சந்நதியை விட்டு அகலவே மனம் மறுப்பது நிஜம். மழலை வரம் வேண்டுவோர் இந்த தேவிக்கு ஆலயத்தின் சார்பில் நடத்தப்படும் சாக்லேட் அர்ச்சனை செய்தால் அவர்களுக்கு தட்டாமல் மழலை வரம் தரும் தயாபரியாம் இவள். மேலும் சாக்லேட் அர்ச்சனை செய்தால் தடைபட்ட திருமணம் தடைநீங்கி நிச்சயமாதல், வழக்குகளில் வெற்றி, குடும்ப ஒற்றுமை போன்றவைக்கும் திருவருள்பாலிப்பவளாம் இந்த அம்பிகை. அதேபோன்று நோய்வாய்ப்பட்டவர்கள் குங்குமார்ச்சனை செய்வதாக வேண்டிக்கொண்டால் நோய்கள் இருந்த இடமே தெரியாமல் மறைந்து விடும் அற்புதம் இத்தலத்தில் நடக்கிறதாக பக்தர்கள் கூறுகின்றனர். கருவறையின் மல்லிகை, எலுமிச்சை, ஊதுவத்தி, நெய் தீப வாசனையில் புன்சிரிப்போடு அமர்ந்தருளும் நாயகியின் சிரிப்பு நானிருக்க பயமேன் எனக் கூறாமல் கூறுவது போல் உள்ளது. தேவியின் கோஷ்டங்களில் காளிகாம்பாள், சண்டி, விஷ்ணுதுர்க்கை, தன்வந்திரிபகவான் போன்றோர் அருள, கருவறையின் பின்புறம் நின்ற நிலையில் அர்த்தமேருவுடன் கூடிய தங்ககாளி சந்நதி கொண்டுள்ளாள். அவளுக்கு எதிரே தட்சிணாமூர்த்தி, நந்தியம்பெருமான், ஆனந்த தாண்டவ நடராஜர், சிவகாமி, பைரவர், போன்றோரின் சந்நதி உள்ளது.

ஆலயத்தின் தினமும் காலையில் தேவர்கள் வாசம் செய்யும் கன்றுடன் கூடிய காமதேனு பசுவின் சிற்பத்திற்கு ஸ்ரீஸூக்தம் சொல்லி கோபூஜை, அர்ச்சனையும், ஐராவத யானைக்கு ஸம்பத்கரீ

மந்திரத்தால் அர்ச்சனையும் கஜபூஜையும் நடைபெறுகிறது. பிராகார வல முடிவில் வள்ளி தேவசேனா சமேத ஷண்முகரையும், லட்சுமி நாராயணரையும் தரிசிக்கலாம்.

பிராகார மேல் சுவர் முழுவதும் தெய்வானை திருக்கல்யாணம், மாங்கனி கைலாச காட்சி, கண்ணப்பநாயனார், திருவண்ணாமலை ஈசன் அம்பிகை, ஸ்ரீநகர லலிதாம்பிகை, கஜேந்திர மோக்ஷம், காளிங்கநர்த்தன கண்ணன், ராதாகிருஷ்ணர், ராமர் செய்யும் ராமேஸ்வர பூஜை காட்சி, ஸ்ரீனிவாச கல்யாணம், ப்ரத்யங்கிரா, சரபேஸ்வரர் போன்ற வண்ணச்சுதைச்சிற்பங்கள் கண்களையும் கருத்தையும் கவர்கின்றன.

நவகிரகங்கள் தேவிக்கு கட்டுப்பட்டவை. அவை தேவியின் காலடியில் தேவி இட்ட கட்டளையை நிறைவேற்றக் காத்திருப்பவை என்பதை ஆதிசங்கரர் தன் ஸௌந்தர்யலஹரியின் அஹ ஸூதே: எனும் துதியில் குறிப்பிட்டுள்ளார். எனவே இத்தலத்தில் நவகிரக சந்நதி இல்லை. கருவறையின் முன் உள்ள அர்த்த மண்டபத்தின் மேல் விதானத்தில் நவநாயகர்களும் தத்தமது வாகனங்களோடு தேவியை வணங்கிய வண்ணம் உள்ளனர்.

ஆடிமாதம் 32 நாட்களும் 32 வகையான அலங்காரங்கள் இந்த அம்பிகைக்கு செய்யப்பட்டு பஞ்சகிளை தீபம், நட்சத்திர தீபம், அடுக்கு தீபம், தட்டு குடம் தீபம், சர்வோபசார தீபங்கள், சிவ நந்தி தீப, தாமரை தீபங்கள் 6, 9 தங்கதீபங்கள் போன்ற தீபங்கள் காண்பிக்கப்பட்டு பெண்கள் அனைவரும் கோலாட்டம் போட்டு துதிகள் கூறி அம்பிகையை ஆராதிக்கின்றனர். முழுவதுமே பெண்களால் பூஜிக்கப்படும் ஆலயமாக இத்தலம் விளங்குவது அதிசயமான அமைப்பாகும். பௌர்ணமி தினங்களில் தேவி கட்கமாலா, தேவி மகாத்மியம், நவாவரண பூஜை என ஆலயத்தில் நடத்தப்படுகிறது. அந்தந்த தெய்வங்களுக்குரிய விசேஷ நாட்களில் அந்தந்த தெய்வங்கள் ஆலய பிராகாரத்தில் வலம் வந்து பக்தர்களுக்கு அருள்செய்வது இத்தல வழக்கம். வாராஹி நவராத்திரி, சாரதா நவராத்திரி, வசந்த நவராத்திரி, மாதங்கி நவராத்திரி போன்ற நான்கு நவராத்திரிகளும் ஆலயத்தில் விமரிசையாக கொண்டாடப்படுகிறது.

நினைத்ததை நினைத்தபடியே நிறைவேற்றித்தரும் அஷ்டகாளிகளும் அருளும் இத்தலத்தை தரிசித்து ஆனந்த வாழ்வை பெறுவோம்.

அற்புதம் கண்ட அதிகாரி
(சென்னிமலை)

சென்னிமலை முருகனுக்கு மலை மேல் மண்டபம் கட்ட தீர்மானித்தார் நிலத்தம்பிரான். கட்டும்போதே மலையடிவாரத்தில் உள்ள கயிலாசநாதர் கோயிலுக்கு மதில் எழுப்பும் பணியையும் மேற்கொள்ள விரும்பினார். அப்போது கோவையும், மலபாரும் ஆங்கிலேயர் ஆட்சிக்கு உட்பட்டிருந்தன. கதவுக்கு மரம் தேடி பொள்ளாச்சி நகருக்குச் சென்றார் தம்பிரான். ஆனைமலையில் ஒரு பெரிய மரத்தைப் பார்த்த அவரும் அவருடைய சீடர்களும் அந்த மரத்தை வெட்ட ஆரம்பித்தனர்.

அப்போது அங்கே வந்த ஆங்கிலேய அதிகாரி, அவர்களைத் தடுத்தார். "யாரைக் கேட்டு மரத்தை வெட்டுகிறீர்கள்?" என்று ஆங்கிலத்தில் அதட்டினார். அவரிடம், 'சென்னியாண்டவன் வெட்டச் சொன்னார்; வெட்டுகிறேன்!' என்று பதில் சொல்லி, அனைவரையும் ஆச்சரியப்பட வைத்தார் நிலத்தம்பிரான். காரணம், அவருடைய பதில் ஆங்கிலத்திலேயே இருந்ததுதான்.

அதைக்கேட்டு திடுக்கிட்ட அதிகாரியால், தனக்குச் சமமாக அவர் ஆங்கிலம் பேசுவதைப் பொறுத்துக்கொள்ள முடியவில்லை. ஆகவே தன் கோபத்தைக் காட்டினார். "மரத்தை வெட்டறதுமில்லாம, திமிரா பேசற இவனை மரத்திலே கட்டி வைங்கடா?' என்று உத்தரவிட்டார்.

ஆனால் கூட இருந்தவர்கள் தயங்கினார்கள். அதிகாரி குழப்பமாக அவர்களைப் பார்த்தபோது, அவர்கள், "ஐயா, இவர் பெரிய மகான். இவரை தண்டிக்கறது நமக்குதான் அழிவு" என்று

அவருக்குச் சொல்ல முனைந்தார்கள்.

அவர்கள் பயப்படுவதற்குக் காரணங்கள் இருக்கின்றன.

சுமார் முந்நூறு ஆண்டுகளுக்கு முன், பத்து வயதுப் பையன் ஒருவன், அவன் பிறந்த ஊர் காரணமாக செங்கத்துறையான் என்று அழைக்கப்பட்டான். பஞ்சம் பிழைக்க சென்னிமலைக்கு வந்தான். அங்கே ஒரு பண்ணையாரிடம் வேலைக்கு சேர்ந்தான். தன்னுடைய 25வது வயதிலும் அப்பாவியாக இருந்த அவன் மாடு மேய்த்துக் கொண்டிருந்தபோது, கையில் வேலுடன் சென்னியாண்டவர் காட்சி தந்தார். கூடவே அவனை, "நிலத்தம்பிரானே!" என்று அழைக்கவும் செய்த அவர், 'இந்த சிரகிரி மலைமேலே எனக்கு நீ ஒரு கோயில் கட்டு!' என்றருளி மறைந்தார்.

தன் நிலையை அவன் உணர்ந்தாலும் சென்னியாண்டவருக்குத் தான் கோயில் கட்டப்போவதாக அனைவரிடமும் சொன்னான். எல்லோரும் அவனை கேலி செய்தார்கள். அப்போது, பண்ணையில் வேலை செய்யும் ஒருவனை நான்கு பேர் தூக்கிக் கொண்டு வந்தனர். "இவனை நாகப்பாம்பு கடிச்சுட்டுது. வைத்தியர் வீட்டுக்குப் போக வண்டி கேட்க வந்தோமுங்க!' என்றனர். அப்போது பக்கத்தில் இருந்த செங்கத்துறையான், பாம்புக் கடிபட்டவனை நெருங்கினான். பச்சிலையைக் கசக்கி அவன் மூக்கருகில் சிறிது நேரம் வைத்திருந்து, வேறு சில தழைகளைக் கசக்கி, அவன் வாயில் சாறை விட்டான். பின்பு வேப்பிலையால் அவன் உடல் முழுவதையும் நீவிவிட்டான். சற்று நேரத்தில் பாம்பு கடிபட்டவன் எழுந்து உட்கார்ந்தான். இந்தக் காட்சியை அனைவரும் ஆச்சரியமாகப் பார்த்தனர். அனைவரும் ஆச்சரியப்பட்டனர். இந்த வித்தையை எங்கே கற்றான் அவன்? ஆனால் செங்கத்துறையானோ, 'எல்லாம் சென்னியாண்டவன் செயல்' என்று மட்டுமே சொன்னான். அப்போதே அவன் தன் பெயர் நிலத்தம்பிரான் என்று அனைவருக்கும் அறிவித்தான்.

சென்னிமலை மீது முருகனுக்குக் கோயில் கட்ட ஆரம்பித்தார் நிலத்தம்பிரான். மக்கள் தாமாக முன்வந்து பணத்தைக் காணிக்கையாக செலுத்தினார்கள். கோயிலுக்குத் தோதாக பாறை இந்த மலையில் இல்லையே என்று அவர் வருத்தப்பட்டபோது மின்னல் மின்னியது; இடி இடித்தது. மழை பொழிந்தது, வானம் அமைதியானது. சென்னிமலைக்கு இரண்டு மைல் தொலைவில் உள்ள ஒரு பெரிய பாறை மேல் இடி விழுந்து, பாறைகள் பிளந்தன. எருமைக் கடா பூட்டிய வண்டியில் பாறைகளை ஏற்றிக்கொண்டு வந்து, மலை அடிவாரத்தில் குவித்தார். பிறகு அவற்றை மலைமேல் கொண்டுபோக ஏற்பாடு செய்தார். கோயில் திருப்பணிகள் நடந்தபோது தம்பிரான் ஊர் ஊராகச் சென்று, மக்களின் குறைகளைத் தன் ஆன்மிக சக்தியால் தீர்த்து வைப்பார். அதன்மூலம் கிடைத்த தொகையுடன் கட்டடப் பணியாட்களுக்குக் கூலி

ந. பரணிகுமார்

கொடுக்கக் குறிப்பிட்ட நாளன்று சென்னிமலைக்கு வந்துவிடுவார். அவர் கூலி கொடுக்கும் முறை அற்புதமானது. பொரி மூட்டைகளை அவிழ்த்துக் கொட்டி, கடலலையை கலக்குவதுபோல, பணத்தை பொரியுடன் கலக்கி, தன் இரு கைகளால் அள்ளிப் போடுவார். அந்தப் பணத்தை எண்ணிப் பார்த்தால் அவரவர் செய்த வேலைக்கான கூலி துல்லியமாக இருக்கும்.

நிலத்தம்பிரான் ஒருநாள் இப்படி பணத்துடன் வரும்போது திருடர்கள் நான்கு பேர் அவரை மிரட்டி அவர் கையிலுள்ள பணத்தைப் பிடுங்கிக் கொண்டனர். அப்போது, "இது சென்னி ஆண்டவரது பணம்! இதைப் பிடுங்கிய உங்களுக்குக் கண் தெரியாமல் போயிடும்!" என்று நிலத்தம்பிரான் சாபம் கொடுத்தார். அவ்வளவுதான்! திருடர்களுக்குக் கண் தெரியவில்லை. அவர்கள் அலறி அடித்து தம்பிரான் காலில் விழுந்து மன்றாடினர். "நாற்பத்தெட்டு நாட்களுக்கு சென்னியாண்டவர் மலைப் படியை பெருக்கி வாருங்கள். அவர் கருணை காட்டுவார்!" என்று சாப விமோசனமும் சொன்னார். அவர்கள் அவ்வாறே செய்ய, 48ம் நாள் அவர்களுக்குப் பார்வை திரும்பக் கிடைத்தது.

இப்படி அற்புதங்கள் செய்யும் தம்பிரானையா மரத்தோடு கட்டிப் போடுவது?

அப்போது அவர், "ஐயா, என்னைக் கட்டிப் போடுவது இருக்கட்டும். உங்கள் மனைவிக்கு சித்தம் கலங்கி, கொள்ளிக் கட்டையை எடுத்துக்கொண்டு, 'ஊரைக் கொளுத்தப் போகிறேன்' வருகிறார்கள். முதலில் அவரைக் கட்டுப்படுத்துங்கள்," என்று சாதாரணமாகச் சொன்னார்.

அப்போது அதிகாரியின் வேலையாள் வேகமாக ஓடிவந்து, நிலத்தம்பிரான் சொன்ன தகவலை உறுதி செய்தார். பதற்றத்துடன் வீட்டுக்குத் திரும்பிய அவர், வேலைக்காரப் பெண்கள் தன் மனைவியை அமுக்கிப் பிடிக்க முடியாமல் திணறிக் கொண்டிருந்ததைப் பார்த்தார். அப்போது அவள் முன் வந்து நின்ற தம்பிரான், தன்னிடமிருந்த விபூதியை எடுத்து அவள் தலையில் மூன்று முறை போட்டுவிட்டு, "சென்னியாண்டவா, இந்தக் குழந்தையைக் காப்பாற்று!" என்று வேண்டிக் கொண்டார். அடுத்த கணமே அவள் பழைய நிலைக்கு வந்தாள். இதைக் கண்டு வியந்த அதிகாரியும் அவர் மனைவியும், தம்பிரான் காலில் விழுந்து வணங்கினர். அதோடு, அதிகாரியே தன் ஆட்களைக் கொண்டு, அந்த மரத்தை வெட்டி சென்னிமலைக்கு அனுப்பி, தனது நன்றியைத் தெரிவித்துக் கொண்டார். சென்னிமலை அடிவாரத்தில் கயிலாச நாதர் ஆலயத்தில் இப்போதும் இருக்கும் அந்த முன் கதவுதான் அது. ஒரே மரத்தால் செய்யப்பட்டது.

கோயில் வேலைகளை முடித்த தம்பிரான் கும்பாபிஷேகத்துக்கு

நாள் குறித்தபோது, சென்னியாண்டவன் தன்னை அழைப்பதை உணர்ந்தார். சென்னிமலை அடிவாரத்தில் தனக்காக தானே ஏற்கெனவே அமைத்திருந்த சமாதியில் போய் அமர்ந்தார். அந்த நிலையிலேயே 15ம் நாள் சமாதியானார்.

மலைப்படி அருகே செங்கத்துறை பூசாரியார் மடம் ஒன்று இருக்கிறது. அங்கு அவர் சமாதிக்கு மேலே முருக விக்கிரகத்தை பிரதிஷ்டை செய்து, சிறு கோயில் கட்டியிருக்கிறார்கள். மகா மண்டபத்தூணில் நிலத்தம்பிரானது சிலை உள்ளது. நிலத்தம்பிரான், சென்னியாண்டவனுக்குக் கோயில் கட்டுவதற்கு முன்னால், நான்கு கால் மண்டபத்தில் நின்ற கோலத்துடன் ஆண்டவர் காட்சி தந்தார். அருகில் உள்ள ஊரிலிருந்து சிவாச்சாரியார் ஒருவர் வந்து பூஜை செய்து, வில்வ மரப்பாலால் ஆண்டவன் நெற்றியில் பொட்டு வைப்பார். ஒருநாள் சிவாச்சாரியார் வராததால் நிலத்தம்பிரானே பூஜை செய்தார். அப்போது குள்ளமான தம்பிரானுக்காக ஆண்டவர் தலையைக் கொஞ்சம் தாழ்த்தி பொட்டை தன் நெற்றியில் ஏற்றுக் கொண்டாராம். அதனால் இப்போதும் அந்த சிலை தலை தாழ்த்தியபடியே இருக்கிறதாம்!

ஈரோட்டில் இருந்து பெருந்துறை வழியாகச் சென்றால் 33 கி.மீ. பெருந்துறையில் இருந்து 14 கி.மீ. தொலைவில் சென்னிமலை அமைந்துளது. மலைக்கு மேலே செல்ல வாகன வசதிகள் உண்டு.

சிறப்பான வாழ்வருளும் சின்னசடையம்மன்
(சென்னை - எழும்பூர்)

ஆடிமாதத்தை அம்மன் மாதம் என்பார்கள். ஆண்டு முழுதுமே அம்மன் மாதமாக பக்தர்கள் போற்றிக் கொண்டாடும் தலம் சென்னை கோமளீஸ்வரன் பேட்டை லாங்க்ஸ் கார்டன் தெருவில் உள்ள சின்னசடையம்மன். அம்பிகை இங்கு கோயில் கொண்ட வரலாறு சுவையானது.

ஆங்கிலேயர் ஆட்சிக் காலத்தில் எழும்பூர் கண் மருத்துவ மனையில் ஆலயம் கொண்டிருந்தாள் பெரியசடையம்மன். அப்போது அந்த மருத்துவமனையின் அதிகாரியாக பொறுப்பேற்றிருந்த ஆங்கிலேயர் மருத்துவமனையில் எதற்கு அம்மன் ஆலயம் என்று கூறி ஆலயத்தை அகற்றினார். அன்றே அவரின் கண்பார்வை பறிபோனது. வெளிநாடுகள் பலவற்றிலும் மருத்துவம் பார்த்தும் குணமாகாத அந்த ஆங்கிலேயர் பெரியசடையம்மனிடமே சரணடைந்து அதே இடத்தில் அம்மனுக்கு ஆலயம் எழுப்பினார். தேவியின் பஞ்சசக்திகள் சின்னசடையம்மன், மஞ்சசடையம்மன், சக்திசடையம்மன், அருள்மகாசடையம்மன், திருச்சடையம்மன் என எழும்பூரைச் சுற்றிலும் ஆலயம் கொண்டருள ஆரம்பித்தனர். அதில் முதன்மையாக சின்னசடையம்மன் ஆலயம் பக்தர்களால் போற்றப்படுகிறது.

மிகவும் தொன்மையான இத்தலத்தின் முகப்பின் இருபுறங்களிலும் தேவியின் வாகனமான சிங்கங்கள் நம்மை வரவேற்கின்றன. மூன்று நிலை ராஜகோபுரத்தைக் கடந்ததும் பிரதான கருவறையில் சின்னசடையம்மனுடன் ரேணுகாபரமேஸ்வரியும் திருவருள்புரிகிறாள். சின்னசடையம்மனின் திருவடிகளின் கீழ்

யந்திரப் பிரதிஷ்டை செய்யப்பட்டுள்ளது. மற்ற அனைத்து தலங்களிலும் ஐந்து தலை நாகம் குடைபிடிக்க அருளும் ரேணுகாபரமேஸ்வரி இத்தலத்தில் இரு தலை நாகம் குடைபிடிக்க திருவருள் புரிவதால் இத்தலம் ராகு/கேது பரிகாரத் தலமாக போற்றப்படுகிறது. காளஹஸ்தி சென்று காலசர்ப்ப தோஷ பரிகாரம் செய்ய முடியாத அன்பர்கள் இத்தலத்திற்கு வந்து காலசர்ப்பதோஷ பரிகாரம் செய்து வாழ்வில் வளம் பெறுகின்றனர். சின்னசடையம்மன் டமருகம், சூலம், வாள், கபாலம் ஏந்தி அழகே உருவாய் அருளே வடிவாய் திருவருள் புரிகிறாள். மூர்த்தி சிறிதெனினும் கீர்த்தி பெரிது எனும் பழமொழிக்கேற்ப வேண்டுவோர்க்கு வேண்டியதை அருளும் கற்பகவிருட்சம் போல் அருள்பவள் இத்தாய் என்பது பக்தர்களின் அனுபவ நம்பிக்கை. இத்தேவியருக்கு பௌர்ணமி தோறும் சங்காபிஷேகம், மகா அபிஷேகம் போன்றவை செய்யப்பட்டு சந்தனக்காப்பு சாத்தப்படுகிறது. தோல்வியாதிகள் நீங்க தேவியிடம் நேர்ந்து கொண்டு உப்பு, மிளகு வாங்கி சமர்ப்பிக்கின்றனர். கோரிக்கை நிறைவேற மட்டைத் தேங்காயை கருவறை பிராகாரத்தில் அவரவர் வேண்டிக்கொண்டபடி 21, 54, 108 முறை உருட்டி வழிபட்டு கோரிக்கைகள் நிறைவேறப்பெறுகின்றனர். ஆடித் திருவிழா காப்பு கட்டி 11 நாட்கள் வெகு விமரிசையாக இத்தலத்தில் கொண்டாடப்படுகிறது. இத்திருவிழாவின் 9ம்நாள் திருவிழாவில் உடல் முழுதும் எலுமிச்சம் கனிகளைக் குத்திக்கொண்டு நூற்றுக்கணக்கான பக்தர்கள் தம் பிரார்த்தனைகளை நிறைவேற்றுகின்றனர். அந்த கனியை பிரசாதமாக வாங்கி உண்டால் புத்திரப்பேறு வேண்டுவோர்க்கு புத்திரப்பேறு கிட்டுவதாகவும், நோய் நீக்கம் வேண்டுவோர்க்கு நோய்கள் நீங்குவதாகவும் நம்பிக்கை நிலவுகிறது. தீபுஷ்ப சட்டி ஏந்துதல், நாவில் அலகு குத்திக்கொள்ளல், உடல் முழுதும் அலகு குத்திக்கொள்ளல், தேர் இழுப்பது, வேப்பஞ்சேலை கட்டிக் கொள்வது போன்ற மெய்சிலிர்க்கும் பிரார்த்தனைகளும் அப்போது பக்தர்களால் நிறைவேற்றப்படுகின்றன. அதேபோன்று கண்பார்வைக் கோளாறுகள் நீங்க வேண்டிக்கொண்டவர்கள் அம்மனின் உண்டியல் கண்மலர் வாங்கி சமர்ப்பிக்கின்றனர். எந்த உறுப்பு பாதிக்கப்பட்டதோ அந்த உறுப்புகளை தேவிக்கு வாங்கி போடுவதாக வேண்டிக் கொண்டால் பாதிக்கப்பட்ட உறுப்புகள் சரியாகிவிடும் அற்புதம் இத்தலத்தில் நடந்து வருகிறது. தினமும் இரு கால பூஜைகள் இத்தலத்தில் நடைபெறுகிறது.

கருவறையின் இருபுறங்களிலும் விநாயகரும், முருகப்பெருமானும் சந்நதி கொண்டுள்ளனர். கோஷ்டங்களில் விநாயகர், பிராம்மி, வைஷ்ணவி, துர்க்காதேவி போன்றோர்

அருள்கின்றனர். விநாயகருக்கு சங்கடஹரசதுர்த்தி விமரிசையாக கொண்டாடப்படுகிறது.

முருகப்பெருமான் சஷ்டி, கிருத்திகை, விசாகம் போன்ற நாட்களில் சிறப்பாக வழிபடப்படுகிறார். பிராகாரத்தில் உள்ள சப்த கன்னியர்கள் வெள்ளிக்கிழமையன்று விசேஷ வழிபாடு காண்கின்றனர். அவர்கள் அருகில் உள்ள நாகவல்லி தேவிக்கு ஆடி மாத நாக பஞ்சமியன்று விசேஷ அபிஷேக ஆராதனைகள் நடத்தப்படுகிறது.

திருவிழாவில் ஒவ்வொரு நாளும் ஒவ்வொரு வாகனத்தில் விதவிதமான அலங்காரங்களுடன் தேவி திருவீதியுலா வருவதைக் காணக் கண் கோடி வேண்டும். நவராத்திரியின் 9 நாட்களும் கொலுதர்பாரில் தேவி விதவிதமான தேவியராக அருட்காட்சி அளிப்பது இத்தல விசேஷம். மாசிமகத்தன்று சின்னசடையம்மன் கடற்கரைக்குச் சென்று தீர்த்தவாரி கண்டருள்கிறாள். சித்ரா பவுர்ணமி தினத்தன்று பால்குட அபிஷேகம், 108 சங்காபிஷேகம் விமரிசையாக நடக்கிறது. ஆடிமாதக் கடைசி ஞாயிறன்று தேவியை சர்வாலங்காரங்களுடன் ஊஞ்சலில் எழுந்தருளச் செய்து நவசக்தி அர்ச்சனை செய்யப்படுகிறது. அப்போது வளையல்களால் அலங்காரம் செய்து பின் அந்த வளையல்களை பிரசாதமாக பக்தர்களுக்கு ஆலயத்தின் சார்பில் தரப்படுகிறது. ஞான சக்தியாய் கண்கண்ட தெய்வமாய் பக்தர்களின் குறை தீர்க்கும் தயாபரியாய் அருட்காட்சி அளிக்கும் சின்னசடையம்மனை தரிசித்து வளமான வாழ்வு பெறுவோம்.

சித்தாத்தூர் வளங்கள் அருளும் வாராஹி

சாளுக்கிய மன்னர்கள் காலத்திலிருந்து சப்த மாதர்கள் வழிபாடு தொடங்கி இருந்தாலும் குறிப்பாக அன்னை வாராஹி கிராம எல்லை தேவதையாக அன்று முதல் திகழ்கிறாள். பன்றி முகத்துடனும் எட்டுக் கரங்களுடனும் வலது காலை ஊன்றி இடது காலை மடக்கி, வணங்குவோரை காப்பதற்காக அமர்ந்துள்ளாள். அன்றைய காலத்தில் கிராமத்தின் செல்லப்பெண்ணாகவே இந்த வாராஹி தேவி இருந்தாள். அதனால் செல்ல அம்மனாக இருந்தது மருவி செல்லி அம்மனாகி விட்டது. காலப்போக்கில் அந்நியர் படையெடுப்பின் போது பன்றிமுகம் பிடிக்காத அரசாட்சி மனித முகத்துடன் உடைய செல்லி அம்மனாக வணங்க ஆரம்பித்தார்கள். எனவே வாராஹி தமிழர்களின் எல்லை தேவதை என்பதில் ஆச்சர்யமேயில்லை.

ராஜராஜ சோழனின் குடும்பத்தார்க்கு பேரரசன் பெயர் பெற்று கொடுத்தது வாராஹியே என்பது சரித்திரம் கூறும் உண்மை. அதன் காரணமாகத்தான் தஞ்சை பெரிய கோவிலில் தென்கிழக்கு பகுதியில் தீர்த்த கிணற்றின் அருகே வாராஹி சந்நிதி இன்றும் புகழோடு இருக்கிறது. தமிழ்நாட்டைப் பொறுத்தவரை இதுவே ஆதிவாராஹி.

சப்த மாதாக்களில் ஒருவராக சிவ ஆலயங்களில் கோஷ்ட விக்ரஹங்களாக வாராஹி திகழ்வதை, வாராஹிக்கென்று தனி ஆலயம் அமைக்க வேண்டுமென்று வாராஹி உபாசகரான கணபதி ஸ்ரீனிவாசன் குருஜியின் மனதில் வாராஹி சொல்லியதின் பலனாக நகர்புறங்களில் அமைந்துள்ள கோவில்களில் மட்டும் வாராஹி

சன்னதி கண்ணுற்றதாலும் கிராமப்புறத்தில் இந்து தர்மம் தழைத்து ஓங்க வேண்டும் என்ற உயர்ந்த சிந்தனையோடும் ராமாயண காலத்தில், ராமனால் காக்கப்பட்ட ஏரியின் மறுகரையில் நான்கு வேதங்களும் தங்கி ராமனை வழிப்பட்ட காரணத்தினால் வேதம் தங்கல் என்று இன்று அழைக்கப்படும் பறவைகளின் சரணாலயமாக விளங்குகின்ற வேடந்தாங்கலை பக்தர்களின் சரணாலயமாக மாற்ற அன்னை திருவுளம் கொண்டாள். அதன் அருகில் அரை கிலோமீட்டரில் அமைந்துள்ள சித்தர்கள் வாழ்ந்த புண்ணிய பூமியில் சந்தர் கார்டனில் ஒரு சித்தரின் சமாதிக்கு அருகே கிரிசக்ரபுரம் என்ற நகரை அமைத்து அதில் அன்னை கொலு வீற்றிருக்கிறாள்.

அன்னையின் கருவறை எண்கோண வடிவில் அமைந்துள்ளது. நான்கு திசைகளில் நான்கு வாயில்கள் உள்ளது. கோபுரம் 8 பட்டையில் மூன்று நிலை கோபுரமாக அமைந்துள்ளது. முதல் இரண்டு நிலைகளில் 16திதி நித்யாக்களை குறிக்கும் வகையில், 16 கலசம் அமைந்திருப்பது இக்கோவிலின் சிறப்பு. எண்கோண வடிவில் நான்கு கோஷ்டங்களில் வடகிழக்கு நோக்கி உமையும் ஈசனும் ரிஷபத்தில் காட்சியளிக்க, அக்னி திசையை நோக்கி தர்ம சாஸ்தா அருள்பாலிக்க, நிருருதி (தென்மேற்கு) திசையை நோக்கி ஞானத்தை போதிக்கும் தண்டாயுதபாணி முருகன் வீற்றிருக்க, வடமேற்கு திசை நோக்கி தத்தாத்ரேயரின் வடிவமாக கருதப்படும் ஷீரடி சாய்பாபா திருவருள் பாலிக்கிறார்.

கருவறையின் மத்தியில் உயரே ராஜராஜேஸ்வரி கரும்பு வில்லுடன் அமர்ந்திருக்க, அவள் காலடியில் அன்னையின் செல்லப்பிள்ளை முழுமுதற் கடவுள் கணபதி கற்பக விநாயகராக வீற்றிருக்க, கிழக்கு நோக்கி மோன தவத்தில் யோக நரஸிம்மர் வீற்றிருக்க, தெற்கு வாயிலில் ஒன்பது படிகளுக்கு மேலே நம்முடைய செல்ல அன்னையாக வருவோர்க்கு வரங்களை அள்ளித் தர அன்னை வாராஹி அம்மன் வீற்றருள்புரிகிறாள். தெற்கு நோக்கி அமைந்திருக்கும் வாராஹியின் கீழே ஒன்பது படிகள் அமைக்கப்பட்டிருக்கிறது. இது ஜீவன் முக்தியடைய ஒன்பது நிலைகளை கடக்கவேண்டும்படி அமைக்கப்பட்டுள்ளது. மேற்கு நோக்கி உலக நன்மை வேண்டி ஆஞ்சநேயர் யோக தவ கோலத்தில் காட்சியளிக்கிறார்.

கருவறைக்கு நேர் எதிரே தாமரை திருக்குளம் அமைந்துள்ளது. அதன் மத்தியில் தமிழர்கள் போற்றும் குறுமுனிவர் நின்றகோலத்தில் அன்னையை நோக்கி தவம் புரிகிறார். திருக்குளத்தின் குபேர மூலையில் நர்மதையிலிருந்து குருஜியால் கொண்டுவரப்பட்ட லிங்கம் குபேர லிங்கம் எனும் திருப்பெயரில் பிரதிஷ்டை செய்யப்பட்டுள்ளது.

கோவிலின் மேற்குபுறத்தில் 27 நட்சத்திரங்களை குறிக்கும் வகையில் லிங்க வடிவில் 27 நட்சத்திர லிங்கங்கள் வாராஹி மண்டபத்தின் இருபுறமும் அமைக்கப்பட்டுள்ளது. மண்டபத்தின் குபேர மூலையில் விநாயகர் சாட்சியாகத் திகழ, வாயுமூலையில் கிழக்கு நோக்கி ஏழுமலையான் என்று அழைக்கப்படும் வேங்கடநாதன் பூர்ண அலங்காரத்தில் தரிசனமளிக்கிறார். வடகிழக்கு திசையில் மேற்கு நோக்கி மூன்றரை அடி உயரத்தில் கம்பீரமாக ஆதிவாராஹி அமர்ந்துள்ளாள்.

பூமிக்கு அதிபதியான செவ்வாய் கிரகத்தின் அதிதேவதை வாராஹி. எனவே இந்த அன்னையை தரிசிக்க விவசாயத்தில் விளைச்சல் பெருகும். வாராஹியின் எண்கரங்களுக்குள் ஒன்றில் ஏர்கலப்பையை தாங்கி நிற்பதால் விவசாயிகளுக்கு விளைச்சல் பெருகும். வாராஹியை பூஜித்தால் பருவமழை காலத்தில் பெய்து நீர்நிலைகளில் நீர் வற்றாமல் இருக்கும். தன்னுடைய கரத்தில் உலக்கையை தாங்கிநிற்பதால் இவளை வணங்குபவர்களுக்கு எதிரியின் பயம் நீங்கும். தண்டினி என்ற பெயரை தாங்கி நிற்பதால் வாராஹி திருக்கோவிலுக்கு வருகிறவர்களின் எதிரிகளை தண்டிப்பாள். வலது காலை ஊன்றி இடது காலை மடித்து அமர்ந்திருப்பதால் இவளை தரிசித்தவர்களின் கோரிக்கைகளை நிறைவேற்ற அன்னை உடனே ஓடோடி வருவாள். அன்னையின் கரத்தில் இருக்கும் சங்கை தரிசிப்பதால் மனதிலுள்ள பயம் நீங்கும். சக்கரத்தை தரிசிப்பதால் நவகிரகங்களால் ஏற்படும் தொல்லைகள் நீங்கும். அமாவாசையன்று வாராஹி உன்மத்த வாராஹியாக சிவனை நோக்கி தவமிருப்பதால் அன்று வாராஹியை தரிசிக்கும் மனவளர்ச்சி குன்றிய குழந்தைகள் எல்லா குழந்தைகளையும் போல முழுமையான வளர்ச்சி பெற்று திகழ்வார்கள். வாராஹியை தரிசிப்பதால் ஏவல், பில்லி, சூன்யம் போன்றவை உடனே நீங்கும். வாராஹியை தரிசிப்பதால் தீய சக்திகள் நம்மை அண்டாது. பௌர்ணமியன்று மாலை வாராஹியை தரிசிப்பதால் குழந்தை செல்வம் இல்லாதவர்களுக்கு மகப்பேறு கிட்டும். செவ்வாய்க்கிழமையன்று செவ்வரளி மாலை சூட்டி வாராஹியை வழிபட்டால் பெண்களின் மாதவிலக்கு சம்பந்தப்பட்ட நோய்கள் தீரும். பஞ்சமியன்று வாராஹியை வழிபட்டால் திருமணமாகாத ஆண்/பெண் இருபாலாருக்கும் திருமணத் தடை நீங்கி முறையே நல்ல வாழ்க்கைத் துணை அமையும். அன்று ஆலயத்தில் படி பூஜை விசேஷமாக நடைபெறுகிறது. வளர்பிறை அஷ்டமியன்று வாராஹியை வழிபடும் படிக்கும் குழந்தைகளுக்கு நல்ல கல்வியறிவு கிடைக்கும். பிரதோஷ காலத்தில் அன்னையை வழிபட்டால், குடுப்பத்தில் ஏற்பட்ட குழப்பங்கள் நீங்கி மகிழ்ச்சி பெருகும். தேய்பிறை அஷ்டமியன்று அன்னையை வழிபட்டால் உடலில்

ஏற்படுகின்ற தோல் சம்பந்தமான குறைகள் நீங்கி ஆரோக்கியம் பெருகும். வளர்பிறை/தேய்பிறை ஏகாதசிகளில் அன்னையை வழிபட்டால், வீடு மனை சம்பந்தப்பட்ட பிரச்சனைகள் நீங்கி மன அமைதி பெறுவர். வியாழக்கிழமைகளில் ரோஜாமலர் அணிவித்து அன்னையை வழிபட்டால் செல்வம் பெருகும். அன்னை வாராஹி மஹாலக்ஷ்மியின் படைத்தலைவி என்பதால் ஞாயிற்றுக்கிழமைகளில் ராகுகால நேரத்தில் வழிபடுபவர்க்கு உகந்த செல்வச்செழிப்பு உண்டாகும்.

பௌர்ணமி/அமாவாசை நாட்களில் குருவின் உத்தரவு பெற்று மஞ்சள் ஆடையணிந்து கழுத்தில் மாலை அணிந்து 18 நாட்கள் விரதம் மேற்கொண்டபின், அடுத்து வருகின்ற பஞ்சமியன்று மாலை ஒன்பது படிகள் ஏறி வாராஹியை தரிசித்து மாலை அணிகின்ற நாளில் குருவால் ஆசிர்வதித்து கொடுக்கப்பட்ட மஞ்சள்தூளை ஆதிவாராஹிக்கு அபிஷேகம் செய்வதால் திருமணத் தடை உள்ளவர்கள் தடை நீங்கி திருமணம் நடைபெறும். கல்வியில் தடை ஏற்பட்ட குழந்தைகள் விரதமிருந்து படியேறினால் கல்வித் தடை நீங்கி தேர்வில் வெற்றி பெறுவர். மருத்துவர்களின் அறிவுக்கு எட்டாத தீராத நோய்கள் இந்த விரதத்தாலும், மஞ்சள் பொடி அபிஷேகத்தாலும் தீரும். நவகிரகங்களால் ஏற்படும் பிரச்சனைகள் தீர்ந்து மனம் அமைதி பெறும். முன்வினைப் பயனால் ஏற்பட்ட கஷ்டம் நீங்கி வாழ்க்கையில் மகிழ்ச்சி பெருகும். குழந்தை பாக்கியம் இல்லாதவர்கள், தம்பதியாய் விரதமிருந்து மஞ்சள் அபிஷேகம் செய்தால் மகப்பேறு கிட்டும். நீண்ட காலங்களாய் இழுபறியாய் இருக்கும் வழக்குகளில் வெற்றி கிடைக்கும்.

ஆலயம் காலை 7.30 மணிக்கு கணபதி ஹோமத்துடன் நடை திறக்கப்பட்டு 11.30 மணி வரையிலும் மாலை 4.30 மணி அளவில் நடை திறக்கப்பட்டு இரவு 7.00 மணிக்கு மங்கள ஆராத்தியுடன் திருக்காப்பு இடப்படுகிறது. வந்து தரிசிக்கும் பக்தர்கள் வாழ்வை வளமாக்கும் வாராஹி தேவியை தரிசித்து பேறுகள் பெறுவோம்.

இந்தக் கோவில் காஞ்சீபுரம் மாவட்டம் வேடந்தாங்கல் சித்தாத்தூரிலுள்ள கிரிசக்ரபுரத்தில் அமைந்துள்ளது. சென்னை-மதுராந்தகம் ஜி.எஸ்.டி ரோடில் படாளம் கூட் ரோடு திரும்பி திருமலைவையாவூர் வழியாக 12 கிலோமீட்டர் தொலைவில் வேடந்தாங்கலிலிருந்து அரை கிலோமீட்டர் தொலைவில் அமைந்துள்ளது.

சபாபதிக்கு வேறு தெய்வம் சமானமாகுமா!

பஞ்சபூதத் தலங்களில் ஆகாயத்தலம். தரிசிக்க முக்தி தரும் தலம். ஈசனின் பஞ்ச சபைகளில் பொற்சபையாக விளங்கும் தலம். ஆறு ஆதாரத் தலங்களில் இருதய தலமாக விளங்கும் தலம். அம்பிகை இச்சாசக்தி, ஞானசக்தி, கிரியாசக்தியாக்க் காட்சி தரும் தலம். நடு இரவுக்குப் பின் அனைத்து லிங்கங்களின் சக்தியும் வந்து சேரும் திருமூலட்டானத் தலம். சைவர்களுக்கு கோவில் என்று அறியப்படும் தலம். இறைவன் கனகசபை - சபாநாயகர், திருமூலட்டானம் - திருமூலநாதர் பொன்ற திருப்பெயர்களிலும், இறைவி பெயர் சிவகாமி, திருமூலட்டானம் - உமையம்மை எனும்பெயர்களிலும் திருவருட்பாலிக்கும் திருத்தலம்.

இத்தகைய பெருமைகளைப் பெற்றிருக்கும் தலம் தான் சிதம்பரம். இந்த சிதம்பரம் கோவில் 40 ஏக்கர் நிலப்பரப்பில் பிரம்மாண்டமாக அமைந்துள்ளது. கருங்கற்களால் கட்டப்பட்ட மதிற்சுவர்களுடனும், விண்ணை முட்டும் நான்கு இராஜ கோபுரங்களுடனும் நன்கு அமைந்திருக்கிறது. கோவில் கோபுரத்து மாடங்களில் எண்ணற்ற முனிவர்கள், தேவர்கள் சிறபங்கள் காணப்படுகின்றன. கிழக்கு மேற்குக் கோபுரங்களில் 108 நடன பாவங்களையும் அறிவிக்கும் சிறபங்கள் அழகிய முறையில் அமைக்கப்பட்டுள்ளன. சமயக்குரவர் என்று போற்றப்படும் அப்பர், சம்பந்தர், சுந்தரர் மற்றும் மாணிக்கவாசகர் ஆகிய நால்வரும் ஒவ்வொரு வாயில் வழியாக தில்லை சிதம்பரம் கோவிலுக்குள் எழுந்தருளினர் என்று வரலாறு கூறுகிறது. மேற்குக்கோபுர வாயில் வழியாக திருநாவுக்கரசரும், தெற்குக் கோபுர வாயில் வழியாக திருஞானசம்பந்தரும், வடக்கு

கோபுர வாயில் வழியாக சுந்தரரும், கிழக்குக் கோபுர வாயில் வழியாக மாணிக்கவாசகரும் வந்து தில்லைச் சிற்றம்பலத்திலுள்ள சிவபெருமானை வழிபட்டுள்ளனர்.

தில்லைசிதம்பரத்தில்திருமூலட்டானத்தில்எழுந்தருளியிருக்கும் இறைவன் திருப்பெயர் மூலட்டானேஸ்வரர் (திருமூலநாதர்). அர்த்தசாம வழிபாடு முடிந்தவுடன் எல்லக் கோவில்களிலுமுள்ள சிவகலைகள் அனைத்தும் இந்த மூலத்தான லிங்கத்தில் ஒடுங்குவதால் இந்த பெயர் அமைந்தது. திருமூலட்டானத்தில் எழுந்தருளியிருக்கும் இறைவி திருப்பெயர் உமையம்மை.

நடராஜப் பெருமானுக்கு உள்ள திருச்சபைகள் ஐந்தில் சிதம்பரம் தலம் கனகசபையாகும். மற்றவை 1) திருவாலங்காடு - இரத்தினசபை, 2) மதுரை - வெள்ளிசபை, 3) திருநெல்வேலி - தாமிரசபை, 4) திருக்குற்றாலம் - சித்திரசபை.

இவையன்றி தில்லை சிதம்பரத்தில் உள்ள நடராஜப் பெருமானுக்கு இக்கோவிலேயே ஐந்து சபைகள் இருக்கின்றன. அவை முறையே சிற்சபை (சிற்றம்பலம்), 2) கனகசபை, 3) இராசசபை, 4) தேவசபை, 5) நிருத்தசபை ஆகியவையாகும்.

சிற்சபை (சிற்றம்பலம்) நடராஜப் பெருமான் திருநடனம் புரிந்தருளும் இடமாகும். முதலாம் ஆதித்த சோழனுடைய மகன் முதல் பராந்தக சோழன் இச்சிற்றம்பலத்திற்கு பொன் வேய்ந்தான் என்று திருவாலங்காட்டுச் செப்பேடுகளும் "லெய்டன்" நகரப் பெரிய செப்பேடுகளும் கூறுகின்றன.

கனகசபை (பொன்னம்பலம்) சிற்றம்பலத்திற்கு முன் அமைந்துள்ளது. இங்கு ஸ்படிக லிங்கத்திற்கு நாள்தோறும் ஆறுகால பூஜை நடைபெறுகிறது. இப்பொன்னம்பலத்தின் முகட்டை, முதலாம் ஆதித்த சோழன், கொங்கு நாட்டிலிருந்து கொண்டுவந்து உயர்ந்த மாற்றுடைய பொன்னால் வேய்ந்தான் என்று தெய்வச் சேக்கிழார் "இடங்கழி நாயனார்" வரலாற்றில் கூறுகின்றார். தில்லைக்கோயில் கல்வெட்டுப்பாடலொன்று சிறந்த சிவபக்தனும், படைத்தலைவனுமான மணவில் கூத்தனான காளிங்கராயன் என்பவன் இப்பொன்னம்பலத்தைப் பொன்னால் வேய்ந்தான் என்று கூறுகின்றது. சிதம்பரம் நடராஜர் கோவிலின் விமானத்தின் கூரையில், 21 ஆயிரம் பொன் ஓடுகளை, 72 ஆயிரம் பொன் ஆணிகளால் அடித்துப் பொருத்தியிருக்கின்றனர். நாம் தினம், 21 ஆயிரம் தடவை மூச்சு விடுவதாகவும், நம்முடைய உடம்பில், 72 ஆயிரம் நரம்புகள் இருப்பதையும் குறிக்கவே அப்படிச் செய்திருக்கின்றனர் என்று சொல்லப்படுகிறது.

இராசசபை என்பது ஆயிரங்கால் மண்டபம். ஆண்டுதோறும் ஆனி, மார்கழி மாதங்களில் நடைபெறும் ஒன்பதாம் நாள் திருவிழாக்களில் நடராஜப் பெருமான் இரவில் இம்மண்டபத்தில்

எழுந்தருளி மறுநாள் காலை பக்தர்களுக்கு தரிசனம் தருவார்.

தேவசபை பேரம்பலம் என்று அழைக்கப்படுகிறது. இதன் விமானம் செம்பினால் செய்யப்பட்டுள்ளது.

நிருத்தசபை நடராஜப் பெருமானின் கொடிமரத்திற்குத் தென்புறம் மிகவும் அற்புதமான வேலைப்பாடுகளுடன் அமைந்துள்ளது. ஊர்த்துவ பெருமானின் திருமேனி இங்கு உள்ளது.

மூன்றாம் பிரகாரத்தில் சிவகங்கை திருக்குளத்திற்கு மேற்கே அம்பிகை சிவகாமசுந்தரியின் சந்நிதி ஒரு தனிக்கோவிலாக பிரகாரத்துடன் அமைந்து விளங்குகிறது. கோவிலின் வடமேற்குத் திசையில் அம்பிகை சிவகாமசுந்தரி கோவிலை ஒட்டியும், வடக்கு கோபுரத்தை ஒட்டியும் முருகன் கோவில் அமைந்து விளங்குகிறது. ஆறுமுகப் பெருமான் வள்ளி தெய்வயானை இருபக்கமும் நிற்க மயிலின் மீது எழுந்தருளி காட்சி தருகிறார். முருகனின் திரு உருவம் ஒரே கல்லினால் அமைந்ததாகும்.

சிதம்பர ரகசியம்: சிதம்பர ரகசியம் என்பது சிதம்பரத்தில் மிக முக்கியமானதாகும். சிற்சபையில் சபாநாயகரின் வலது பக்கத்தில் உள்ளது ஒரு சிறுவாயில். இதில் உள்ள திரை அகற்றப்படும்போது கற்பூர ஆரத்தி காட்டப்பெறும். இதனுள்ளே திருவுருவம் ஏதும் இல்லை. தங்கத்தாலான வில்வ தள மாலை ஒன்று சுவரில் தொங்கவிடப்பட்டுக் காட்சி அளிக்கும். மூர்த்தி ஏதும் இல்லாமலேயே வில்வதள மாலை தொங்கும். இதன் ரகசியம், இறைவன் இங்கு ஆகாய உருவில் இருக்கின்றார் என்பதை உணர்த்துவதேயாகும். அகண்ட பெருவெளியில் நிறைந்திருக்கும் இறைவனை வெறும் வெளியையே காட்டி இங்கு வழிபட வகை செய்யப்பட்டுள்ளது. இதுவேதான் சிதம்பர ரகசியம் என அனைவராலும் போற்றி வழிபாடு செய்யப்படுகின்றது. மூர்த்தி, தலம், தீர்த்தம் இவற்றுக்கு ஒரு மிகச் சிறந்த தலம் சிதம்பரம் என்ற தில்லையாகும்.

திருவெண்காடு தலமே ஆதிசிதம்பரம் என்றும்; சிதம்பரம் சிற்சபையில் காணும் நடராஜப்பெருமானின் திருமேனி ராஜராஜன் காலத்தில்தான் தோற்றுவிக்கப்பட்டது என்றும், அதன் பின்னரே தமிழ்நாட்டில் அனைத்துச் சிவாலயங்களிலும் நடராஜர் திருமேனி அமைக்கப்பட்டு வழிபாட்டில் சிறப்புடன் விளங்குவதாகவும் சிலர் கூறுவர். சிதம்பரத்தில் நடராஜப்பெருமானுக்கு மார்கழி மாதம் திருவாதிரை நட்சத்திரத்தில் நிகழும் ஆருத்ரா தரிசனமும், ஆனிமாதம் உத்திர நட்சத்திரத்தில் நடக்கும் விழாவும் இங்கு நடக்கும் இரு சிறப்பு வாய்ந்த பெரும் விழாக்களாகும்.

சைவ, வைணவ சமய ஒற்றுமைக்கு சிதம்பரம் கோவில் ஒரு எடுத்துக்காட்டாக திகழ்கிறது. 108 வைணவ திவ்யதேசங்களில் ஒன்றான திருசித்திரக்கூடம் என்று அழைக்கப்படும் கோவிந்தராஜப்

பெருமாள் கோவில் தில்லை சிதம்பரம் கோவிலின் உள்ளே அமைந்திருக்கிறது. நடராஜப் பெருமானின் சந்நிதிக்கு நேர் எதிரே நின்றுகொண்டு நடராஜரை தரிசனம் செய்தபிறகு இடதுபுறம் திரும்பி நின்றால் கோவிந்தராஜப் பெருமாள் சந்நிதியைக் காணலாம். இரண்டு சந்நிதிகளும் அருகருகே அமைந்திருப்பது தில்லைக் கோவிலின் சிறப்பாகும்.

இவ்வாலயம் தினந்தோறும் காலை 6 மணி முதல் பகல் 12 மணி வரையிலும், மாலை 5 மணி முதல் இரவு 10 மணி வரையிலும் திறந்திருக்கும்.

சென்னையிலிருந்து ரயில் மற்றும் சாலை மார்க்கமாக சிதம்பரம் சென்று அடையலாம். சென்னையிலிருந்து சுமார் 240 கி.மி. தொலைவில் சிதம்பரம் இருக்கிறது.

திருவல்லா திருவாழ்மார்பன்

திருவல்லா நகரிலிருந்து 2 கி.மீ. தொலைவில் உள்ளது இக்கோயில். இத் தலம் எத்தனை ஆண்டுகளுக்கு முன்பு கட்டப்பட்டது என்பது குறித்த குறிப்புகள் எதுவும் இல்லை. 108 திவ்ய தேசங்களில் இதுவும் ஒன்று. ஆழ்வார்களால் பாடப்பட்ட தலம் என்ற பெருமையும் இத்தலத்திற்கு உண்டு. இரண்டு கொடிமரங்களுடன் அழகுற கட்டப் பட்டுள்ளது இக்கோயில்.

கேரளத்திற்கே உரிய கட்டடக்கலை அமைப்புடன் வட்ட வடிவிலான மூலஸ்தானத்தின் பின்புறம் செல்வத் திருக்கொழுந்து நாச்சியார் வீற்றிருக்கிறார். கோயிலின் வெளிப்பிராகாரத்தில் சாஸ்தா அழகு தரிசனம் தருகிறார். மூலவரின் நேர் எதிரில் 50 அடி உயர கல்தூணில் கருடாழ்வாரைக் காணலாம். இக்கோயிலில் கருடாழ்வாருக்குத் தனிச் சிறப்பு உண்டு. வழக்கமாக, பெருமாள் கோயில்களில் பெருமாளுக்கு எதிராக தனி சந்நதியில்தான் அவர் வீற்றிருப்பது வழக்கம். ஆனால், இத்தலத்தில் சுமார் 50 அடி உயரமுள்ள கல்தூணில், பறக்கும் நிலையில் தங்கக் கலசமேந்தி வீற்றிருக்கிறார். பூவுலக வாழ்வில் நிறைவு கண்டு வைகுந்தவாசனுடன் ஐக்கியமாக ஏங்கிக் காத்திருக்கும் பக்தர்களை, இவர்தான் தன் மீது அவர்களை சுமந்து வைகுந்தத்திற்கு அழைத்துச் செல்கிறார் என்பது இத்தலத்தின் ஐதிகம்.

பலநூற்றாண்டுகளுக்கு முன் இப்பகுதியில் உள்ள சங்கரமங்கலம் என்ற கிராமத்தில் சங்கரத்தம்மாள் என்று ஓர் அம்மையார் இருந்தார். அவர் ஒவ்வொரு மாதமும் ஏகாதசி விரதமிருந்து இந்தக் கோயிலுக்கு வருவார். மறுநாள் துவாதசியன்று இக்கோயிலைச்

சுற்றியுள்ள இடங்களில் இருக்கும் பக்தர்களுக்கு அன்னதானம் வழங்குவார். இவர் கோயிலுக்குச் செல்லும் வழியில் தோலாகாகரன் என்ற அரக்கன் இவருக்கு அடிக்கடி துன்பம் செய்து வந்தான். இதை பெருமாளிடம் சங்கரத்தம்மாள் முறையிட்டார். அடுத்த ஏகாதசியன்று சங்கரத்தம்மாள் கோயிலுக்கு வரும் வழியில் ஒரு பிரம்மச்சாரி இளைஞர் அந்த அரக்கனுடன் சண்டையிடுவதைக் கண்டார். சற்று நேரத்தில் சண்டை நின்றது. அரக்கன் அந்த இடத்தை விட்டு ஓடிவிட்டான். தன்னை காப்பாற்றுவதற்காக அரக்கனுடன் சண்டையிட்ட இளைஞனுக்கு நன்றி சொல்ல சங்கரத்தம்மாள் தேடிய போது அந்த இளைஞனை காணவில்லை.

நன்றி சொல்ல வாய்ப்பில்லாமல் போய்விட்டதே என்ற கலக்கத்துடனே கோயிலுக்கு வந்த சங்கரத்தம்மாளுக்கு ஒரு இன்ப அதிர்ச்சி காத்திருந்தது. கோயிலில் பெருமாளே அந்த இளைஞனின் கோலத்தில் அருள் பாலித்துக் கொண்டிருந்தார். பெருமாள்தான் தன்னை காக்க இளைஞன் வடிவில் வந்தார் என்பதை அறிந்த சங்கரத்தம்மாள் ஆனந்தக் கண்ணீர் சிந்தினார்.

பொதுவாக பிரம்மச்சாரி இளைஞர்கள் அங்கவஸ்திரம் அணிவதில்லை. அதே போல் இத்தலத்தில் உள்ள பெருமாளும் அங்கவஸ்திரம் இல்லாமல் வெற்று மார்புடனே காட்சியளிக்கிறார். அவரது மார்பில் லட்சுமி நிரந்தரமாக குடியிருப்பதால், 'திருவாழ்மார்பன்' என்ற பெயர் அவருக்கு வழங்கலாயிற்று. பொதுவாக பெருமாள் கோயில்களில் திருவடி தரிசனமே முக்கியமாகக் கருதப்படும். ஆனால், இத்தலத்தில் பெருமாளின் திருமார்பு தரிசனமே பிரதானமாக விளங்குகிறது.

சங்கரத்தம்மாள் ஒருமுறை பிரம்மச்சாரி இளைஞர்களுக்கு அன்னதானம் செய்து கொண்டிருந்தார். அப்போது இறைவனும் ஒரு பிரம்மச்சாரி வடிவில் அங்கு வந்தார். மற்றவர்களை போல் வரிசையில் நின்று அன்னதானம் பெற்றார். அப்போது அவர், தன் விரதம் முடிந்தபின் சாப்பிடுவதற்காக சங்கரத்தம்மாள் வைத்திருந்த உப்பு மாங்காயைத் தருமாறு கேட்டாராம். உடனே, சங்கரத்தம்மாள் அதை பாக்குமர இலையில் வைத்து அந்த இளைஞருக்கு கொடுத்தார். அன்று முதல் இக்கோயிலில் பாக்கு இலையில் சாதமும், உப்பு மாங்காயும் நைவேத்யமாக படைக்கப்படுகிறது. கடந்த சில ஆண்டுகளாக கோயிலில் தினமும் பக்தர்களுக்கு மாங்காய் ஊறுகாயோடு அன்னதானம் வழங்கப்படுகிறது.

பல நூற்றாண்டுகளாக இந்த ஆலயத்தில் வழிபாடு செய்ய பெண்களுக்கு அனுமதி அளிக்கப்படாமல் இருந்தது. மார்கழி மாத திருவாதிரை மற்றும் சித்திரை முதல் தேதி ஆகிய இரு நாட்களில் மட்டுமே பெண்கள் வழிபட அனுமதிக்கப்பட்டனர்.

வெகுகாலத்திற்குப் பின்னரே ஆண்களை போல எல்லா நாட்களும் பெண்களும் வழிபட அனுமதிக்கப்படுகிறார்களாம்.

பொதுவாக ஒரு கோயிலில் ஒரு கொடிமரம்தான் இருக்கும். ஆனால், இங்கு கோயிலுக்குள் ஒன்று, கோயிலின் வெளியில் ஒன்று என இரண்டு கொடிமரங்கள் இருக்கின்றன. திருவிழாவின் போது இரண்டு கொடிமரங்களிலும் கொடியேற்றப்படுகிறது. அந்த வழியே செல்லும் வெளியூர்வாசிகளுக்கு கோயிலில் திருவிழா நடக்கிறது என்பதை அறிந்து கொள்ள வசதியாக இருக்கும் என்பதால்தான் கோயிலுக்கு வெளியே இருக்கும் கொடிமரத்தில் கொடியேற்றப்படுகிறது என்கிறார்கள் இவ்வூர் மக்கள். குழந்தை பாக்கியம் இல்லாதவர்கள் இக்கோயிலுக்கு வந்து கோயிலில் கதகளி நிகழ்ச்சியை நேர்ச்சையாக நடத்தி இறையருளால் மழலை பாக்கியம் பெறுகின்றனர்.

இக்கோயிலில் மாசி மாதம் பூர நட்சத்திர தினத்தில் ஆராட்டு விழா நடக்கிறது. பத்து நாட்கள் நடக்கும் இத்திருவிழா முடிந்த மறுநாள் கோயிலில் வெறும் அர்ச்சனை மட்டுமே நடக்கும். வேறு எந்த ஆராதனையும் நடக்காது. இதேபோல் சித்திரை வருடப்பிறப்பன்று விசேஷ வழிபாடுகள் நடக்கும்.

எங்கு? எப்படி?

இக்கோயில் பத்தனம்திட்டா மாவட்டத்தில், திருவல்லா என்ற ஊருக்கு அருகில் அமைந்துள்ளது. பத்தனம்திட்டா, கோட்டயம் ஆகிய நகரங்களிலிருந்தும் இங்கு வந்து செல்ல பஸ் வசதி உண்டு. ஸ்ரீவல்லப க்ஷேத்திரம் என்று சொன்னால்தான் அனைவருக்கும் தெரிகிறது. திருவல்லாவில் தங்குமிடம், உணவு வசதிகளுக்கு குறைவில்லை. காலை 4 முதல் பகல் 11.30; மாலை 5 முதல் இரவு 8 மணி வரையிலும் இக்கோயில் நடை திறந்திருக்கும்.

மதுராந்தகம் ஏரிக்கரை ராமர்

பண்டைய நாட்களில் மகிழ மரங்கள் நிறைந்திருந்த பகுதியாக இருந்ததால் இத்தலம் வகுளாரண்யதலம் என அழைக்கப்பட்டது. மதுராந்தக சதுர்வேதிமங்கலம், வைகுண்ட வர்த்தனம், திருமந்திர திருப்பதி போன்ற பெயர்களும் இத்தலத்திற்கு உண்டு. விபாண்டகர் எனும் முனிவர் பூஜித்து வந்த உற்சவர் கருணாகரப்பெருமாள் பூதேவி&நீளாதேவியுடனும், ராமச்சந்திர மூர்த்தி, சீதா&லட்சுமணருடனுமாக இரண்டு உற்சவ மூர்த்திகளாக இத்தலத்தில் அருள்கின்றனர். ராமர் சீதையைப் பிரிந்து இலங்கை செல்லுமுன் விபாண்டக முனிவர் ஆசிரமத்திற்கு வந்து அவருடன் இந்த கருணாகரப் பெருமாளை வணங்கிச் சென்றுள்ளார். இலங்கையிலிருந்து சீதையை மீட்டுக்கொண்டு வரும்போது ராமர் சீதையின் கைத்தலம் பற்றிய நிலையில் திருமணக் கோலத்தில் கருவறையில் காட்சி தரும் அற்புதத் தலம் இது. வடுவூர் ராமரைப் போலவே இந்த மதுராந்தகம் ராமரும் அதியற்புதத் திருமேனியராய் நெடிதுயர்ந்த திருக்கோலத்தில் தரிசனம் அளிக்கிறார். பெரிய நம்பிகள் இத்தலத்தின் மகிழமரத்தடியில்தான் ராமானுஜருக்கு வைணவ குலத்தின் பஞ்சசம்ஸ்காரங்களை செய்வித்தார். ஆச்சார்யரான பெரியநம்பிகளும், சிஷ்யரான ராமானுஜரும் இத்தலத்தில் ஒரே கருவறையில் அருள்கின்றனர். இந்த தலத்தில் மட்டுமே ராமானுஜர் காவியுடை உடுத்தாமல், இல்லறத்தவர் போல வெள்ளைநிற ஆடையுடன் தரிசனமளிக்கிறார். 1795&1798ல் செங்கல்பட்டு கலெக்டராக இருந்த கர்னல் லியோனல்

ப்ளேஸ் என்ற ஆங்கிலேயருக்கு பெருவெள்ளத்தின்போது மதுராந்தகம் ஏரியை உடையாவண்ணம் வில் அம்புடன் காத்து நின்ற திருக்கோலத்தில் ராமலட்சுமணர்கள் காட்சி தந்ததால் இத்தல ராமர் ஏரிகாத்த ராமர் என வணங்கப்படுகிறார். அதற்கு நன்றிக்கடனாக ஆலயத்தில் ஜனகவல்லித்தாயாரின் மண்டபத்தைக் கட்டித் தந்திருக்கிறார் அந்த ஆங்கிலேயர். மூலக்கருவறையின் முன் அநேக தூண்கள் கொண்ட, எப்போதும் குளிர்ந்த காற்று வீசிடும் மண்டபம் உள்ளது. மதுராந்தகம் ஏரியிலிருந்து திருக்கோயில் வழியாக திருக்குளத்திற்குச் செல்ல சுரங்கப்பாதை உள்ளது. வெளி பிராகாரத்தில் உள்ள நெடிதுயர்ந்த கொடிமரம் ஆலயத்தின் அழகிற்கு மேலும் அழகூட்டுகிறது. ஆலயத்தில் நுழைந்தவுடன் இடதுபுறம் வடக்குபார்த்த நிலையில் அருளும் சக்கரத்தாழ்வார் மிகுந்த வரப்ரசாதியாகத் திகழ்கிறார். மகிழ மரம் இந்த ஆலயத்தின் தல விருட்சம். ஆலயத்தில் விஷ்வக்சேனர், நரசிம்மர் போன்றோரின் அழகுச் சிலைகளோடு புராண, சரித்திர நிகழ்வுகளின் சாட்சிகளாக அநேக கல்வெட்டுக்களும் காணப்படுகின்றன. மூலக்கருவறை விமானம் புஷ்பக விமானம் என்று போற்றப்படுகிறது. ஆலய திருக்குளம் ராமதீர்த்தம் எனும் பெயருடன் ஆலய வாயிலில் அமைந்துள்ளது. இத்தலத்தில் அருளும் அனுமன் அகோபில மடத்தினரால் இங்கு பிரதிஷ்டை செய்யப்பட்டவர்.

மறைகாத்த மச்சாவதாரம்

(நாகலாபுரம்)

பகவான் நரசிம்மமாகத் தூணைப் பிளந்து தோன்றினான். வராகமாக ஆழ்கடலில் கர்ஜித்து பூமியை மூக்கின் மீது நிறுத்தி சுழற்றினான். வேறொரு யுகத்தில் பாற்கடலை கடையும்போது கூர்மமாக மலையைத் தாங்கினான். அங்கேயே தன்வந்திரியாக அமிர்தத்தை ஏந்தினான். வாமனனாக மூவுலகத்தையும் அளந்தான். தர்மத்தை அதர்மம் அழிக்கும்போது மீண்டும் தர்மத்தை நிலைநாட்டுகிறான். நான் உன்னைச் சேர்ந்தவன் என்று எங்கேனும் ஒரு பக்தன் சொல்லி துளசியை அவன் பாதார விந்தங்களில் போட்டுவிட்டால் பரம்பரையாக நின்று காப்பாற்றுகிறான்.

ஆனால், மச்சாவதாரமோ ஆச்சரியமாக உலகமே இல்லாத காலத்தில் நிகழ்ந்தது.

விஷ்ணுவின் முதல் அவதாரம் மச்ச அவதாரம். உலகின் முதல் உயிர் வாழ்க்கை நீரிலேயே உருவானதாக கூறுகிறது பரிணாம வளர்ச்சியில் உயிரினங்கள் முதன் முதலில் நீரில் தோன்றியது. அப்படியே தான் திருமாலின் முதல் அவதாரமான மச்ச வதாரம். பிரளய காலத்தில் மச்சஅவதாரம் எடுத்து திருமால் உலகைக் காப்பாற்றியதாகப் புராணங்கள் கூறுகின்றன.

சித்திரை மாத சுக்ல பட்சத்தில் த்ரயோதசி திதியில் ஹரியானவர் உலகத்தைக் காப்பதற்காக மீன்உருவம் எடுத்தார். ஒவ்வொரு சதுர்யுகம் முடிந்து, முதல் யுகமான கிருத யுகம் தோன்றும். பகவான், பல சதுர்யுகங்களில், பல முறை அவதாரம் எடுத்து உள்ளார். மகாவிஷ்ணுவை நோக்கி, சத்தியவிரதன் என்ற ராஜரிஷி

(அரச முனிவர்), நீரையே உணவாகக் கொண்டு தவம்செய்து கொண்டிருந்தார்.

அவர் பூஜைக்காக நதி நீரைக் கையில் அள்ளும்போது, கையில் ஒரு சிறு மீன் காணப்பட்டது. அந்த மீன் மகாவிஷ்ணுதான் என்பதை அறியாத முனிவர், மீனை மீண்டும் நீரில் விட முயலும்போது,மீன்,"மகரிஷியே, என்னை நீரில் விடாதீர்கள். பெரிய மீன்கள் என்னை இரையாக்கி விடும். என்னைக் காப்பாற்றுங்கள்" என்று வேண்டியது. அதன்படி முனிவர் அந்த மீனைத் தன் கமண்டலத்தில் போட, சிறிது நேரத்தில் அக்கமண்டலம் அளவுக்கு மீன் வளர்ந்து விட்டது. பிறகு, அதை ஒரு பெரிய பாத்திரத்தில் விட்டார். அதனுள்ளும் பெரிதாக வளர்ந்து விட்டது. பிறகு குளத்திலும், பெரிய ஏரியிலும் விட்டார். அது மிகப் பெரிதாக வளர்ந்து விடவே, இறுதியில், சமுத்திரத்தில் கொண்டுபோய்விட முயலும்போது,"

மகரிஷியே இந்தச் சமுத்திரத்தில் பெரிய திமிங்கலம் இருக்குமே. அது என்னைத் தின்றுவிடுமே " என்று கேட்டது. அந்த மீன் மகாவிஷ்ணுதான் என்பதை உணர்ந்துகொண்ட முனிவர், அவரிடம், "தாங்கள் இந்த உருவம் பெற்றமைக்கும், என்னிடம் வந்ததற்கும் காரணம் என்ன?" என்று கேட்டார்.

"மகரிஷியே, பிரம்மன் உறக்கத்தில் இருக்கிறார். ஏழாவது நாளில் சகல லோகங்களும் பிரளயம் ஏற்பட்டு மூழ்கப்போகின்றன. அச்சமயம் பெரிய ஓடம் ஒன்று இங்கே வரும். அதில், சப்த ரிஷிகளோடு நீங்களும், மூலிகை வித்துக்களையும் ஓடத்தில் ஏற்றிக்கொண்டு, பிரளய வெள்ளத்தில் சஞ்சரிப்பீர்கள். அப்போது, பிரம்மனின் உறக்கம் முடியும்வரை மச்ச உருவில் ஓடம் கவிழ்ந்து விடாதவாறு உங்களைக் காப்பாற்றி வருவேன்" என்று கூறிவிட்டு மறைந்தார். அதன்பின்னர், மச்ச உருவில் தோன்றிய மகாவிஷ்ணுவை நோக்கி, சத்திய விரதன் தியானம்செய்து கொண்டிருந்தார். ஏழாவது நாளில், பெரிய பிரளயம் (மிகப் பெரிய வெள்ளம்) ஏற்பட, பெரியதோர் ஓடம் அங்கே வந்தது. மகாவிஷ்ணு கூறியவாறே, சப்த ரிஷிகளோடு மூலிகை வித்துக்களையும் அந்த ஓடத்தில் ஏற்றிக்கொண்டு செல்லும்போது, வாயுவால் ஓடம் அலைக்கழிக்கப்பட்டது. மச்சமூர்த்தி, தோன்றிப் படகைத் தன் கொம்புடன் சேர்த்து ஒரு பாம்பால் இறுகக் கட்டி ஓடம் கவிழ்ந்து விடாதவாறு இழுத்துச் சென்றார். பிறகு, மகாவிஷ்ணு மகரிஷிக்கு மச்சபுராணத்தை உபதேசித்தார்.

அது பிரளய காலம். ஆழிப் பேரலைகள் வானம் முட்டி எழுந்தது. அண்ட சராசரத்தையும் தன் மூலத்தோடு ஒடுக்கி, அனைத்தையும் நீரால் கரைத்து நீரையும் தனக்குள் கரைத்து விஷ்ணு யோக நித்திரையில் லயிப்பார். பிரபஞ்ச நாடகத்தை நிறுத்தி யுகத்தை

முடிவுக்குக் கொண்டு வருவார். பிரம்மா தன் நான்கு சிரசுகளாய் விளங்கும் வேத அதிர்வுகளை மெல்ல வருடி தானும் அவருக்குள் சங்கமமாவார். அடுத்த பிரபஞ்சப் படைப்பில் எல்லாவற்றையும் பரவ விடுவார். பிரளயத்தால் எண்திசைகளும், தேசங்களும், காலமும் மறைந்து வெறும் பெருவெளியாகி நிற்கும். இதற்குப் பிறகு ஸ்ரீமன் நாராயணன் எப்போது யோக நித்திரையிலிருந்து விழித்து பிரபஞ்சம் உருவாக வேண்டுமென நினைக்கிறாரோ அப்போது பிரம்மா தோன்றுவார். மீண்டும் வேதங்கள் பிரம்மாவிடம் அளிக்கப்படும். அதைக் கொண்டு சிருஷ்டி தொடங்கும்.

எப்போதும், எல்லா நேரமும் தேவர்களை விட அசுரர்கள் தெய்வமே ஆனாலும் அழிப்பதற்கு துணிகின்றனர். தன்னை ஆள இவன் யார் என்ற அகங்காரம் தெய்வத்திடமே அவர்களுக்கு தோன்றுவதுண்டு. அப்படி அகங்காரமாக நினைத்த ஹயக்ரீவன் பிரபஞ்சம் முழுதும் பிரளய நீரினால் சூழப்பட்டு இருப்பதைக் கண்டான். நம்மை இதுவொன்றும் செய்யவில்லையே என ஆச்சரியமாகப் பார்த்தான். இனி நாம்தான் எல்லாவற்றையும் ஆள வேண்டுமோ என்று சிரித்துக்கொண்டனர். எங்கே அந்த மகாவிஷ்ணு. யார் அந்த பிரம்மன் உலகத்தை படைப்பது. வேதங்கள் பிரம்மாவிடம் இருந்தால் என்ன, என்னிடம் இருந்தால் என்ன. வேதங்களை வைத்துக்கொண்டு நானே படைத்துக் கொள்கிறேன். முதலில் அந்த மகாவிஷ்ணுவை பார்த்து வரலாம் வா என்று இரு அசுரர்களும் தமது மாய சக்தியினால் பிரளய நீரை கிழித்துக் கொண்டு வைகுந்தம் வந்தனர்.

வேதத்தின் அருமையை அசுரர் கூட அறிந்திருக்கின்றனர். ஏன் தெரியுமா. வேதமே பகவானின் சொரூபம். இறைவன் இருக்கிறான் என்று வேதம்தான் முதலில் சொன்னது. நேரே இருப்பதை பார்த்து தெரிந்துகொள்ள கண்கள் போதுமே? இப்போது வாழும் பிரபஞ்சத்திலுள்ள, மறைக்கப்பட்டிருக்கும் சக்திகளை தெரிந்து கொள்ள வேதத்தைதான் நாட வேண்டும். மறைந்திருக்கும் விஷயங்களையும், எது நம்மை மறைக்கிறது என்று வேதங்கள்தான் கூறுகின்றன. அதனால்தான் வேதத்திற்கு 'மறை' என்று பெயர். பகவானின் சுவாசமே வேதங்கள்தான். வேதங்களால் சொல்லப்பட்டதை சூட்சுமமாகவும், ஸ்தூலமாகவும் பகவான் படைக்கிறான். வேதத்தை 'அபௌருஷேயம்' என்றும் 'அநாதி' என்றும் ரிஷிகள் சொல்கிறார்கள். 'அபௌருஷேயம்' என்றால் ஒரு புருஷனால், தனி மனுஷனால் செய்யப்படாதது என்று பொருள். 'அநாதி' என்றால் எப்போது தோன்றியது என்ற காலம் வரையறுக்கப்படவில்லை என்று பொருள். வேத சப்தங்கள் அண்டத்தில் கூட்டம் கூட்டமாக இருப்பதை பார்த்து, கிரகித்து எழுதினார்கள். அந்த ரிஷிகள் நாங்கள் இயற்றவில்லை. மந்திரத்தை

பார்த்தோம் என்றார்கள். அப்படிப்பட்ட வேதங்களை ஹயகிரீவன் எனும் அரக்கன் கவர்ந்து படைப்புத் தொழிலை நாம் செய்து கொள்ளலாம் என கணக்கிட்டான்.

வைகுந்தத்தின் வாயிலை அடைந்தான். ஆயிரம் தலைகளையுடைய ஆதிசேஷன் நான்கு திசைகளிலும் பார்த்துக் கொண்டிருந்தார். அதன் மூச்சுக்காற்றின் அதிர்வைக் கூட தாங்க முடியாது பின் தங்கினர். ஆனால், அசுரனே ஆனாலும் வைகுந்தத்திற்குள் வந்து மகாவிஷ்ணுவை பார்த்து விட்டான். இந்த பாக்கியம் யாருக்குக் கிடைக்கும். அவர்கள் வெகு தூரத்திலிருந்து மகாவிஷ்ணுவின் நாபியிலிருந்து சென்ற கொடியின் உச்சியில் பிரம்மா இருப்பதைக் கண்டான். பிரம்மனின் கைகளில் வேதங்கள் இருந்ததைப் பார்த்தான். எப்படியேனும் அதைக் கவர்ந்து விட வேண்டுமென வெகு உயரத்தில் பறந்தான். அந்தரத்தில் மிதந்தபடி பிரம்மனிடமிருந்து சகல உலகினுடைய சிருஷ்டியின் ஆதாரமான வேதங்களை பறித்தான். பிரம்மா அதிர்ந்தார். இனி எப்படி நான் எல்லாவற்றையும் சிருஷ்டிப்பேன் என்று கலங்கி நின்றார். யோக நித்திரையில் கிடக்கும் எம்பெருமானின் பாதம் பற்றிச் சொன்னார்.

குதிரை முகம் கொண்ட சோமுகாசுரன் (ஹயக்ரீவன்) என்னும் அரக்கன் தன் யோக சித்தியினால்,வேதங்களைக் களவாடிக் கடலுக்குள் புகுந்து, ஒளித்து மறைத்துவிட்டான். அடுத்து சிருஷ்டித் தொழில் செய்ய வேண்டும். அப்போதுதான் வேதங்கள் காணாமல் போனது பிரம்மனுக்குத் தெரிந்தது.

ஸ்ரீமன் நாராயணன் விழித்தார். பிரம்மனை நோக்கினார். அப்போது பேரற்புதமான அந்த அவதாரம் அங்கு நிகழ்ந்தது. மச்சம் எனும் மீன் உருவத்தை எடுத்தார். அதன் பெரிய உருவம் பார்த்து பிரம்மாவே பயந்தார். அதன் வாலின் அசைவு பிரளய நீரையே கலைத்தது. அதன் திருவாயினின்று காப்பேன் என்பது போன்று பேரொலி எழுந்தது. பிரம்மாவே அந்த திவ்ய வடிவத்தை பார்த்துக் கொண்டிருக்கும்போதே இதென்ன விசித்திர மீன் என்று ஆத்திரத்தோடு அதை நோக்கித் திரும்பினான். அந்த மச்சத்தின் உடலில் தோன்றிய ஒளியும், வசீகரமும் பார்த்து வியக்காமல் இருக்க முடியவில்லை. ஆனாலும், இதை அழிக்க வேண்டுமென வெறியோடு அருகே வந்தனர். ஆனால், வெகு சுலபமாக மச்சாவதாரமெடுத்த பகவான் அழித்தார். வேதங்களை மீட்டார். பிரம்மாவிடம் அளித்து சிருஷ்டியின்போது வெளிப்படுத்து என்று அருளினார். வேதங்களின் அருமையை புரிந்து அதைக் கவர்ந்த அசுரன் எம்பெருமானோடு கலந்தனர்.

எம்பெருமான் இதுபோன்று வேதங்களைக் காக்க பலமுறை அவதாரம் செய்திருக்கிறார். ஹயக்ரீவன் எனும் அசுரனை கொன்று வேதங்களை பிரம்மதேவரிடம் மீட்டுக் கொடுத்தார். காலக்

கணக்குகள் மிகப் பெரியது. யுகம் யுகமாக உலகைக் கண்டால் எண்ணற்ற அவதாரங்கள் நிகழ்ந்துள்ளன. பிரபஞ்சத்தின் பிரமாண்டம் தெரியும்போது நமது அகங்காரத்தின் எடை குறைகிறது. அதைத்தான் நமது புராணங்கள் செய்கின்றன.

இவ்வளவு மகிமை வாய்ந்த மச்ச மூர்த்தி ஊத்துக்கோட்டை, நாகலாபுரத்தில் வேத நாராயண சுவாமி எனும் பெயரில் சேவை சாதிக்கிறார். முதல் அவதாரமாகிய மச்சாவதாரக் கோலத்திலேயே திருக்கோயில் கொண்டு அருள்புரியும் திருமால் திருத்தலம் இது. இத்தகைய கோலம், வேறு எங்கும் காணப்படாத ஒன்று. பிற ஆலயங்களில் புடைப்புச் சிற்பமாகவோ, சித்திரமாகவோ மட்டுமே மீனாகிய தேவனை தரிசிக்கமுடியும். மூலவராக தனி சந்நதி கொண்டு அருள்புரிவது இங்கு மட்டுமே மூலவர் வேதநாராயணப் பெருமாள், ஸ்ரீதேவி - பூதேவியுடன் காட்சி தருகிறார். திருமாலின் திருப்பாதங்கள் மீனின் அடிப்புறம் போலவே அமைந்துள்ளது.

ஆண்டுதோறும் நடைபெறும் சூரிய பூஜையுடன் கூடிய தெப்பத் திருவிழாவும், பிரம்மோத்ஸவமும் முக்கியமானவை. மூலவர் மீது சூரிய ஒளியானது ஒவ்வொரு ஆண்டும், பங்குனி மாதத்தில் விழுகின்றது. மேற்குத் திசையை பார்த்து நிற்கும் நாராயணன் மீது, 25ம் தேதி பாதங்களிலும், இரண்டாம் நாள் 26ம் தேதி நாபியிலும் (வயிறு), மூன்றாம் நாள், 27ம் தேதி சுவாமியின் சிரசிலும் (தலை) சூரிய ஒளிக்கதிர்கள் விழும்.

கிருஷ்ண பக்தரான நாராயண பட்டத்ரி, ஒரு முறை வாத நோயால் பாதிக்கப்பட்டார். மருத்துவத்தால் பலன் இல்லை என்று தெரிந்ததும், ஜோதிடர் ஒருவரிடம் நோய் குணமாக பரிகாரம் கேட்டு வரும்படி சீடனைப் பணித்தார். அதன்படி ஜோதிடரிடம் சென்று வந்த சீடன், "மத்ஸ்யம் தொட்டு ஊண்" என்று தங்களிடம் தெரிவிக்கச் சொன்னார் என்றான்.

நாராயண பட்டத்ரி, ஜோதிடர் சொன்னதற்கான உள்ளர்த்தம் புரிந்தது சந்நதிக்குச் சென்று, மச்சாவதாரம் தொடங்கி பகவானின் அவதாரச் சிறப்புகளையும் பெருமைகளையும் பாடி நோய் நீங்கப் பெற்றார். ஸ்ரீ குருவாயூரப்பனின் தரிசனமும் அவருக்குக் கிடைத்தது.

சோதனைகள் எல்லாம் சாதனைகள் ஆகும்

(காஞ்சிபுரம்)

திருமாலின் நூற்றியெட்டு திவ்ய தேசங்களுள் ஒன்று திருப்பாடகம் எனும் தலம். 'பாடு' என்றால் 'மிகப் பெரிய' என்றும், 'அகம்' என்றால் 'கோயில்' என்றும் பொருள். எனவே பெரியகோயில் எனும் பொருள்படும்படி, இத்தலம் திருப்பாடகம் ஆயிற்று.

கிருஷ்ணாவதாரத்தில், கிருஷ்ணன் பாண்டவர்களின் தூதனாக துரியோதனன் சபைக்கு சென்றார். அவரே பாண்டவர்களின் பெரிய பலம் என எண்ணிய துரியோதனன் அவரை அழிக்க எண்ணினான். தூதுவனாக வரும் கண்ணன் அமரும் இடத்திற்கு அடியில் ஒரு நிலவறையை உண்டாக்கி அதன் மீது பசுந்தழைகள் கொண்டு மூடி அதன் மீது ஒரு ஆசனத்தை கண்ணன் அமர்வதற்காக வைத்தான். தன் அரண்மனைக்கு வந்த கண்ணனை வரவேற்று அந்த ஆசனத்தின் மீது அமரச்செய்தான். துரியோதனனின் திட்டப்படி ஆசனம் தடுமாற, அந்த நிலவறைக்குள் விழுந்த கண்ணன் நொடிப்பொழுதில் விஸ்வரூபத் திருக்கோலம் கொண்டார்.

பாரதப் போர் முடிந்தபிறகு, வைசம்பாயனர் எனும் ரிஷியிடம், ஜெனமேஜெய மகாராஜா பாரதக் கதையைக் கேட்டார். கிருஷ்ணர் துரியோதனன் அவையில் எடுத்த விஸ்வரூப தரிசனத்தை தானும் தரிசிக்க ஆவல் கொண்டு அதற்கான உபாயத்தைக் கேட்டார். 'சத்தியவிரத தலமான காஞ்சிபுரத்தில் அஸ்வமேதயாகம் செய்து யாகத்தின் முடிவில் அந்த விஸ்வரூப திருக்கோல தரிசனத்தை நீ பெறலாம்' என்று வைசம்பாயனர் ஜெனமேஜெயனிடம் கூறினார். மன்னனும் அவ்விதமே செய்ய, யாகத்தின் பயனாக

பிரமாண்டமான கண்ணன் யாக வேள்வியில் தோன்றி மன்னனுக்கு காட்சி தந்து இத்தலத்தில் நிலைகொண்டார் என்கிறது தலபுராணம்.

கருவறை விமானம் பத்ரவிமானம் என்றும் வேதகோடி விமானம் என்றும் போற்றப்படுகிறது. ஜெனமேஜெய மன்னனுக்கும், ஹாரித முனிவருக்கும் ப்ரத்யட்ச தரிசனம் தந்தவர் இந்த பாண்டவதூத பெருமாள்.

மூன்று நிலை ராஜகோபுரத்தைக் கடந்தால், அடுத்தடுத்து பலிபீடம், கொடிமரம், கருடாழ்வார் தரிசனங்கள். ஆலயத்தின் வலது புறம் மத்ஸ்ய தீர்த்தம். பிராகார வலம் வந்து கருவறையில் நுழையலாம்.

கருவறையில் அமர்ந்த திருக்கோலத்தில் 25 அடி உயரத்தில் பிரமாண்டமான வடிவத்தில் என்றும் மாறா புன்னகை திருமுகத்தில் தவழ, கிழக்கு நோக்கி பெருமாள் சேவை சாதிக்கிறார். 108 திவ்ய தேசங்களில் இத்தலத்தில் மட்டுமே இத்தனை உயர (25அடி) பெருமாள் அருள்கிறார் என்பது குறிப்பிடத்தக்கது. எம்பெருமானுக்கு எத்தனை எத்தனையோ திருப்பெயர்கள். நாமம் ஆயிரம்கொண்ட நாரணனுக்கு பாண்டவர் தூதுவனாக கைங்கர்யம் செய்யச் சென்றதால் அந்த திருப்பெயரிலேயே பாண்டவ தூதனாக இத்தலத்தில் அவன் அருள்வது அவனின் தனிப் பெருங்கருணையே ஆகும். கம்பீரமாகத் திகழும் திருமாலின் திருமார்பில் பிராட்டியும், கேட்ட வரமளிக்க கருணையோடு வீற்றிருக்கிறாள். நிலவறையை பெயர்த்து தலைக்கு மேல் வைத்தால் எப்படி இருக்குமோ அதேபோன்று தோற்றமளிக்கிறது கருவறை.

உற்சவமூர்த்தியின் இருபுறங்களிலும் ஸ்ரீதேவி, பூதேவிக்குப் பதிலாகஇத்தலத்தில் ருக்மிணி, சத்யபாமா இருவரும் வீற்றிருப்பதும் இன்னொரு வித்தியாச அற்புதம். மேலும் ஆண்டாள், நர்த்தன கண்ணன், சுதர்சனர் போன்ற உற்சவ மூர்த்திகளையும் கருவறையில் தரிசிக்கலாம்.

சந்திரனின் மனைவியான ரோகிணி கிருஷ்ணனை நோக்கித் தவமிருந்து சந்திரனை மணமுடித்த தலம் இது. ஆகவே ரோகிணி நட்சத்திரக்காரர்களின் பரிகாரத் தலமாகவும் திகழ்கிறது. ரோகிணி நட்சத்திரத்தன்று இத்தலத்தில் ரோகிணி தீபம் ஏற்றி அந்த தீபம் அணைந்து முடியும் வரை அடி பிரதட்சிணம் செய்து கண்ணனுக்குப் பிடித்த நிவேதனமான முறுக்கு, வெண்ணெய், சீடை போன்றவற்றை நிவேதித்து விநியோகம் செய்தால் உத்யோகத்தடை, திருமணத்தடை போன்றவை நீங்குவதாக பக்தர்கள் நம்புகின்றனர். கிருஷ்ணர் தன் கால் கட்டைவிரலை அழுத்தி விஸ்வபாத யோகத்தை இந்த தலம் முழுதும் பரப்பியதால் இத்தலம் கிருஷ்ண பூமி என்றும் அழைக்கப்படுகிறது. இத்தலத்தை அங்க பிரதட்சிணம் செய்தால் உடலின் 72,000 நாடிகளும் சுத்தி

பெறும் என நம்பப்படுகிறது.

திருமங்கையாழ்வார், திருமழிசையாழ்வார், பூதத்தாழ்வார், பேயாழ்வார், மணவாள மாமுனிகள் போன்ற ஆழ்வார்கள் இவரை மங்களாசாஸனம் செய்துள்ளனர்.

ராமானுஜரிடம் வாதப் போரிலே தோற்ற யக்ஞ மூர்த்தி எனும் அத்வைதி ராமானுஜரின் உண்மை வடிவத்தை அறிந்து அவரிடமே சரணாகதி அடைந்து அவர் பாதம் பற்றி சீடரானார். அவருடைய பெயரை எம்பெருமானார் என ராமானுஜர் மாற்றி அவரை திருமாலின் திருத்தொண்டராக்கி திருமாலின் கைங்கர்யங்களைச் செய்ய வைத்தார். அந்த அருளாளப் பெருமானார் இத்தலத்தில் வாழ்ந்து இந்த பாண்டவதூதப் பெருமாளுக்கு கைங்கரியம் செய்து பின் பரமபதம் அடைந்தார். அந்த அருளாளப் பெருமானாருக்கு இத்தலத்தில் தனி சந்நதி ஒன்று உள்ளது.

பிள்ளைப்பெருமாள் ஐயங்கார் எனும் அடியவர் தன் நூற்றியெட்டுத் திருப்பதியந்தாதியில் யார் யார் எந்தெந்த பலன்களைக் கருதி தவம் செய்தாலும் அந்தப் பலன்களை இந்தப் பெருமாள் அருள்கிறார். சூரியன், சந்திரன், ஈசன், நான்முகன், இந்திரன் போன்றோரும் கூட ஏதேனும் கோரிக்கைகளை இந்தப் பெருமாளிடம் வைத்தால் இந்த பெருமாள் அதையும் நிறைவேற்றுகிறார். அத்தகைய கருணை மனம் படைத்தவர்தான் திருப்பாடகம் பாண்டவதூதப்பெருமாள் எனும் பொருள்படும்படி பாடிய,

தவம் புரிந்த சேதனரைச் சந்திரன் ஆதித்தன்
சிவன் பிரம்மனிந்திரனா செய்கை & உவந்து
திருப்பாடக முருவுங் செங்கண் மால் தன் மார்
பிருப்பாடக உரையாலே

எனும் பாடலே இந்த பாண்டவதூதப் பெருமாளின் அருளுக்கு சாட்சி. பாண்டவர்கள் வாழ்வில் எத்தனை எத்தனையோ சோதனைகள். கண்ணனின் திருவடியையே பற்றி, அத்தனை சோதனைகளையும் அவர்கள் கடந்தனர். அதேபோல் பக்தர்கள் தம் வாழ்வில் சந்திக்கும் எந்த சோதனையையும் சாதனையாக்கிவிடும் தனிப்பெருங்கருணையுடன் அருள்கிறார் இந்த பாண்டவதூதன்.

பெரிய காஞ்சிபுரத்தில், கங்கைகொண்டான் மண்டபத்தின் அருகில் அமைந்திருக்கிறது திருப்படகம்.

நலமெல்லாம் அருள்வார் நரசிம்மர்
(சோளிங்கர்)

தசாவதாரங்களில் தனிச்சிறப்பு கொண்டது நரசிம்ம அவதாரம். இறைவன் எல்லா இடங்களிலும் நீக்கமற நிறைந்துள்ளார் என்ற பேருண்மையை அனுபவப்பூர்வமாக வெளிப்படுத்திய அவதாரம் இது. அது மட்டுமல்லாமல் தன் பக்தனாகிய பிரகலாதனின் வாக்கை சத்தியமாக்க தன்னை ஒவ்வொரு அணுவிலும் நிலைநிறுத்திக்கொண்ட மகத்தான அவதாரம்.

இத்தகைய மகிமை வாய்ந்த நரசிம்மர் பல்வேறு வடிவங்களில் பல்வேறு தலங்களில் கோயில்கொண்டு அருள்கிறார். அவற்றில் ஒன்று, சோளிங்கர் என அழைக்கப்படும் சோளிங்கபுரம். ஒரு ஆண்டில் பதினோரு மாதங்கள் இத்தலத்தில் யோக நிலையிலேயே அமர்ந்திருக்கும் இந்த சிங்கபிரான், கார்த்திகை மாதம் மட்டும் கண் திறப்பதாக ஐதீகம். ஆகவே இத்தலத்தில் கார்த்திகை மாதம் முழுக்க திருவிழா கொண்டாடப்படுகிறது. இவருடன் அமிர்தபலவல்லித்தாயார், அருகிலுள்ள சிறிய மலையில் சங்கு, சக்கரபாணியாக யோக நிலையில் அனுமன் ஆகியோரும் இத்தலத்தில் அருள்பாலிக்கின்றனர்.

திரேதாயுகத்தில் வாழ்ந்து வந்த இந்த்ரத்யும்னன் என்ற மன்னன், தன் தோள்களில் திருமாலின் சின்னங்களான சங்கு, சக்கர அடையாளங்களோடு பிறந்தவன். எப்போதும் ஹரி நாமத்தை மனதில் இருத்தி வாழ்ந்து வந்தான். தினமும் உறங்குவதற்கு முன், ஹரிநாமம் சொல்வது அவன் வழக்கம். ஒருநாள் அவனறியாமல், ஹர என்று உச்சரித்தான். உடனே ஈசன் அவனுக்கு தரிசனம் தந்து, "மன்னா, நீ கூறிய ஹர நாம ஒலியில் மகிழ்ந்தே நான்

உனக்குக் காட்சி தந்தேன்" என்று கூறினார். மன்னனுக்கோ ஆனந்தம். ஒரே ஒருமுறை ஹர என்று சொன்னதற்கே ஈசன் தனக்கு தரிசனமளித்துவிட்டாரே! உடனே மகாதேவன், "நான் வேறு, திருமால் வேறு அல்ல. உனக்கு என்ன வரம் வேண்டும், கேள்," என்று கேட்க, தனக்கு மோட்சம் அருளுமாறு இந்த்ரத்யும்னன் வேண்டினான்.

ஆனால் ஈசனோ, "நாராயணன் ஒருவனே மோட்சம் அளிக்க வல்லவன். பிரகலாதனுக்கு அருள் புரிந்த பின், உலகோர் அனைவருக்கும் அருள்புரியத் திருவுளம் கொண்டு கடிகாசலம் என்று விளங்கும் சோளிங்கபுரத்தில் நரசிம்ம மூர்த்தியாய் திருமால் வீற்றிருக்கிறார். அங்கு யோக நிலையில் அருளும் அந்த சிங்கபிரானைச் சரணடைந்தால் உனக்கு மோட்சம் கிட்டும்," என்று கூறினார். அதன்படியே இந்த்ரத்யும்னன் நரசிம்மரின் அருள்பெற்று உய்வடைந்தான்.

சப்த ரிஷிகளும், வாமதேவர் எனும் முனிவரும் பிரகலாதனுக்குப் பெருமாள் காட்டியருளிய நரசிம்ம திருக்கோலத்தை தாங்களும் தரிசிக்க வேண்டுமென்று ஆவல்கொண்டனர். அதற்காக அவர்கள் சோளிங்கபுரம் வந்தடைந்து தவம் செய்தனர். அப்போது கும்போதரர், காலகேயர் போன்ற அரக்கர்களின் அட்டூழியங்கள் தலைவிரித்தாடின. தவம்செய்த முனிவர்களை அவர்கள் துன்புறுத்தினர். அவர்களிடமிருந்து முனிவர்களை காக்க நரசிம்மர், அனுமனிடம் சங்கு, சக்கரங்களைக் கொடுத்து அரக்கர்களை கொல்ல ஆணையிட்டார். அரக்கர்கள் அழிவுக்குப்பின் சப்த ரிஷிகளும், ஆஞ்சநேயரும் இத்திருத்தலத்தில் நரசிம்ம மூர்த்தியின் தரிசனம் பெற்று மகிழ்ந்தனர். நரசிம்மரின் ஆணைப்படி அவர் அருள்புரியும் பெரியமலையின் அருகே உள்ள சிறிய மலையில் சங்கு சக்கரத்துடன் அமர்ந்து அனுமன் அருள்பாலித்துக் கொண்டிருக்கிறார்.

ஒரு நாழிகை நேரம் இத்தலத்தில் தங்கியிருந்தாலே வீடுபேறு வழங்கும் புண்ணிய தலம் இது. அதனால்தான் கடிகாசலம் என்று பெயர் பெற்றது. இத்திருத்தலத்திற்கு நாள்தோறும் நூற்றுக்கணக்கான பக்தர்கள் தரிசனம் செய்ய வருகிறார்கள். தக்கான்குளம் என்ற புண்ணிய தீர்த்தத்தில் நீராடி யோக நரசிம்மரையும், யோக அனுமனையும் வழிபட்டு நோய் நொடி நீங்கி நலம் பெறுகிறார்கள். இந்த கடிகாசல மலையை தரிசித்தாலேயே பேய், பிசாசு, பில்லி சூன்யம் போன்றவை அண்டாது என்பது குறிப்பிடத்தக்கது.

பேயாழ்வார், திருமங்கையாழ்வார், நாதமுனிகள், திருக்கச்சி நம்பிகள், ராமானுஜர், மணவாளமாமுனிகள் ஆகியோர் இந்த நரஹரியை மங்களாசாஸனம் செய்து மகிழ்ந்துள்ளனர்.

திருமங்கையாழ்வார் 'அக்காரக்கனி' என இந்த நரசிம்ம மூர்த்தியைப் போற்றிப் பாடியுள்ளார். சுவை மிகுந்த கனி போன்றவராம் இந்த நரசிம்மர். இந்த புண்ணிய மலை மீது ஏறி வழிபட முடியாதவர்கள் ஒரு நாழிகை நேரம் திருக்கடிகையை மனதால் சிந்தித்தாலே போதும், மோட்சம் சித்திக்கும் என்று அருளியுள்ளார் பிள்ளைப்பெருமாள் ஐயங்கார். திருமாலின் 108 திவ்ய தேசங்களில் ஒன்றாக இத்தலம் திகழ்கிறது. காசி, கங்கை, கயா போன்ற புண்ணிய தலங்களுக்குச் சமமாக இத்தலம் போற்றப்படுகிறது.

வேலூர் மாவட்டதில் உள்ள இவ்வூர் சோளிங்கர் என அழைக்கப்பட்டாலும், இதன் அருகில் 3 கி.மீ தெற்கில் கொண்டபாளையம் எனும் சிறு கிராமத்தில்தான் பெரிய மலையும், சிறிய மலையும் உள்ளன. பெரிய மலைக்கோயிலை 1305 படிகள் ஏறித்தான் செல்ல வேண்டும். இந்த மலைக்கு நேர் எதிரில் யோக ஆஞ்சநேயர் அருளும் சிறியமலை உள்ளது. இக்கோயிலை அடைய 406 படிகள் ஏறவேண்டும்.

பெரிய மலை அடிவாரத்திலிருந்து ஆலய நுழைவு வாயில் ராஜகோபுரம் வரை இளைப்பாற்றிக்கொள்ள 7 மண்டபங்கள் உள்ளன. மலையின் நுழைவாயில் 5 நிலைகளும் 7 கலசங்களும் கொண்ட ராஜகோபுரத்துடனும், நான்குகால் மண்டபத்துடனும் திகழ்கிறது. ஆலயத்துள் நுழைந்ததும் கிழக்கு நோக்கி அமர்ந்த அமிர்தபலவல்லித் தாயாரின் தரிசனம் கிட்டுகிறது. இந்த தாயாருக்கு சுதாவல்லி என்ற பெயரும் உண்டு. மேல் இரு கரங்கள் தாமரை மலர்களை ஏந்தியிருக்க, அபய வரத கரங்களும் காண்போரின் பயம் நீக்கி ஆறுதல் அளிக்கின்றன. இத்தலத்தில் நம் கோரிக்கையை தாயாரிடம் கூறினால் தாயார் அதை நரசிம்மமூர்த்தியிடம் பரிந்துரைப்பாராம். நரசிம்மர் அனுமனிடம் அதை நிறைவேற்றும்படி ஆணையிடுவாராம்.

நரசிம்ம மூர்த்தியின் கருவறை விமானம் ஹேமகோடிவிமானம் என்று அழைக்கப்படுகிறது. யோக நரசிம்மர் சிம்ம முகம் கொண்டு, கிழக்கு நோக்கி, யோகாசனத்தில் அமர்ந்துள்ளார். நூற்றுக்கணக்கான சாளக்ராமங்களால் ஆன மாலையை அணிந்துள்ளார். யோக பீடத்தில் திருமாலின் தசாவதார காட்சியை தரிசிக்கிறோம். இந்த மூலவருடன், ஆழ்வார்களால் மங்களாசாஸனம் செய்யப்பட்ட மறையாய் விரிந்த விளக்கு, மிக்கான், புக்கான் எனப்படும் உற்சவ மூர்த்திகளும், ஆதிசேஷன், சக்கரத்தாழ்வார், கண்ணன், கருடாழ்வார் போன்ற மூர்த்திகளும், பெருமாளின் எதிர்ப்புறத்தில் சேனை முதலியார், நம்மாழ்வார், ராமானுஜர், சப்தரிஷிகள், கருடன் போன்றோரும் தரிசனம் தருகின்றனர்.

வெள்ளிக்கிழமை தோறும் பெருமாளுக்கும், தாயாருக்கும்

திருமஞ்சனம் நடைபெறுகிறது. பால், தயிர், தேன், சர்க்கரை, நெய் ஆகியன சேர்த்து பஞ்சாமிர்தமாக்கி அபிஷேகம் செய்து, பிறகு அதுவே பிரசாதமாக பக்தர்களுக்கு வழங்கப்படுகிறது. கருடனுக்கு எதிரில் உள்ள சாளரத்திலிருந்து பார்த்தால் சின்னமலையை தரிசனம் செய்யலாம். சிறியமலையில் வீற்றிருக்கும் யோக ஆஞ்சநேயரின் திருக்கண்கள் நேராக பெரியமலையில் அருளும் நரசிம்மப் பெருமானின் திருவடிகளை நோக்கியபடி உள்ளன என்கிறார்கள் சான்றோர்கள்.

நரசிம்மரையும், தாயாரையும் வணங்கிய பிறகு, கீழிறங்கி சின்னமலையில் அருளும் அனுமனை தரிசிக்கலாம். படிகள் ஏறி, உச்சியிலுள்ள அனுமன் சந்நதியை அடைகிறோம். வாயுகுமாரன் சாந்த வடிவினனாய், யோக நிலையில் நரசிம்மரை நினைத்து தவம் புரியும் திருக்கோலத்தின் அழகு நம் கண்களையும் கருத்தையும் கவர்கிறது. ஒரு சிறு குழந்தை குந்தியிட்டு அமர்ந்துள்ளது போல் தோன்றுகிறார் அனுமன். நான்கு திருக்கரங்களுடன், சங்கு, சக்கரம் ஏந்தியிருக்கிறார். ஒரு கரத்தால் ஜபமாலையைப் பற்றியபடி, ஜபம் செய்யும் பாவனையில் தரிசனமளிக்கிறார். அருகிலேயே உற்சவ அனுமன் நின்ற திருக்கோலத்தில் சேவை சாதிக்கிறார். ஞாயிறு தோறும் சிறப்பு அபிஷேகம் கண்டருள்கிறார். குறிப்பாக கார்த்திகை மாத ஞாயிற்று கிழமைகளில் விசேஷமாக வழிபடப்படுகிறார்.

அடுத்து ராமர் சந்நதி. இம்மலையில் சீதையுடன் தங்கிய ராமர் நீராடிய குளம், ராம தீர்த்தம் என்று இன்றும் அழைக்கப்படுகிறது. அனுமன் தன் சக்கரத்தை அதில் நீராட்டியதால் சக்கர தீர்த்தம் என்றும், அனுமத் தீர்த்தம் என்றும்கூட பெயர்கள் உண்டு. நீர் நிறைந்து ததும்பும் இக்குளத்தில் துள்ளியோடிடும் மீன்கள் நிறைய காணப்படுகின்றன. உடல் நலம் சரியில்லாதவர்கள், தீய சக்திகளால் பாதிக்கப்பட்டவர்கள் இத்தீர்த்தத்தில் நீராடி படிகளில் படுத்துக் கொண்டு அனுமனை நினைத்து வரம் கேட்பதைக் காண முடிகிறது. அதையடுத்து ராமபிரானின் குல ஆராதனை மூர்த்தமாகிய ரங்கநாதர், மூலவராகவும், உற்சவராகவும் காட்சியளிக்கிறார்.

மலையிலிருந்து கீழிறங்கி ஊருக்குள் சென்றால், அங்கே பக்தோசிதசுவாமி என்ற நரசிம்மரை தரிசிக்கலாம். ஊரின் நடுவே நீள் சதுர வடிவில் எழிலாய் அமைந்துள்ளது ஆலயம். ராஜ கோபுரத்தைத் தாண்டி ரங்கமண்டபத்தைக் கடந்து உள்ளே சென்றால் பெருமாளின் சந்நதியை அடையலாம். இரு புறங்களிலும் ஜய, விஜயர்கள் காவல் காக்க உபய நாச்சிமார்களுடன் பெருமாள் அருள்கிறார். அனைத்து திருமால் ஆலயங்களிலும் காணப்படும் சடாரி இத்தலத்தில் ஆதிசேஷன் வடிவில் இருப்பது குறிப்பிட வேண்டிய சிறப்பு. வலப்புறத்தில் ஐம்பொன்னாலான கிருஷ்ண விக்ரகத்தையும், மற்றொருபுறம் சிறிய வடிவிலான

வரதராஜப்பெருமாளையும் தரிசிக்கிறோம். தொட்டாச்சார்யார் எனும் பக்தர் வருடந்தோறும் காஞ்சி வரதராஜரின் கருடசேவையை தரிசிப்பது வழக்கம். வயது முதிர்ந்த நிலையில் அவரால் காஞ்சிக்குச் செல்ல முடியாதபோது பெருமாளே தக்கான் குளத்தில் அவருக்கு கருடசேவையை காட்டியருளியதாக ஐதீகம். அதை நினைவுறுத்தும் வண்ணம் இங்கு கொலுவிருக்கும் வரதராஜப் பெருமாளை அருளாளர் என்றும், பேரருளாளர் என்றும் அழைக்கின்றனர். கருவறையை வலம் வரும்போது ஆண்டாள் சந்நதியை தரிசிக்கலாம். எதிரில் ஆழ்வார்களும், ஆச்சார்யர்களும் அருள்கின்றனர்.

ஆண்டு முழுதும் பல்வேறு விதமான திருவிழாக்கள் இத்தலத்தில் நடைபெறுகின்றன. சித்திரை மாதம் கொடியேற்றத்திற்கும், கொடியிறக்கத்திற்கும் ஊரில் உள்ள உற்சவர் மலைக்கோயிலுக்கு எழுந்தருள்வது கண்கொள்ளாக் காட்சி. அதேபோல் உற்சவத்தின் ஒன்பது நாட்களிலும் இரு வேளையும், சக்கரத்தாழ்வார் மலையிலிருந்து இறங்கி ஊருக்குள் வலம் வந்து பின் மலை ஏறிச் செல்வது அபூர்வமான நிகழ்ச்சி. சித்ரா பௌர்ணமி அன்று உற்சவர் தக்கான்குளம் எனும் பிரம்ம தீர்த்தத்திற்கு எழுந்தருள்வார். அங்கு 'எட்டி அப்பம்' எனும் விசேஷமான நிவேதனம் உற்சவருக்கு படைக்கப்படுகிறது. ஒரு சமயம் தொட்டாச்சார்யார் என்பவர் இவ்வழியாக வந்தபோது பல்லக்கு தூக்கிகள் பெரிதும் பசி, தாகத்தால் வருந்தினார்கள். உடனே ஆச்சார்யார், அங்கு வளர்ந்திருந்த எட்டிமரத்தைத் தன் கைகளால் தொட்டு அதில் பழுத்துள்ள கனிகளை உண்ணச் சொன்னாராம். அந்த நச்சுப் பழம் நரசிம்மனின் திருவருளாலும், ஆச்சார்யன் அன்பாலும் அமுதமாகத் தித்தித்ததாம். அச்சம்பவத்தை நினைவுகூரும் வண்ணம் எட்டிமண்டபத்தில் அப்பத்தை நிவேதிக்கிறார்கள். இதுவே எட்டியப்பம்.

விரைவில் கும்பாபிஷேகம் காணப்போகும் இக்கோயிலில் இப்போது பாலாலயம் நடைபெற்றுக்கொண்டிருக்கிறது.

சென்னைக்கு அருகே அரக்கோணத்திலிருந்து 27 கி.மீ தொலைவிலும், திருத்தணி ரயில் நிலையத்திலிருந்து 27 கி.மீ தொலைவிலும் சோளிங்கர் அமைந்துள்ளது. சோளிங்கர் பேருந்து நிலையத்திலிருந்து கொண்டபாளையம், 3 கி.மீ தொலைவில் உள்ளது.

சனி தோஷம் நீக்கும் கூர்ம மூர்த்தி
(ஸ்ரீகூர்மம்)

திருமாலின் தசாவதாரங்களில் இரண்டாவது, கூர்மம். தேவர்களும், அசுரர்களும் பாற்கடலை கடையும்போது மந்தாரமலையை தாங்கியபோது மட்டுமல்லாமல், அதன் பின் பல சமயங்களில் கூர்மமாக வடிவெடுத்திருக்கிறார் மாலவன்.

ஸ்வேதபுரத்து அரசர் ஸ்வேதனின் மனைவி விஷ்ணுப்ரியா. அவளும் திருமாலின் பக்தை. அவள் ஒரு ஏகாதசி திதியன்று பெருமாளுக்கு பூஜை செய்துகொண்டிருந்தாள். அப்போது ஸ்வேதமன்னன், மனைவியைக் காதலுடன் பார்த்தான். அவளோ கூர்மாவதார தினமான அன்று கணவன்&மனைவி தாம்பத்யம் கொள்ளலாகாது என்று தெரிந்தும் மன்னன் இப்படி நடந்து கொள்கிறாரே! விரத பங்கம் ஒருபக்கம்; பதி விருப்பத்தை நிறைவேற்றாத பாவம் ஒருபக்கம். என்ன செய்வது? 'மாதவா நீயே கதி' என்று திருமாலை மானசீகமாகப் பிரார்த்தனை செய்தாள். அப்போது திடீரென தம்பதியிடையே ஒரு நதி பிரவாகமாக ஓடியது.

அதைக் கண்டு திடுக்கிட்ட மன்னன், அப்போதும் தாபம் குறையாமல், "மாதவா! நான் இந்த ஆற்றைக் கடக்க, என்னைத் தாங்கிச் செல்லும் கூர்மமாகத் தாங்கள் வரவேண்டும்" என வேண்டினான். அப்படியே திருமாலும் கூர்மமாக மாறி நதியில் மிதந்து வர, பளிச்சென்று மன்னனுக்கு ஞானம் பிறந்தது. அந்த அவதாரத் திருவுருவிலேயே திருமாலுக்கு அங்கு ஒரு ஆலயம் எழுப்பினான். பெருமாள் மிதந்து வந்த நதி சுருங்கி ஸ்வேத புஷ்கரணியாயிற்று. அத்தலம் ஸ்வேதபுரம் ஸ்ரீகூர்மம் எனப்

ஸ்ரீரங்கம் தசாவதார சந்நதியில் ஸ்ரீகூர்மநாதரை தரிசிக்கலாம். சென்னை பெசன்ட் நகர் அஷ்டலட்சுமி ஆலயத்திலும் தசாவதார சந்நதியில் அவரைத் தரிசிக்கலாம். சுவாமி தேசிகன் தமது தசாவதார துதியில் சனி பகவானுடைய கெட்ட பலன்களுக்கான நிவர்த்திக்கு கூர்மமூர்த்தியை துதிக்க வேண்டும் என்று கூறியுள்ளது குறிப்பிடத்தக்கது.

பெயர் பெற்றது.

ஸ்வேத மன்னனுக்கு அருளிய திருமால், இத்தலத்தில் கூர்மநாயகித் தாயாருடன் கூர்மநாதராக அருள்புரிகிறார். கூர்மநாதர் திருமுகத்தில் திருநாமம் வெள்ளித் தகட்டிலும் விழிகள் தங்கத்தாலும், வால்பகுதி சாளக்ராமத்தாலும் அமையப் பெற்று அதிரூப லாவண்யத்தோடு தரிசனமளிக்கிறார்.

இத்தலம் முன்பு கூர்ம லிங்கேஸ்வரம் எனும் பெயருடன் வழங்கப்பட்டு சைவாகம பூஜா விதிமுறைப்படி பூஜைகள் நடைபெற்றதாகவும் கூறுவர். பஞ்சலிங்க ஆத்மஸ்தலம் எனும் பெயரையும் இத்தலம் பெற்றது குறிப்பிடத்தக்கது. பகவான் ராமானுஜர் தமது திக்விஜயத்தின்போது இத்தலம் வந்தார். அங்கு திருமாலே சாளக்ராம வடிவில் ஆமைவடிவில் அருள்வதை உணர்ந்தார். உலகோருக்கு அதை அறியவைக்க வேண்டி அந்த ஆலயத்தின் கிழக்குவாசல் எதிரில் கொடிமரம் அமைந்திருந்த இடத்தினருகில் சென்று நெடுஞ்சாண் கிடையாக வணங்கி ஆலயத்தை வலம் வந்தார். அவர் தெற்குத்திசை நோக்கித் திரும்பியபோது கருவறையில் வீற்றிருந்த கூர்மமூர்த்தியும் அத்திசை நோக்கித் திரும்பி நிலைகொண்டது. உடனே கொடிமரமும் மேற்கில் திரும்பிவிட்டது. இதைக் கண்டு வியந்த மக்கள் அன்றிலிருந்து கூர்மமூர்த்தியை திருமாலாக ஆராதிக்கத் தொடங்கினர். கி.பி. 1281ல் ராமானுஜர் இத்தலத்தை புனருத்தாரணம் செய்துள்ளார். கூர்மாவதாரத்திற்கென உலகில் உள்ள ஒரே கோயில் இதுதான்.

ஆந்திர மாநிலத்தில் விசாகப்பட்டினம் நகரிலிருந்து ஸ்ரீகாகுளம் என்ற ஊர் சுமார் நூறு கிலோமீட்டர் தொலைவில் உள்ளது. அதிலிருந்து நெடுஞ்சாலையில் 10 கி.மீ. தொலைவில் அம்புக் குறியிடப்பட்ட பாதையில் ஸ்ரீ கூர்மம் பெயர்ப்பலகை நம்மை வரவேற்கிறது. அந்த நெடுஞ்சாலையிலிருந்து பிரியும் சாலையில் 3 கி.மீ தொலைவில் வண்டியில் பயணித்தால் கூர்மநாதர் ஆலயத்தை அடையலாம்.

கனவில் வந்து காத்தவர்

(ஸ்ரீமுஷ்ணம்)

எத்தனையோ யுகங்களுக்கு முன்னால் மஹாவிஷ்ணு எடுத்த அவதாரம், இந்த கலியுகத்திலும் மறுபடி அவரால் மேற்கொள்ளப்பட்டிருக்கிறது என்றே சொல்லலாம். அன்று ஹிரண்யாட்சகன் என்ற அரக்கனிடமிருந்து பூமியை அவர் காத்தார்; இந்த யுகத்தில் ராஜபிளவை என்ற கொடுமையான ஒரு நோயிலிருந்து இஸ்லாமியர் ஒருவரை காத்திருக்கிறார்.

கூர்ம அவதாரம், வித்தியாசமானது & பன்றி (வராஹம்) அவதாரம். அதாவது மூக்கு நுனியில் கொம்பு உள்ள பன்றி. இந்த அவதாரத்துக்குக் காரணம் என்ன?

ஹிரண்யாட்சன் என்னும் அசுரன், தன் கற்பனைக்கெட்டியபடி பலவித சித்திரவதை அட்டகாசங்களை நிகழ்த்தினான். தனி மனிதர், தேவர் என்று துன்புறுத்தி, துன்புறுத்தி சலிப்படைந்த அவன், மொத்தமாக பூமியையே பிரபஞ்சத்திலிருந்து பிடுங்கி எடுத்துப் போய் பெருங்கடலினுள் அமிழ்த்தி, ஒளித்து வைத்து சந்தோஷப்பட்டான். தேவர் உலகில் இந்த பாதிப்பு உடனே உணரப்பட்டது. வருணன், அக்னி, ஆதவன் போன்ற தேவர்கள் தம் அருளைப் பொழிய பூமியைத் தேடியபோது அது காணாமல் போயிருந்தது. யார் நலனுக்காக தாம் சேவை புரிய வேண்டுமோ அவர்களே இல்லாதபோது தம் பொறுப்புகளுக்குதான் என்ன மரியாதை என்று திகைத்தார்கள். ஆனாலும் அதை அப்படியே விட்டுவிட முடியாத அவசியத்தில் அவர்கள் மஹாவிஷ்ணுவை நாடிச் சென்றார்கள். விவரம் சொன்னார்கள்.

மஹாவிஷ்ணு அவர்களைக் கருணையுடன் பார்த்தார். தம்

பொறுப்பின்மீது அவர்கள் காட்டும் அக்கறையைப் புரிந்து கொண்டார். மனிதர்கள் நிறைந்த பூமியே இல்லை என்றால் தேவருலகத்திற்கு வேலையே இல்லாமல் போய்விடுமே. குறிப்பாக பிரம்மனுக்கு தன் படைப்புகளை வாழச் செய்ய ஓரிடம் வேண்டுமே! அது பூமியாகத்தானே இருக்க வேண்டும்? அங்கே ஐம்பூதங்களும் தம் பணியை மேற்கொண்டு மக்கள் நல்வாழ்வுக்கு வழி காட்ட வேண்டுமே!

பூமி ஆழ்கடலில் சிறைப்பட்டிருப்பதை அறிந்துகொண்ட அவர், அதை மீட்க புதியதோர் அவதாரம் எடுத்தார். அதுதான் வராக அவதாரம். அப்படியே கடலுக்குள் பாய்ந்தார். காவல் இருந்த ஹிரண்யாட்சகனை தன் மூக்குக்கொம்பால் குத்திக் கிழித்துக் கொன்றார். பிறகு பூமி உருண்டையை மூக்கு&கொம்பு அடைப்புக்குள் நிறுத்தி மேலே கொண்டுவந்தார். பூமி உட்பட அனைத்து உலகங்களும் ஆனந்தப்பட்டன. அதைத் தொடர்ந்து பூமிதேவியின் வேண்டுகோளின்படி அவர் பூவராகனாக ஸ்ரீமுஷ்ணம் என்ற தலத்தில் கோயில்கொண்டார். கடலூர் மாவட்டம், விருத்தாசலம்&கும்ப-கோணம் சாலையில் ராஜேந்திரப் பட்டினத்திலிருந்து இடதுபுறம் 6 கி.மீ. தொலைவில் இருக்கிறது இந்தத் திருக்கோயில்.

இந்தத் தலத்திலும், இந்தக் கலியுகத்தில் அவர் ஏற்கெனவே செய்ததுபோலத் தன் வராக குணத்தைக் காட்டவேண்டும் என்பது அவருடைய சித்தம் போலும்.

இந்த ஊரில் உப்புராயர் என்று ஒரு பக்தர் வாழ்ந்துவந்தார். அவர், வராகப் பெருமாளின் தீவிர பக்தர். இஸ்லாமிய செல்வந்தர் ஒருவரிடம் அவர் பணி புரிந்து வந்தார். செல்வந்தருக்கு முதுகில் சிறு உபாதை ஒன்று ஆரம்பித்தது. சிறு வலியாகத் தோன்றிய அந்த கோளாறு நாளாவட்டத்தில் பெரிய உபத்திரவமாக தொல்லை கொடுத்தது. ஆமாம், முதுகில் உருவான கட்டி ஒன்று பெரிதாகி, பழுத்து, தாங்கொணா வலியைத் தந்தது. தன்னை ஆதரிக்கும் செல்வந்தர் படும் வேதனை கண்டு துடித்தார் உப்புராயர். எஜமானருக்கு எத்தனையோ விதமான சிகிச்சைகள் மேற்கொள்ளப்பட்டும் குணம் என்பது சிறிதும் கிட்டாததை வேதனையுடன் கவனித்து வந்தார்.

ஒருநாள் மிகுந்த தயக்கத்துடன், அவரிடம், சென்றார். 'இந்த ஊரில் கோயில் கொண்டிருக்கும் வராகப்பெருமாள் மிகவும் வரப்பிரசாதி. அவர் அருளால் எல்லா துன்பங்களும் விலகும் என்பது என் போன்றவர்களின் அனுபவம். நீங்களும் அவருடைய அருளுக்கு பாத்திரமானால், உங்கள் நீடித்த துன்பமும் விலகும். அந்தக் கோயிலிலிருந்து பெருமாளின் தீர்த்த பிரசாதத்தை தினமும் அருந்தினால் உங்கள் நோய் குணமாகும் என்பது என் நம்பிக்கை,'

என்றார். அதற்கு செல்வந்தரும் சம்மதித்தார்.

உடனே பூவராகன் ஆலயத்துக்குச் சென்ற உப்புராயர் தீர்த்த பிரசாதம் வாங்கி வந்தார். அடுத்தடுத்த நாட்களுக்கு அந்த பிரசாதத்தை எஜமானருக்கு வழங்கினார். அதைத் தொடர்ந்து பருகிய பின்னும் அவர் உபாதையில் மாற்றம் எதுவும் தெரியவில்லை. உப்புராயருக்கு தன் நம்பிக்கை லேசாக ஆட்டம் காண்பது போலத் தோன்றியது. நேராக வராகர் சந்நதிக்குச் சென்றார். 'என் நம்பிக்கையைப் பொய்த்துப்போகச் செய்துவிடாதே பெருமாளே. நான் உன் பெருமையை நிலைநாட்ட விரும்பவில்லை; ஆனால் என் எஜமானருக்கு எப்படியாவது குணமாக வேண்டும் என்ற விசுவாசத்தில்தான் உன்னை வேண்டுகிறேன். அவரை குணப்படுத்திவிடு' என்று கண்ணீர் மல்க வேண்டிக்கொண்டு தன் இருப்பிடம் திரும்பினார்.

அன்று இரவு இஸ்லாமியருக்கு ஒரு கனவு. குப்புறத்தான் படுத்திருக்கவேண்டும் என்ற நிலையில், அவர் முதுகில் ஒரு பன்றி ஏறுவது போலவும், தன் மூக்குக்கொம்பால் முதுகைக் குத்தி கட்டியை நெம்பி எடுத்துத் தூக்கி எறிவது போலவும் தோன்றியது அவருக்கு. அந்தக் காட்சி மறைந்த அதே கணம், அவருடைய கடுமையான வலியும் மறைந்துவிட்டது!

உடனே உப்புராயரைக் கூப்பிட்டார். 'உன் பெருமாள் என்னைக் காப்பாற்றிவிட்டார்' என்று மகிழ்ச்சியுடன் கூறினார். தன் நோய் தீர்த்ததற்கு நன்றிக் காணிக்கையாக தனக்குச் சொந்தமான பல ஏக்கர் நிலங்களை ஸ்ரீமுஷ்ணம் கோயிலுக்கு பட்டயம் எழுதிக் கொடுத்தார். அதோடு, ஒவ்வொரு வருடமும் மாசி மக உற்சவத்திற்கும் பொருளுதவி புரிந்து வந்தார். அப்போது வராக மூர்த்திக்கு சர்க்கரை நிவேதனம் செய்து இஸ்லாமிய பெருமக்களுக்கு பிரசாதமாக வழங்கப்படுவது இன்றும் நடைமுறையில் வழக்கமாக உள்ளது.

அந்த உற்சவத்தின்போது வராஹமூர்த்தி, ராவுத்தர் அடக்கம் செய்யப்பட்ட மசூதி அருகே எழுந்தருளி மேளதாளத்துடன் அவர்களுடைய பூஜையை ஏற்கிறார். பின் ராவுத்தரின் அரண்மனைவரை எம்பெருமான் செல்வதும் இவ்விழாவின் சிறப்பம்சமாகும்.

ஒரே சந்நிதியில் பத்து அவதாரங்கள் தரிசனம்!

ஸ்ரீரங்கம் கோயிலில் தரிசிக்க வேண்டிய முக்கியமான ஒரு சந்நதி, தசாவதார சந்நதி. பத்து அவதாரங்களும் இங்கே கோயில் கொண்டிருப்பதுபோல வேறு ஆலயம் எதிலாவது காணப்படுகிறதா என்று தெரியவில்லை.

ராமாவதார ஸூர்யஸ்ய சந்த் ரஸ்ய யதுநாயக
ந்ருஸிம் ஹோ பூமிபுத்ரஸ்ய ஸௌம்ய ஸோம ஸிதஸ்யச
வாமநோ விபுதேந்தரஸ்ய பார்கவோ பார்க்கவஸ்ய
கூர்மோ பாஸ்கர புத்ரஸ்ய ஸைம்க்ஹி கேயஸ்ய ஸுகர
கேதுர் ம்நாவாதாரஸ்ய யோகாசாந்யேபி கேசரா
&என்கிறார், சுவாமி வேதாந்த தேசிகர்.

இந்தப் பாடலில் தேசிகர் முதலில் ராமாவதாரத்தைக் குறிப்பிட்டதன் முக்கிய காரணம், இந்த தசாவதாரங்களுக்கும் மூலமானவர், ராமனின் இக்ஷ்வாகு குலத்தின் குலதெய்வமாகத் திகழ்ந்த இந்த ரங்கன்தான் என்பதே.

இந்த தசாவதார சந்நதியில் வழிபட்டால், கீழ்காணும் கிரக தோஷங்கள் நீங்குவதாகச் சொல்கிறார்கள்:

ராமாவதாரம் & சூரியன்;
கிருஷ்ணாவதாரம் - சந்திரன்;
நரசிம்மவதாரம் - செவ்வாய்;
கல்கி அவதாரம் - புதன்;
வாமனவதாரம் - வியாழன்;
பரசுராம அவதாரம் - சுக்கிரன்;
கூர்ம அவதாரம் - சனி;

வராக அவதாரம் - ராகு;

மத்ஸ்ய அவதாரம் & கேது; பலராம அவதாரம் & குளிகன் (சனியின் மகன்)

இந்த தசாவதார சந்நதியில் தங்கியிருந்தபடிதான் கோயிலுக்கு அருஞ்சேவை ஆற்றினார் திருமங்கையாழ்வார்.

முன் இவ்வுலகேழும் இருள் மண்டி உண்ண
முனிவரொடு தானவரும் திசைப்ப வந்து
பன்னுகலை நால் வேதப் பொருளை எல்லாம்
பரிமுகமாய் அருளிய நம் பரமன் காண்மின்

- என்பது திருமங்கையாழ்வாரின் பாடல். ஸ்ரீரங்கனின் இந்த அர்ச்சாவதாரத் திருமேனி பிரம்மனின் கோரிக்கையால் உலகோருக்குக் காணக்கிடைத்தது என்கிறார் ஆழ்வார்.

விண்ணுயர வாழ்வு தருவார் திருக்கோவிலூர் பெருமாள்

ஆழ்வார்களால் முதன்முதலாகப் பாடப்பட்ட திவ்யதேசம் எனும் பெருமை பெற்ற தலம். பஞ்சகிருஷ்ண தலங்களுள் ஒன்றான இந்தத் தலம், திருவிக்ரம அவதார தலம் என்றும் போற்றப்படுகிறது. மார்க்கண்டேயரின் தந்தையான மிருகண்டு முனிவர் பெருமாளின் வாமன அவதாரத் திருக்கோலத்தைக் காண விரும்பி இங்கு தவமியற்றினார். மூலவர் திருவிக்ரமன் ஒரு காலைத் தரையில் ஊன்றி ஒரு காலை விண்ணை நோக்கித் தூக்கிய நிலையில், இடக்கையில் சக்கரம், வலக்கையில் சங்கு ஏந்தி, கிழக்கு நோக்கி அருள்கிறார். இவரை தேகளீசன் என்றும் அழைப்பர். கிருஷ்ணதீர்த்தம், பெண்ணையாறு, சக்ர தீர்த்தம் ஆகியவை எங்கே தல தீர்த்தங்களாகத் துலங்குகின்றன. மகாபலிச் சக்ரவர்த்தி, மிருகண்டு முனிவர், நான்முகன், இந்திரன், காஸ்யபர், முதல் மூன்று ஆழ்வார் ஆகியோருக்கு இத்தல பெருமாள் பிரத்யட்ச தரிசனம் தந்தவர். தாயார் புஷ்பவல்லி தாயார் என்றும் பூங்கோவில் நாச்சியார் என்றும் வணங்கப்படுகிறார்.

பொய்கையாழ்வார், பூதத்தாழ்வார், பேயாழ்வார் மூவரும் பல தலங்களை தரிசித்து இத்தலம் வந்து ஒரு வீட்டின் திண்ணையில் சந்தித்தனர். ஒருவர் படுக்க, இருவர் இருக்க, மூவர் நிற்க இடம் உண்டு என பேசிக் கொண்டிருக்கும்போதே நான்காவதாக ஒருவர் நெருக்குவது போன்ற பிரமை எழ, அங்கே திருமால் பேரொளியொடு அவர்களுக்கு தரிசனம் தந்ததாக வரலாறு. 'வையம் தகளியாய்' என பொய்கையாழ்வாரும், 'அன்பே தகளியாய்' என்று பூதத்தாழ்வாரும், 'திருக்கண்டேன் பொன்மேனி கண்டேன்'

என்று பேயாழ்வரும் இத்தல பெருமாளை மங்களாசாஸனம் செய்துள்ளனர்.

கரும்பாலையின் மூன்று உருளைகள் கரும்பைப் பிழிவது போல், தீங்கரும்பான எம்பெருமானை நெருக்கி மூன்று ஆழ்வார்களும் அவருடைய கல்யாண குணங்களாகிய ரசத்தைப் பிழிந்தனர் என நிகமாந்த மகாதேசிகன் வர்ணிக்கிறார். விந்திய மலையில் வாசம் செய்யும் துர்க்காம்பிகை, தன் சகோதரனுடன் வசிக்க ஆசைப்பட்டு இத்தலத்தில் சந்நதி கொண்டுள்ளது எந்த திவ்யதேசத்திலும் இல்லாத அற்புதம். 'விந்தம் மேவிய கற்புடை மடக்கண்ணி' என திருமங்கையாழ்வார் இந்த துர்க்காம்பிகையை பாடியுள்ளார். தேசிகர் இத்தல பெருமாளைக் குறித்து இயற்றிய 'தேகளீச ஸ்துதி' மிகவும் பிரபலமானது. இடைகழியில் ஆழ்வார்களுக்கு பெருமாள் காட்சி தந்ததால் இவர் 'இடைகழி ஆயன்' என்றும், நடுநாட்டுத் திருப்பதிகளில் முதலாவதாகவும், விண்ணுலகிற்கும், பாதாள உலகிற்கும் நடுவே விளங்குவதாலும் 'நடுநாட்டான்' எனவும் அழைக்கப்படுகிறார். மிருகண்டு முனிவருக்கு பெருமாள் சாளக்ராமத் திருமேனியாக தரிசனம் அளித்த இடம் இத்தலத்தின் முன்புறத்திலேயே ஆதி சந்நதி என வணங்கப்படுகிறது. 'கிருஷ்ணாரண்யத்தில் நான் எப்போதும் சஞ்சரித்துக் கொண்யிருப்பேன்' என திருமாலால் திருவாய்மலர்ந்தருளப்பட்ட தலம். பரசுராமர் இத்தலத்தில் தவமியற்றியதாக புராணங்களிலும், அகத்தியர் இங்கு தவமியற்றியதாக தமிழிலக்கியங்களிலும் குறிப்பிடப்பட்டுள்ளது. பல்லவ மன்னர்களும், கிருஷ்ண தேவராயரும் இத்தலத்திற்கு ஏராளமான திருப்பணிகள் செய்துள்ளனர். இங்கு தவம் செய்து கொண்டிருந்த முனிவர்களை வதைத்த பாதாளகேது எனும் அரக்கனை அழிக்க திருமால் குதத்வராஜன் எனும் மன்னனை விண்ணிலிருந்து குதிரையில் ஏற்றி அனுப்பி வதைத்ததாக பிரமாண்ட புராணத்தில் குறிப்பிடப்பட்டுள்ளது. ஜீவன்கள் அறிய வேண்டிய திருமந்திரம், துவயம், சரமச்லோகம் போன்றவற்றை மூன்று பிரபந்தங்களாக முதல் மூன்று ஆழ்வார்கள் இத்தலத்தில் வெளியிட்டதால் இத்தலம் ஜீவாத்மாக்கள் கடைத்தேற வித்திட்ட தலம் என போற்றப்படுகிறது.

கடலூரிலிருந்து இத்தலத்திற்குச் செல்ல பேருந்து வசதிகள் உண்டு. விழுப்புரம்&காட்பாடி ரயில்பாதையில் திருக்கோவிலூர் ரயில்நிலையம் உள்ளது.

கவலை களைந்து காத்தருளும் தர்மபுரி கல்யாண காமாட்சி

மாங்காட்டில் தீப்பிழம்பின் மத்தியில் தவக்கோலத்தில் பொலிந்தவள், தஞ்சையில் பங்காரு காமாட்சியாக பிரமிப்பூட்டுகிறாள்; காஞ்சியில் பேரமைதி தவழும் யோகநாயகியாக யோக காமாட்சியாக உலகை அரவணைக்கிறாள். அத்தகைய பேராற்றலைப் பொழியும் பராசக்தியானவள் தன் இன்முகம் காட்டி கல்யாண காமாட்சியாக அருட்கோலம் காட்டும் தலமே தகடூர் எனும் தர்மபுரியாகும்.

ராவண வதம் முடித்தபிறகு ராமர் சற்று கலங்கித்தான் போனார். ராவணன்தான் எப்பேற்பட்ட சிவபக்தன்! சாமகானம் பாடி ஈசனையே அசைத்தவனாயிற்றே. சதுர்வேதத்தையும் கற்று கரை கண்டவனாயிற்றே. ஆனால் எத்தனை தர்மங்களை கரைத்துக் குடித்தாலும், தன் வாழ்க்கையை அதர்மத்தின் பாதையில் அமைத்துக்கொண்டானே! கருணை மிகுந்து, தர்மம் ராமரூபம் கொண்டது. அகங்காரம் எனும் ராவணனை வீழ்த்தியது. ஆனாலும் மனித உருகொண்டதால் செய்யாததை செய்ததுபோல பதறியது. ஐயோ, வேதமறிந்தவனை கொன்றேனே என்று கலங்கியது. கலக்கம் பிரம்மஹத்தி தோஷமாக ராமரைப் பற்றியது. அதைப் போக்க ஆதிசேது எனும் ராமேஸ்வர சமுத்திர மணலை அளாவி எடுத்து ஈசனை தம் தளிர்கரங்களால் லிங்க உருவில் குழைத்து நாள் தவறாது பூசித்தார். கடல் அலைகள் பிரம்மஹத்தி தோஷத்தை தம்மோடு கரைத்துக்கொண்டன. தோஷம் விடுபட்ட ராமர், சூரியனாக ஜொலித்தார். ஆயினும், உள்ளுக்குள் ஏதோ நெருடிக் கொண்டிருந்தது. பிரம்மஹத்தி தோஷத்தின் வீர்யம் புகை

போன்று சுழன்றுகொண்டிருந்தது. மாமுனிகளை அண்டி அமர்ந்து ஆறுதல் அடையலாமே என்று நினைத்த ராமர் தீர்த்த யாத்திரை மேற்கொண்டார்.

அகத்தில் ஞானத்தீயை கொழுந்து விட்டெரியச் செய்த அகத்தியரை நாடினார். இதற்கொரு வழி கூறுங்களேன் என்று கேட்டுப் பணிவாக நின்றார். அகத்தியர் "ராகவா உனக்கு ஒரு குறையும் ஏற்படாது. நீ தீர்த்தமலை சென்று வா. உன்னைச் சுழற்றும் இந்த தோஷம் பரிபூரணமாக நீங்கும். கல்யாண காமாட்சி உன் கலக்கம் தீர்ப்பாள்," என்றார்.

அதே சமயம், குமார சம்பவம் நடைபெறவேண்டுமென தேவர்கள் எதிர்பார்த்துக் காத்திருந்தனர். மன்மதன் தன் தூண்டுதலால் அது நிகழும் என்று சற்று கர்வம்கொண்டிருந்தான். ஈசனை தன் ஆளுமையில் கொண்டுவரத் துடித்தான். ஐயனருகே மன்மதன் வந்தான். ஈசனை சூழ நினைத்தான். ஆனால் சிவனின் ஞானாக்னி மன்மதன் எனும் காமத்தை பொசுக்கியது. வெற்றுச் சாம்பலானான் மன்மதன். சுயஉடலை இழந்த மன்மதன் உடலற்றவனானதால் அனங்கன் என்று அழைக்கப்பட்டான். பார்வதி இச்செயலைக் கண்டு வருந்தினாள். மன்மத பாணமே தோற்றுவிட்டதால்தான் ஈசனுடன் இணைய இயலாது போய்விடுமோ என்று மனம் உடைந்தாள். பூவுலகில் தவம் செய்து ஈசனோடு மீண்டும் இணைய உறுதிகொண்டாள்.

தகடூரில் ஸ்ரீசக்ரம் அமைத்து மாதவத்தில் ஆழ்ந்தாள் அன்னை. ஈசனும் அந்த தவத்தில் கரைந்தார். சட்டென்று தரிசனம் தந்தார். தவத்தில் உறைந்திருந்த நாயகியின் முகம் சிவனைக் கண்டதும் பூரித்துச் சிவந்தது. மலைமகள் திருமணக் களைகொண்டாள். ஈசனும் அத்தலத்திலேயே அவளை மணந்ததோடு மன்மதனை உயிர்ப்பித்து ரதிதேவியின் கண்களுக்கு மட்டுமே தோன்றுமாறு செய்தார். மன்மதன் மகிழ்ந்தான். ரதி தேவி ஈசனின் திருவடி வீழ்ந்து பரவினாள். மன்மதனைக் காத்த கல்யாண காமாட்சி சக்தி பீடத்தின் மத்தியில் அமர்ந்து பேரருள் பெருக்கும் தலத்திற்கு ராமனையும் சென்றுவரச்-சொல்லி, வசந்த நவராத்திரி பூஜை முறைகளையும் உபதேசித்தார் அகத்தியர்.

ராமர் சக்திபீடத்தை நெருங்கியபோதே தன்வயமிழந்தார். அப்போதே பிரம்மஹத்தி தோஷமானது முற்றிலுமாக மறைந்தது. ராமர் பிரம்மம் எனும் தெளிந்த நீலவானத்தைப்போல நிர்மல மனதினராகத் திரும்பினார்.

தர்மபுரி எனும் இத்தலத்தில் மன்மதனை உயிர்ப்பித்ததற்கு ஆதாரமாக இருந்த அன்னை, போக காமாட்சியாக அருள் கூட்டி அமர்ந்தாள். பதினெட்டு யானைகள் தாங்கிய தேர்போன்ற அமைப்பில் விளங்குகிறது அன்னையின் சந்நதி. அன்னையை

வணங்குபவர்கள் ராமரையும் தரிசிக்கிறார்கள். மேற்குப் புற கருவறையின் பின்னர் உள்ள முதல் யானையிடமிருந்து ஆரம்பிக்கும் ராமாயணக் காட்சிகள் அதியற்புதமான வேலைப்பாடுகளுடன் கூடி, அப்பிரதட்சணமாக வந்து, பதினெட்டாவது யானையுடன் முடிகிறது.

சாதாரணமாகவே இறைவியின் சந்நதியை அப்பிரதட்சணமாக அதாவது, இடமிருந்து வலமாகச் சுற்றினால் உலக இன்பங்கள் விடுபட்டு முக்தி கிட்டும் என்பது ஆன்றோர்கள் வாக்கு. அம்பிகையை வலம் வரும்போது வலஇடமாகவும், ராமாயண காவியச் சிற்பங்களை தரிசிக்க இடவலமாகவும் வருவதால் இவள் இம்மையும் மறுமையும் கலந்தளிக்கும் அருட்தாய் என்பதை எளிதாக உணரலாம்.

ஆலயத்துக்குள் நுழைந்தவுடன் தல விநாயகரான செல்வ விநாயகரும், அவரை அடுத்து ஆறுமுகம்கொண்ட ஷண்முகநாதனும் தரிசனமளிக்கின்றனர். பிராகாரம் வலம் வருகையில், 'மனோன்மணி' உபாசனையை உலகில் பரப்பிய காடு வெட்டி சித்தர் சிவலிங்க ரூபமாய் சித்தேஸ்வரன் என்ற பெயரில் அருள்கிறார். அடுத்து தலத்தின் பிரதான நாயகி, ஐம்பது அடிக்கும் மேலாக உயர்ந்த இடத்தில் ஸ்ரீசக்ர மேடை மேல் நின்று அருளுகிறாள். மூன்று தள விமானத்தின் கீழ் தன்னிகரில்லாப் பெருமையுடன் காட்சி தரும் கோலம், பார்க்க மனம் அப்படியே நெகிழும். அம்மனின் கருவறை அமைப்பு வித்தியாசமானது. ஈசனின் கருவறை விமானத்தைவிட பெரிது.

அருளே உருவாய் கல்யாண குணங்களோடு, வணங்குவோர் வாழ்வில் நலம் பல அருளும் அம்பிகையை மனம் குவிய தரிசிக்கிறோம். அன்னையின் பதினாறு துணை சக்திகளும், மாதங்கி, வாராகியும் சேர்ந்து பதினெட்டு யானைகள், ஸ்ரீசக்ர சந்நதியில் கொலுவீற்றிருக்கும் நாயகியை தாங்கி நிற்கின்றன. உயரத்தில் உள்ள காமாட்சியின் சந்நதியை அடைய பதினெட்டு திருப்படிகள் உள்ளன. அமாவாசை தினங்களில் பெண்கள் இங்கு திருப்படி பூஜையை விமரிசையாக செய்கிறார்கள்.

இத்தலத்தில் அருளும் ராஜதுர்க்கை 'சூலினி' எனப் போற்றப்படுகிறாள். தர்மர் இருபத்தேழு மூல மந்திரங்களால் வழிபட்ட மூர்த்தினி இவள். சங்குசக்ரம் ஏந்தி மஹிஷனை வதைக்கும் கோபரூபத்தில் இவள் இருந்தாலும் நாடிவரும் அன்பருக்கு நலங்கள் பல சேர்ப்பவள். செவ்வாய் தோஷம் போக்குபவள். ஒவ்வொரு தை மாதமும் சண்டிஹோமம் கொண்டருளுகிறாள் சூலினி. இங்கு ப்ரத்யங்கிரா தேவியும் சிறப்பாக வழிபடப்படுகிறாள்.

அடுத்தது மல்லிகார்ஜுனனின் பிரதான சந்நதி. தீபஸ்தம்பம், பலிபீடம், கொடிமரம், நந்தி மண்டபம் கடந்தால் உற்சவ

மூர்த்தங்களை தரிசிக்கலாம். இடது புறம் துர்வாசரை அவமதித்த சாபம் தீர இத்தலத்து ஈசனை வணங்கி சாபநிவர்த்தி பெற்ற ஐராவத யானையையும் காணலாம். கருவறையின் முகப்பில் உள்ள கஜலட்சுமியை, ஒரு யானை துதிக்கையைத் தூக்கியும், ஓர் யானை மண்டியிட்டு வணங்கும் அதிசய அமைப்பும் சிலிர்க்க வைக்கிறது.

தர்மபுரி கோட்டைக் கோயில் எனப் புகழ்பெற்ற இத்தலம் தர்மபுரி பேருந்து நிலையத்தி லிருந்து 2 கி.மீ. தொலைவில் உள்ளது.

வளம் தருவார் வாசுதேவன்

(தர்மபுரி)

ஆழ்வார்களால் மங்களாசாஸனம் செய்யப்பட்ட திருமாலின் திருத்தலங்கள் திவ்ய தேசங்கள் என்றும், திருமால் தானே சுயமாக அர்ச்சாவதாரமாய் தோன்றிய தலங்கள் ஸ்வயம் வ்யக்த க்ஷேத்ரங்கள் என்றும் அழைக்கப்படுகின்றன. இவை தவிர பக்தர்களுக்கு அருளும் பொருட்டு அபூர்வமான திருவடிவங்களில் பரந்தாமன் அருளும் தலங்கள் அநேகமுள்ளன. அவற்றில் வர மகாலட்சுமியுடன் பரவாசுதேவனாக நாராயணன் அருளும் தர்மபுரியும் ஒன்று.

ஔவையாரால் பாடப்பெற்ற தலப்பெருமை உடையது தகடூர். சைவ, வைணவ ஒற்றுமைக்கு எடுத்துக்காட்டாக மல்லிகார்ஜுனேஸ்வரர் கோயிலும், பரவாசுதேவர் கோயிலும் அருகருகே அமைந்துள்ளன. இத்தலம் மகேந்திரநுளம்பன் காலத்தில் கட்டப்பெற்று, மூன்றாம் குலோத்துங்கனாலும், சிறந்த வைணவ பக்தரான விஸ்வநாத நாயக்க மன்னனாலும் திருப்பணி செய்யப்பட்டதாக கல்வெட்டுச் சான்றுகள் கூறுகின்றன.

மூர்த்தி, தலம், தீர்த்தம் என மூன்று சிறப்புகளையும் பெற்று இயற்கை எழிலோடு சுமார் இரண்டு ஏக்கர் பரப்பளவில் இவ்வாலயம் அமைந்துள்ளது. முன்பொரு காலத்தில் இங்கு சனத்குமார நதி மிகவும் புண்ணிய நதியாக ஓடியுள்ளது. அதில் நீராடி பாவம் நீங்கி, ஞானம் கிட்டியவர்கள் பலருண்டு என்பதை செவிவழிச் செய்திகள் கூறுகின்றன.

ஆலயத்தின் கிழக்கே பார்த்த நுழைவாயிலில் நுழைந்து பாம்பணை மேல் பள்ளிகொண்ட பரந்தாமனையும், அவர் தம்

திருவடிகளில் அமர்ந்தருளும் திருமகளையும், திருமாலின் நாபித் தாமரையில் வீற்றிருக்கும் பிரம்மதேவரையும் வைகுண்டவாசனின் சுதை உருவத்துடன் கூடிய முகப்பு மண்டபத்தில் காண்கிறோம். அதன் எதிரே உயர்ந்த தீபஸ்தம்பம். அதனடியில் சிறிய உருவினராக அனுமன், பலிபீடம் மற்றும் கொடிமரத்தை தரிசிக்கிறோம். அதைக் கடந்தால் பெரிய திருவடி என்றழைக்கப்படும் கருடாழ்வாரின் பரவச தரிசனம். அதையடுத்துள்ள மகா மண்டபத்தில் சிவபெருமானின் லீலைகள் பலவும் கண்ணைக் கவரும் வண்ணம் தூண்களில் செதுக்கப்பட்டுள்ளன. எதிரே வேதாரண்ய வாசல், வலதுபுறம் வைகுண்ட ஏகாதசியன்று மட்டும் திறக்கும் பரமபத வாசல். வைகுண்ட ஏகாதசியன்று இந்த பரவாசுதேவனின் அருளைப்பெற ஆயிரக்கணக்கானோர் இங்கு வந்து தரிசனம் செய்வார்களாம். வேதமண்டபத்தைத் தாங்கும் நான்கு தூண்களும் நான்கு வேதங்களைக் குறிக்கும் வண்ணம் துலங்குகிறது. இந்த மண்டபத்து சுவரில் மதுரகவியாழ்வார், சேனை முதலி, ராமானுஜர், நம்மாழ்வார் போன்றவர்கள் திருமாலை வணங்கிய நிலையில் தரிசனமளிக்கின்றனர்.

இந்த வேதமண்டபத்தை அடுத்துள்ள அர்த்த மண்டபத்தைக் கடந்தால் கருவறையில் பரவாசுதேவப் பெருமாள் பேரழகுடனும் காட்சி தருகிறார். இவர் பிரம்மதேவரால் பிரதிஷ்டை செய்யப்பட்டு, தேவர்கள், முனிவர்கள், பஞ்சபாண்டவர்கள் போன்றோரால் பூஜிக்கப்பட்ட பெருமையுடையவர் எனக் கூறப்படுகிறது.

பல்வேறு தலங்களில் சயனத் திருக்கோலத்திலும், நின்ற திருக்கோலத்திலும் தோற்றமளிக்கும் திருமால் இங்கு அமர்ந்த திருக்கோலத்தில் உள்ளார். அதுவும் எப்படி? ஆதிசேஷன் தன் ஏழு தலைகளையும் குடையாகப் பிடித்தபடி, தன் உடலை மூன்று சுற்றுகள்கொண்ட இருக்கையாக்கிக்கொள்ள அதையே ஆசனமாகக் கொண்டு அருள்கிறார் பரந்தாமன். பரவாசுதேவன் பொலிந்து நின்று ஒளி வீசும் திருமுகமண்டலத்தோடு, சங்கு, சக்கரம், கதை ஆகியவற்றைத் தாங்கி இடது கீழ்க்கையை ஆதிசேஷன்மேல் சாய்வாக ஊன்றி ஒய்யாரமாக அமர்ந்திருக்கிறார். தன் இடது மடிமேல் வரமகாலட்சுமி தாயாரை அமர்த்தியிருக்கிறார். அவரது மலரனைய பாதத்தைத் தாங்கும் தாமரைக்கு இருபுறமும் சிறிய திருவடி எனப்படும் அனுமனும், பெரிய திருவடியாகிய கருடனும் அமர்ந்திருக்கிறார்கள். இந்த அமைப்பு முழுமையாக ஒரே கல்லால் ஆனது என்றறியும்போது வியப்பு மேலிடுகிறது. சுமார் எட்டு அடி உயரமுள்ள அந்தத் திருவுருவத்தைத் தரிசிக்க கண்கள் கோடியிருந்தாலும் போதாது. தம்மை நாடி வரும் அன்பர்கள் கோரும் வரங்களை அண்ணலிடம் சொல்லி வாரி வாரி வழங்குவதால், தாயார் வரமகாலட்சுமி என்று திருநாமம்

கொண்டாள் போலும். அவள் அணிந்துள்ள திருவாபரணங்கள் அன்னையின் அழகிற்கு மேலும் அழகு செய்கின்றன. தன் திருமார்பை விட்டு அகலகில்லேன் எனும் அலைமகளை தன் மடியில் தாங்கிய பரவாசுதேவனும் சர்வ அலங்காரங்களுடன் காட்சியளிக்கிறார்.

திருமாலின் புகழ் பாடும் விஷ்ணு ஸஹஸ்ர நாமத்திலும் புரந்தரதாசர் பாடிய 'ஜகதோ தாரணா' எனும் கீர்த்தனையிலும் பரவாசுதேவனின் புகழ் ஓங்கி ஒலிக்கிறது. வில்வ மரமும், வேப்ப மரமும் தல மரங்களாகத் திகழ்கின்றன.

பௌர்ணமி தோறும் சத்ய நாராயண பூஜை, அமாவாசையன்று அனுமன் சிறப்பு வழிபாடு, மாத ஏகாதசிகளில் திருமஞ்சனம் என்று விழாக்களும், பூசைகளும் விமரிசையாக நடைபெறுகின்றன.

பரவாசுதேவர் கோயில், தர்மபுரி பேருந்து நிலையத்திற்கு 2 கி.மீ. தொலைவில் உள்ளது.

வளமான வாழ்வருளும் வைகுண்டவாசன்

(தூசி கிராமம்)

பரமேஸ்வர மன்னனால் காஞ்சியின் வட பகுதியில் "பரமேஸ்வர விண்ணகரம்'' என்ற வைகுண்டவாசப்பெருமாள் கோயில் நிர்மாணிக்கப்பட்டது. இது ஆழ்வார்களால் மங்களாசாஸனம் செய்யப்பட்ட ஆலயம். அதன்பின் வந்த பல்லவ மன்னராலும், பக்தர்களின் பெருமுயற்சியாலும், தூசி கிராமத்தில் வைகுண்டவாசப் பெருமாள் திருக்கோயில் கட்டப்பட்டது.

மூலவர் ஸ்ரீதேவி&பூதேவியுடன் சின்முத்திரை தரித்து கையில் தாமரையை ஏந்திய திருக்கோலத்தில் அருட்காட்சியளிக்கிறார். தாயார் சந்தானவல்லி; பெயருக்கேற்றாற்போல் மழலை வரம் வேண்டி பிரார்த்தனை செய்தால் தட்டாமல் அந்த வரத்தை அருள்கிறாள். அதை மெய்ப்பிப்பது போல் கருவறை விமானத்தில் குழந்தையை ஏந்திய அற்புத சந்தானலட்சுமி திருக்கோலத்தில் தாயாரை தரிசிக்கலாம்.

உற்சவர், காஞ்சி பேரருளாரனான வரதராஜப் பெருமாளைப் போன்ற தோற்றப்பொலிவில் சேவை சாதிக்கிறார். மேலும் நம்மாழ்வார், கலியன் போன்ற ஆழ்வார்கள், ராமானுஜர், சுவாமி தேசிகர், ஆதிவண்சடகோபர் போன்ற ஆச்சார்யர்களின் திருவுருவங்களும் அமைக்கப்பட்டுள்ளன.

வைணவ ஆச்சாரியரான சுவாமி ஆதிவண்சடகோபர் சில ஆண்டுகள் இத்தலத்தில் எழுந்தருளியிருந்ததால் இத்தலம் சடகோபபுரம் என்று அழைக்கப்பட்டது. அதன் சான்றாக இத்தல வைகுண்டவாசப் பெருமாள் சந்நதியில் ஆதிவண்சடகோப சுவாமிகளின் திருவுருவம் உள்ளது.

ஆங்கிலேயர்கள், அப்போது ஆற்காட்டை ஆண்டுவந்த நவாபுடன் போர்புரிய வந்தார்கள். ஆங்கிலேயர்களின் குதிரைப்படை, காலாட்படை, பீரங்கி வண்டிகள் போன்றவை இவ்வூர் வழியே வந்தபோது உருவான புழுதி, பெருமண்டலதூசியாக எழுந்ததால், இந்த ஊர் 'தூசி' என்றே அழைக்கப்படலாயிற்று. மேலும், இவ்வூரில் வீர ஆஞ்சநேயர் தன்னிகரற்ற பெருமையோடு விளங்குவதால் இத்தலம் 'தூசி மதுரா அனுமந்தப்பேட்டை' என்றும் அழைக்கப்படுகிறது.

திருமங்கை ஆழ்வாரால் மங்களாசாஸனம் செய்யப்பட்டதும், திருவண்கா சுவாமி தேசிகன் அவதரித்ததுமான தூப்புல் என்னும் தலத்தில் கோயில் கொண்டுள்ளார் விளக்கொளி பெருமாள் எனும் தீபப்பிரகாசர். இவர், வைகுண்டவாசப் பெருமாள் கோயிலிற்கு 1934ம் ஆண்டு எழுந்தருளி விமரிசையாக திருமஞ்சனம் கொண்டருளினார். எனவே இவ்வூர் திவ்யதேச பெருமாள் எழுந்தருளிய பெருமையும் பெற்றது.

இத்தலத்தில் ஆதிவண்சடகோபர் எழுந்தருளி இருப்பதால் ஒவ்வொரு வருடமும் சித்திரை மாத பௌர்ணமி தினத்தன்று காஞ்சிபுரத்தில் கோயில்கொண்டுள்ள வரதராஜசுவாமி, இத்திருக்கோயிலுக்கு எழுந்தருள்கிறார். அன்றைய தினம் ஆதிவண்சடகோப சுவாமிகளுக்கு மாலை, மரியாதை, சடாரி ஆகியவை, விசேஷமாக வரதராஜப்பெருமாளால் அருளப்படும். அவ்வாறே இத்தலத்தின் சார்பில் காஞ்சி வரதராஜருக்கு பதில் மரியாதையாக செய்யப்படும். அன்றைய தினம் இத்தலத்திற்கு வந்து அந்நிகழ்வை தரிசித்தால் காசிக்குச் சென்று கங்கையில் நீராடிய பலன் கிட்டும் என்பது ஐதீகம்.

பக்தர்களின் பெருமுயற்சியால், கடந்த மாதம், கும்பாபிஷேகம் வெகுசிறப்பாக நடைபெற்றது. நான்கு மாட வீதிகள் சூழ நடுவே கோயில் கொண்டுள்ள சந்தானவல்லி சமேத வைகுண்டவாசப் பெருமாள் இவ்வூர் வாழ் மக்களுக்கு மட்டுமின்றி தன்னை நாடிவரும் பக்தர்களின் வாழ்வில் வளங்கள் பெருக அருள்கிறார்.

காஞ்சிபுரம்&வந்தவாசி வழியில் காஞ்சிபுரத்திலிருந்து 7 கி.மீ தொலைவில் தூசி கிராமத்தில் அமைந்துள்ளது இந்தத் திருக்கோயில்.

தசமஹா வித்யா தேவியர்க்கு அபூர்வ கோயில்

(கீழாந்துறை - அரக்கோணம்)

அண்ட சராசரம் அனைத்துமாகி, அவற்றிலுள்ள உயிர்க்குலம் யாவுமாகிய, பிரபஞ்ச வாழ்வை நடத்தி வைக்கும் மகாசக்தியை அநுபூதிமான்கள் பலப்பல தெய்வ வடிவங்களில், பலப்பல வீலாவிநோதங்கள் புரிவதாகக் கண்டிருக்கிறார்கள். பிறருக்கும் அவற்றைக் கொடுப்பதற்கான உபாசனாக் கிரமங்களை முறையாகக் கொடுத்திருக்கின்றனர். இவையே தந்திர சாஸ்திரங்கள் எனப்படும். அவற்றில் பராசக்தியின் பத்து வடிவங்கள் 'தசமகாவித்யா' என்ற பெயரில் சிறப்பிக்கப்படுகின்றன.

பத்து உருவங்கள்: காளி, தாரா, திரிபுரசுந்தரி, புவனேஸ்வரி, திரிபுர பைரவி, சின்னமஸ்தா, தூமாவதி, பகளாமுகி, மாதங்கி, கமலாத்மிகா என்று வரிசைப்படுத்தப்பட்டுள்ளன. இப்பத்துச் சக்திகளிலிருந்தே திருமாலின் தசாவதாரங்களும் தோன்றின என்பர். அந்த தசமஹாவித்யா தேவியரும் திருவருள்புரியும் திருத்தலம் பூஜ்ய ஸ்ரீ நாராயண தீர்த்தர் எனும் கங்கோத்ரி ஸ்வாமிகளால் தேவியின் திருவுளப்படி 48 நாட்களில் கட்டப்பட்டுள்ளது. கடந்த ஜீலை 11 அன்று தமிழக ஆளுநர் மேதகு.பன்வாரிலால் ப்ரோஹித் அவர்கள் முன்னிலையில் ஆலய கும்பாபிஷேகம் சிறப்புற நடைபெற்றது. அந்த தேவியரின் மகிமைகளை அறிவோம்.

காளி

காலம் என்கிற விந்தைத் தத்துவத்தின் தெய்வ வடிவமே காளி. காலம் என்றால் கருநிறம் என்று ஆகும். இவள் கரு நிறத்தள்.

காலத்தின் மாற்றத்தை இவள் செய்துவருகின்றாள். இறப்புக்கு ரூபமாக இருக்கிறாள் காளி. உலகையே மகா மயானமாக்கி, மயான ருத்திரனார் மீதே நின்றாடுகிறாள் காளி, கோரமும் இறைவன் செயல் என்று தெளிந்து, அழகைப் போலவே கோரத்தையும் ஏற்கும் பொருட்டுப் பயங்கரத்தை உருவகித்துக் காட்டுகிறாள். காளியன்னை கூரிய நகங்களும், கொடூர ஏளனமான நகையும், தொங்கும் நாவு கொண்டு நிர்வாணமாயிருப்பாள். அல்லது சவங்களைப் பின்னிய ஆடை, முண்டமான கபாலரத் தலையணி இவற்றை அணிந்திருப்பாள். கரத்தில் கத்தியும், கத்தியால் வெட்டிய தலையையும் பிடித்திருப்பாள். ஆயினும் மற்ற இரு கரங்கள் அபயமும் வரதமுமாக இருக்கக் காண்கிறோம்.

பலன்கள்: இக்காளியை தரிசித்து உபாஸித்தால் மனதில் அமோகமான தைர்யமும், வாக்கில் நல்ல வல்லமையும், முன்கூட்டறியும் தன்மையும், நிகரற்ற செல்வமும், நோய் நொடியற்ற நீண்ட வாழ்வும் சாஸ்திர ஞானமும் அதனால் முக்தியும் கிடைக்கும்.

தாரா

பத்து விதமான வித்யா தேவதைகளில் ஒருத்தியான தாராவிலேயே ஐந்து வகையர் உண்டு. அவர்கள் நீலசரஸ்வதி, உக்ரதாரா, சுக்லதாரா, நீலதாரா, சித்ரதாரா என்போர்.

உண்மை நிலை: உணர்வுகள் நசிக்கிற பேருணர்வு வடிவினள் என்பதை உணர்த்தவே இவள் ஒரு காலால் சவத்தை மிதித்துக் கொண்டிருக்கிறாள். வாழ்க்கை முடிச்சை வெட்டுவதற்காகக் கத்தரிக்கோலும், அகங்கார நீக்கத்தைக் காட்ட மண்டை ஓடும் வைத்துள்ள இவளது இன்னொரு கரத்தில் ஞான வாளும், இந்த பயங்கரங்களுக்கு ஈடு செய்வதைப்போல எஞ்சிய கரத்தில் ஆன்ம மலர்ச்சியைக் காட்டும் குளிர் நீலத்தாமரையும் தரித்திருக்கிறாள். மூவுலகை அறியாமையையும் கபாலத்தில் வாங்கிக்கொண்டு ஒரு நொடியில் அழித்து விடுவாளாம்.

பலன்கள்: போக, மோக்ஷங்கள் இரண்டையும் இவ்வித்தையால் அடையலாம். முக்கியமாக வாக்ஸித்தி, கவிதாலாபம், ராஜ ஸன்மானம், செல்வம், பதவி இவைகளை சுபலமாக அடைய வழியாகும். கடைசியில் வேதாந்த வாக்ய ஞானத்தினால் மோக்ஷமும் பெறலாம். ஆக்ஞானத்தை அகற்றித் தன் கையிலுள்ள கபாலத்தில் போட்டு பொசுக்கி மூவுலகத்தை காப்பாற்றும் ஸ்வரூபமல்லவா தேவியின் வடிவம்.

திரிபுரசுந்தரி

பொதுவாக ஸ்ரீவித்யா என்றாலே இவளைத்தான் எண்ணுவர். லலிதை என்றும், ராஜராஜேஸ்வரி என்றும் காமாக்ஷி என்றும்,

காமகோடி என்றும் போற்றப்படுபவள் இவளே. திரிபுரசுந்தரி என்றால் மூவுலகிலும் அழகி என்பது வெளிப்பொருளாம்.

திருவுருவம்: நமது ஆசையை அடக்கப் பாசமும், துவேஷத்தை அடக்க அங்குசமும், ஐம்புலன்களைக் கவர ஐந்து மலர்ப்பாணங்களும், மனத்தை இழுக்கக் கரும்பு வில்லும் கொண்டு விளங்குகின்றாள் திரிபுரசுந்தரி.

அமரும் சிறப்பு: இவள் பரம புனிதமான சக்கரத்தின் மத்தியில் சகல சக்திகளும் பற்பல வெளிச்சுற்றுகளில் தன்னைச் சேவிக்கும்படியாக விளங்குகின்றாள். இப்போது தசமாக வித்யைகளில் வேறு இருவரான மாதங்கீயும் பகளா முகியும் முறையே இவளுக்கு மந்திரிணியும், சேனாநாயகியும் ஆகிறார்கள். இவளே ஐந்தொழில் புரிகிறவள் என்பதால் பிரம்மனும், விஷ்ணுவும் ருத்திரனும், மாயைக்கு அதிபனாம் மகேசுவரனும் இவளது மஞ்சத்தின் நாலு கால்களாகவும் அமரும் பீடமாகவும் ஆகிறார்கள்.

பலன்கள்: சகல ஸௌபாக்கியங்கள்.

புவனேஸ்வரி

காலமாக விரிந்தவள் காளி, இடமாக விரிந்தவள் புவனேஸ்வரி. காலவெள்ளத்தில் புவனைவெளிகளைப் பூக்கச் செய்தவள் இவளே. உடனே புவனங்களை நிரப்ப பசு, பட்சி, மிருகம், பாம்பு, ஆண், பெண், என்று அனைத்து ஜீவராசிகளும் தோன்றிவிட்டனர். அவர்களுக்கு உருவங்களும் பெயர்களும் வந்தது இவளால்தான். அவைகளை ஆளும் புவனேசுவரியாக இவள் ஆனாள். இவளையே பிரகிருதி அல்லது இயற்கை எனலாம். இவள் மாயை ஆயினும் நாம் பிரார்த்தித்தால் இவளே மாயை நீக்கி மெய்ஞானத்தை நல்குவாள். 'தேவீ ப்ரணவம்' எனப்படும். 'ஹ்ரீம்' காரத்தை மந்திரமாகக் கொண்டவள் இம் மகாமகாசக்தி.

பலன்கள்: புவனேஸ்வரியின் உபாஸனத்தினால் உலகங்களை ஜெயிக்கும் ஆற்றலை சாதகன் அடைகிறான். அளவில்லா செல்வமும், வாழ்க்கை வளமும், பதவி உயர்வும் நிச்சயமாகப் பெறுவான், உலகங்கள் எல்லாம் தன் ஆத்மாவே என்ற சர்வாத்மபாவம் (எங்கும் நானே உள்ளேன் என்கிற நிச்சயம் பெறுகிறான்.

திரிபுர பைரவி

திரிபுர சுந்தரி அன்பின் வடிவம், பைரவம் என்றால் அச்சமூட்டுதல், திரிபுர பைரவி, ஆனால் கோரச்செயல் செய்து அச்சமூட்டவில்லை. தங்களது மகிமை காரணமாகவே சிலர் தம்மை நாம் அணுகவொட்டாமல் அச்சுறுத்தவில்லையா? அப்படித் தபோசக்தியாலேயே நமக்கு பைரவி ஆனவள்.

திருவுருவம்: மூலாதாரத்தில் இவள் தபோக்கினியானாலும்

சிரத்தில் சஹஸ்ரார உச்சிக்கு ஆரோகணித்து சுந்தரி ஆகும்போது அமுதமழை வர்ஷிக்கிறாள். இவள் ஞானமாவதாக விளங்குகிறாள் எனக்காட்டவே ஜபமாலையும் ஞான முத்திரையும் தாங்கியிருக்கிறாள். அபயம் தந்து வரத முத்திரையும் காட்டுகிறாள். நெற்றியில் ஞானக்கண்ணோடும் இதழ்களில் புன்னகையோடும் காணப்படுகின்றாள். ஞானாமுதம் பாய்ச்சுவேன் எனக் காட்டவே அமுதத்தைப் பிறப்பிக்கும் மதியைத் தலையில் குடியிருக்கிறாள்.

பலன்கள்: ஜாதவேதஸே என்கிற வேத மந்த்ரத்தினால் இத்தேவியை உபாஸித்தால் பீடாபரிஹாரமும், தனலாபமும், சகல சம்பத்தும் ஏற்படும். லௌகீக, சாஸ்திரீய, ஞான விருத்தியும் அடையலாம். முக்தியையும் பெறலாம்.

சின்ன மஸ்தா

காளியின் பயங்கரத்தையும் அற்பமாக்கும் ஒரு கோரம் உண்டெனில் அது சின்னமஸ்தாவே ஆகும்.

தியாக சொரூபம்: ஒரு கையில் வெட்டப்பட்ட ஒரு தலை யாருடைய தலை? சாட்சாத் அவளுடையவரேதான்! அதனால்தான் இவளுக்கு சின்ன மஸ்தா என்றே பெயர். (சின்ன-துண்டித்த; மஸ்தா தலையினள்) இந்திரியங்கள் போனால் போதாது, அகங்கார மனம் தொலைய வேண்டும் என்று காட்ட தன் தலையையே கொய்து கொண்டிருக்கும் தியாக ஸ்வரூபி இவளே. வெட்டிய கழுத்திலிருந்து முன்பு சொன்ன மூன்று நாடிகளினின்று மூன்று குருதி ஊற்றுக்கள் வெளிவருகின்றன. 'வாருணி', 'டாகினி' என்ற இவளது சேடியர் இருவர் இடை பிங்கலையிலிருந்து வரும் குருதியைப் பருகுகின்றனர்.

இவளது வெட்டுண்ட தலையே மத்ய நாடியாம். கழுமுனையின் சக்தியைப் பருகுகிறது. இடி, மின்னல், என்ற அடையாளங்களைக் காட்டி, ஒலி, ஒளி என்ற இரு சக்திகளைத் இறைத் தன்மையிலிருந்து பேதப்படுத்தி வெளிக்கொணர்ந்த மகாசக்தி ஆவாள்.

இந்த ஒலி ஒளிகளோடு ஞானமாகவும் புகுகிறாள். இம்மூன்று நாடிகள் மூலமாக, அதையே இந்த மூவரின் ரத்த பானம் சித்தரிக்கிறது. மீண்டும் மூலத்தில் தோய வேண்டுமாயின் ஜீவ (உயிர்) முடிச்சை வெட்ட வேண்டும். அதனால்தான் இவள் ஒரு கரத்தில் 'கத்தரிக்கோல்' வைத்திருக்கிறாள். ஆக இவளது உருவம் கொடுமையாக இருப்பினும் செயலோ மதுரமாக இருக்கிறது. அபயவரதங்களை இவளும் கொண்டுள்ளான்.

சின்ன மஸ்தாவின் சின்னாபின்னமான மஸ்தகமே ரேணுகை என்றும், தலையை வெட்டிக்கொண்ட இவளே பரசுராம அவதாரத்தின் மூல சக்தி என்றும் கருதப்படுகிறது. பஞ்ச இந்திரியங்கள், மனம் ஒன்று ஆக இந்த ஆறினை அடக்கும் இவள்

'ஷஷ்டி தேவி' என்றே சிறப்பிக்கப்படுகிறாள்."

பலன்கள்: இந்த தேவியின் க்ருபையால் ஸாதகன் சிவத்தன்மையை அடைவான். புத்ர தனதான்யாதிகளை வெகு சீக்கிரம் அடைவான். அம்பாளின் அனுக்ரஹத்தினாலேயே கவித்வம், பாண்டித்யம் அடைந்து தன்யன் ஆகிறான் இந்த உபாஸனத்தால் பெற முடியாதது ஒன்றும் இல்லை. சகல சம்பத்துகளையும் அடைந்து நிஷ்காம த்யானத்தால் வேதாந்த வாக்ய ஞானமும் அதனால் பரமானந்த லாபமும் அடைவான்.

தூமாவதி

சின்னமஸ்தாவிடம் எந்த அளவு வேகம் பொங்குகிறதோ, அந்த அளவு சோம்பி, சோம்பிக்கிடப்பவள் ஒருத்தி உண்டெனில், அவளே தூமாவதி. ஒன்று அழிவதற்கும் மற்றொன்று உண்டாவதற்கும் இடையில் செயலற்றதோர் இடைவெளி உண்டல்லவா? அதுவே இவள்.

இது உண்மையில் பாழிடம்தானா? ஒன்று நிறைவும் அதில்தான். இன்னொன்றின் வித்தும் அதில்தான், அதை எப்படி சூனியம் எனலாம்? எனவேதான் இவளை 'இருட்சக்தி' என்னாமல் 'புகை சக்தி' என்பர். (தூபம் - புகை), புகை, இருள் போலத்தான் இருக்கிறது. ஆனால் ஒளிமய அக்கினி இன்றி இது இல்லையே! மகா விஷ்ணுவின் யோக நிததிரை இவளேயாவாள். இந்த சந்நதி மட்டும் காலை ஏழு மணி முதல் ஏழேகால் வரையிலும் மாலை ஆறு மணி முதல் ஆறேகால் வரையிலும் திறந்திருக்கும். தப்பர்த்தம் கற்பித்துக் காட்டுகிற ஏமாற்றுச் சக்திக்கும் தூமவதி அதிதேவதையாகக் கூறப்படுகிறாள். இது ஆக்க சக்தி அல்லவா! இதனால்தான் இவள் வெளிறிப் போனவளாகச் சித்தரிக்கப்படுகிறாள். இவள் தளர்ந்தவளாக அங்கங்கள் தொங்கித் தளர்ந்து பல்விழுந்து சீவாத முடியும், அழுக்கு உடையுமாகக் காட்சி தருகிறாள். மேலும் காக்கைக் கொடியையும் கொண்டுள்ளாள். மேலும் ஒரு கரத்தில் முறத்தையும் மற்றொரு கரம் வரம் நல்கும் உத்தம பாவத்திலும் உள்ளாள். தூமாவதியானவள் நம் சிந்தனை என்கிற தவிட்டைப் புடைத்து, உண்மை நாமமான ஆத்ம அரிசி மட்டுமே நிற்கிற தூக்க நிலையை நமக்கு என்றென்றும் அளித்துக் களைப்பாற்றும் கருணைத்தாயாக விளங்குகின்றாள். இவள் ஒருத்தியே தசமகா வித்யாக்களுள் நெற்றியில் திலகமில்லாது புருஷன் அற்றவள் போல சித்தரிக்கப்படுகிறாள்.

பலன்கள்: ஊர்த்வாம்னாய தந்த்ரத்தில் தூமாவதீ ஸ்தோத்ரம் உள்ளது. அதில் பலச்ருதியில் பெருங்கஷ்டத்திலும், மஹா சங்கடத்திலும், ரோகத்தால் அவதிப்படும் காலத்திலும் சத்ருக்களை நிக்ரஹம் செய்ய நினைக்கும்போதும் தூமாவதீ ஸ்தோத்ர பாடம்

கார்ய ஜயமளிக்கும் என்று சொல்லப்பட்டிருக்கிறது.

பகளாமுகீ

காளி முழுவதையும் அழிக்கின்றாள். பகளாமுகியோ, செயல் முன்னிலும் திறம்பட நடைபெறும் பொருட்டுச் செயலைத் தடைப்படுத்துபவள். பிறகு விட்டுவிடுகிறாள். மூச்சை இறுக்கிப் பிடித்து தடை போடத்தான். ஆனால் இம்மாதிரி சிறிது போது செய்து பிறகு அதை விட்டால் அதுவே உயிர் வளர்க்கும் பிராணயாமம் ஆகிறதல்லவா? இப்படிப் பிடித்து வைப்பதனை 'ஸ்தம்பனம்' என்பர். பகளாமுகி தேவியானவள். 'வாக்ஸ்தம்பனக்காரி'. அதாவது பேச்சைத் தடுத்து நிறுத்துபவள். பின்னர் சிந்திக்கச் செய்திடுவாள்.

இவள் தனது இடதுகையால் ஒருவனின் நாவைப் பிடித்திழுப்பதாகவும் வலது கையால் கதை என்னும் ஆயுதத்தினைத் தாங்கி அவனது சிந்தனையை அடித்து வீழ்த்தத் தயாராக இருப்பதாகவும் சித்தரிக்கப்படுகிறாள். 'வல்கா' என்றால் 'லகான்'. எதிரியின் வாயில் (முகத்தில் லகான் போட்டு திணற அடிக்கும் வல்கா முகியே வகலா முகியானதாகச் சொல்வார் உளர்.) வடமொழியின் 'வ'வும் 'ப'வும் ஒன்றுக்கொன்று மாறும்.

பலன்கள்: சத்ரு ஜயம் முக்ய ப்ரயோஜனம். காம க்ரோதாதி அகச்சத்ருநிக்ரஹமும், சமாதி லாபமும் ப்ரயோஜனங்கள். சமாதி லாபத்தால் ஆத்ம ஞானமும் மோக்ஷமும் கிடைக்கும். பீதாம்பராதேவியின் அருளால் குபேரன் போன்ற செல்வமும், நல்ல பதவியும், உலகத்தை ஆட்டி வைக்கக்கூடிய சக்தியும் கிட்டும்.

மாதங்கி

காஞ்சி காமாட்சியை அரசி எனில் அவளது மந்திரிணியாக உள்ளவளே மாதங்கி. ஆனால் இவளே பூரண மகாசக்தியாக சக்ரவர்த்தினியாக மதுரையில் மீனாட்சியாகப் பிரகாசிக்கிறாள். பிறக்கும் சங்கீதம் முதலான கலைகளுக்கு அதிதேவதையாவாள். இவள் கரத்தில் பிடித்துள்ள வீணையும் பச்சைக் கிளியுமே இதைச் சொல்லிவிடும். ஒரு நிலையில் மந்திரிணி என்றாலும் இப்போது இவள் ராணி என்பதால்தான் ராஜமாதங்கி ராஜசியாமளா எனப்படுகின்றாள்.

சண்டாளரான மாதங்கர் மாதவம் புரிந்து மதங்க முனிவரானார். அவர் தவத்துக்கு அருள் கூர்ந்து அவரது மகளாகப் பிறந்தவளே மாதங்கி. 'சண்டாளி' இவள் உயர்வினும் உயர்வானவள் என்பதற்கே 'உத்சிஷ்ட' என்ற அடைமொழியும் கொண்டாள்.

பலன்கள்: ஸாதகன் மேற்கூறிய நிபந்தனைகளுடன் மாதங்கீயை உபாஸனை செய்தால் வெகுசீக்கிரத்தில் உலகத்திலேயே சிறந்தவளாக விளங்குவாள். உலகத்தையெல்லாம் தன்வசமாகச்

செய்துகொள்வாள். மாதங்கியே ஸர்வசங்கரி அல்லவா! நாதோபாசனையாலும், சாஸ்திர ஞானத்தாலும் அளவு கடந்த செல்வமும் நல்ல புகழையும் மோக்ஷத்தையும் அடையலாம்.

கமலாத்மிகா

இப்பெயரினைச் சொல்லும்போதே இவள் மகாலட்சுமி என்று விளங்கும். பரம்பொருளின் அழகும் ஆனந்தமும் வெளிப்படையாவதையே 'கமலாத்மிகா' என்கிறோம். ஜீவசாரத்தைக் குறிக்கும் க்ஷீரசாகரத்தில் (பாற்கடல்) தோன்றியவள். அமுதத்துடன் அமுதமனத்தாள். இந்து எனும் சந்திரனின் சோதரியாம் இந்திரை இவளே. வாழ்வுக்கடலில் முளைத்த இன்பக்கமலமாக மதிக்கப்படுபவள். கடலிடை கமலத்தே இடம்கொண்டாள். மென்மை, செழிப்பு, சுந்தரம், தூய்மை, மங்கலம் அனைத்துக்கும் உருவான இருகமலங்களைக் கையிலும் தரித்து, மற்ற இரு கரகமலங்களால் அபயவரதம் காட்டும் வரதன் பத்தினி இவளே. இப்பொன்னிறப் பொன்னியை நான்கு யானைகள் எப்போதும் நீராட்டி, இவளது உள் குளுமையை வெளிக்காட்டுகின்றன.

பொருள் வறுமை மட்டுமின்றி அறிவு வறுமையையும் நீக்குவதில் 'சரஸ்வதி' அம்சமும் உட்கலந்தவள் 'கமலாத்மிகா'. நீரிடை வாழும் இந்த நிமலையே மீனாக (மச்சாவதாரம்) வந்த திருமாலின் முதல் அவதாரத்துக்கு எழுச்சி தந்தவள்.

பலன்கள்: இந்த கமலாத்மிகா தேவியின் அருளால் உலகத்தில் நிகரற்ற செல்வத்தையும், சரீரத்தில் அழகையும், பதவியையும், ஆன்மிகத்துறையில் முன்னேற்றத்தையும் அடையலாம். வேத காலத்திலிருந்து அனைவராலும் வாழ்நாள் முழுவதும் உபாஸிக்கப்படும் தெய்வம் கமலாத்மிகா ஆவாள்.

இங்கு ஒவ்வொரு வெள்ளிக்கிழமையும் தேவியர்க்கு புஷ்பயாகம் நடக்கிறது. ஒவ்வொரு பவுர்ணமி அமாவாசையன்றும் மாலை 4 மணிமுதல் 6.30 வரை நவாவரண பூஜையும் நடக்கிறது. அதில் கலந்து கொண்டால் திருமணத்தடை விலகி, சர்வமங்களங்களும் உண்டாகிறது. தொடர்புக்கு. திரு.ராஜமாதங்கி குழுமம் சவுந்தர்ராஜன். 9710195285.

ராஜமாதங்கி சமேத ராஜராஜேஸ்வரர் ஆலயம். கீழாந்துறை கிராமம். நாகவேடு அருகில். அரக்கோணம். அரக்கோணம் ரயில்வே கேட்டில் இறங்கி வேலூர் ஒச்சேரி பாதையில் 8 கி.மீ தொலைவில் நாகவேடு உள்ளது. அங்கிருந்து 2 கி.மீ தொலைவில் இத்தலம் உள்ளது.

துரை வழிபட்ட துரையப்ப சாஸ்தா
(தூத்துக்குடி மாவட்டம் அகரம்)

தாமிரபரணி நதிக்கரையின் கழிமுகப்பகுதியான திருச்செந்தூர், புன்னைகாயல், ஆதிச்சநல்லூர், கொற்கை,மாறமங்கலம், ஆத்தூர்,முக்காணி போன்ற பகுதிகள் ஆதியில் சம்ஹாரண்யம் என்று விளங்கி உள்ளதாக ஸ்கந்தபுரணம் கூறுகிறது. இப்புராணத்தில் ஷேத்திர வைபவ காண்டத்தில் சம்ஹார மகாத்மியம் என்ற பகுதியில் இப்பகுதியில் பேசப்படுகின்றன. இவற்றுள் கொற்கையில் உள்ள அகரம் மன்னர்கள் காலத்தில் வீரபாண்டிய சதுர்வேதி மங்கலம் என விளங்கி உள்ளதை மாறமங்கலம் கோயில் கல்வெட்டு செய்திகளால் அறியலாம்.

இப்பகுதியை சுற்றி கண்ணகி கோயில் அக்கசாலை விநாயகர் கோயில், சந்தரசேகரர் வீற்றிருந்த பெருமாள் கோயில்கள் உள்ளன. இருப்பினும் சம்ஹாரண்யத்தை காக்கும் தெய்வமாக அகரம் துரையப்ப சாஸ்தா விளங்குகிறார். இவருக்கு ஆதியில் தாலமுத்து சாஸ்தா என்ற திருநாமமும் அதன் பின்னர் துறையப்பர் என்ற திருநாமமும் விளங்கி உள்ளது. இவர் தற்போது துரையப்ப சாஸ்தா என்றே அழைக்கபடுகிறார்.

இவர் அழகான நீல நிறம் கொண்ட திருமேனியுடன் நெற்றியில் கஸ்தூரி திலகமும், ஒளிவீசும் கிரீடமும், சுருள் சுருளான தலை முடி, காதுகளில் குண்டலங்கள், இரு கரங்கள் கொண்டவராக பிரம்மச்சாரி வடிவத்தில் யோகநிலயில் காட்சிதருகிறார். இவரது திருக்கோயிலின் பின்புறம் பனைமரம் தலவிருட்சமாக விளங்குகிறது.

ஒரு சமயம் தபசு செய்யக்கூடிய தவசீலர்கள் பலர் ஒன்று சேர்ந்து இப்பகுதியில் ஒரு வேள்வியயை நடத்திக்கொண்டிருந்தனர். அப்போது மகாதபசியான ஒரு முனிவர் அங்கு வந்தார்.

அவரைக் கண்டதும் மற்ற தவசீலர்கள் எழுந்து விதிப்படி அவரை வணங்கி பூஜித்தனர். அதில் ஆனந்தம் அடைந்த முனிவர் அங்கிருந்த தடாகத்தில் நீராடி தாலமரத்தடியில் பத்மாசனம் செய்து கொண்டு ஐம்புலன்களையும் அடக்கி உத்தம மந்திரத்தை கூறிக்கொண்டு தவம் இருந்தார். அப்போது ஹரிஹர புத்திரனாகிய சாஸ்தா தனது பரிவாரங்களுடன் அவருக்குக் காட்சி தந்தார்.

இதை கண்ட முனிவர்கள் கண்களில் ஆனந்தம் பொங்கியது. அவர் சாஸ்தாவை பணிந்து வணங்கி தலையில் அஞ்சலி பந்தம் செய்து கொண்டு இருந்தார். இதை கண்ட சாஸ்தா சந்தோஷம் அடைந்து "முனிவரே உமக்கு என்ன வரம் வேண்டும் கேளும்" என்று சகலரும் பார்த்திருக்க கம்பீரமாக கூறினார். அதை கேட்ட முனிவர் "ஐயனே தாங்கள் சேனை வீரர்கள், பூதகணங்கள் எல்லாவற்றையும் தவிர்த்து ஆயுதம் ஏதும் இல்லாதவராக பிர்ம்மச்சார்ய ரூபனாக திருக்காட்சி தந்தருள வேண்டும்" என்றார்.

இதை கேட்ட சாஸ்தா முனிவரை நோக்கி "முறைப்படி நீங்கள் என்னை நோக்கி தவம்செய்தால் தாங்கள் வேண்டிய காட்சியை தந்தருள்வோம்" என்று கூறி மறைந்தார். இதை கேட்ட முனிவர்களும் தவசீலர்களும் ஆனந்தத்துடன் பல ஆண்டுகாலம் தவம் செய்து வந்தனர். இதில் மகிழ்ந்த சாஸ்தா யாகமுடிவில் முனிவரின் விருப்பம் அனைத்தும் ஈடேறும் வண்ணம் பிரம்மச்சார்ய ரூபனாக திருக்காட்சி தந்தருளி தடாகத்தின் அருகில் தாளாமரத்தடியில் வாஸம் செய்தார்.

எனவே இங்குள்ள இறைவனுக்கு ஆதியில் தாலமுத்து சாஸ்தா என்று திருநாமம் ஏற்பட்டது. இவரை துறைமுகப் பட்டணத்தில் முத்துக்குளிப்போரும், வணிகர்களும் , அந்தணர்களும் மற்ற ஏனையோரும் சுதந்திரமாக பயமில்லாமல் வழிபட்டுவந்ததால் இவருக்கு துறையப்ப (துறைமுகம்) சாஸ்தா என்ற திருநாமம் ஏற்பட்டது. அதுவே தற்போது மருவி துரையப்பர் என்றாகியுள்ளது.

சாஸ்தா மகாத்மியத்தில் துரையப்பர்

கொற்கை நகரில் வணிகன் ஒருவன் வாழ்ந்து வந்தான். அவன் தினமும் தாலமுத்து சாஸ்தாவை வணங்கி பின் தொழில் விஷயமாக கடலில் கட்டுமர பயணம் மேற்கொள்வான். ஒருநாள் திடீரென்று சூறாவளி சுழன்று வீசியது. அவன் பயணம் செய்த கட்டுமரப்படகு சுக்கு நூறாகியது. கடலில் தூக்கி எறியப்பட்ட அவன் தன்னை காப்பாற்றிக்கொள்ள சாஸ்தாவை வேண்டி கதறினான். ஆனால் சாஸ்தா வரவில்லை. விநாடி நேரத்தில் அவன் அருகில் ஒரு மிதப்பு பலகை மட்டும் மிதந்து வந்தது. அதைப்பிடித்துக்கொண்டு

இருந்தவன் மீது கட்டுமரத்தில் இருந்து உடைந்து சிதறிய பாகங்கள் இடித்து தள்ளின. இதைக்கண்டு அவனுக்கு ஆத்திரம் வந்தது. "கடவுளே உன்னை தினந்தோறும் வழிபட்டுவருகிறேன், நான் ஆபத்தில் உள்ள நேரத்தில் கூட எனக்கு உதவி செய்ய நீ நேரில் வரவில்லையே" என்று புலம்பிக்கொண்டேயிருந்தான். பின்பு மிதப்பு பலகையை பிடித்துக்கொண்டே மயங்கி விட்டான். மயங்கிய அவனை கட்டுமரத்தில் உடைந்த பாகங்கள் இடித்து தள்ளி ஒரு வழியாகக் கரைசேர்த்துவிட்டன.

கண் விழித்து பார்த்த அவன் எழுந்து கோபாவேசமாக புறப்பட்டு சாஸ்தா கோவிலுக்கு வந்தான். அங்கு "ஏ கடவுளே! கதறினேன், அலறினேன், நீ வரவில்லை உனக்கு கல் மனதா" என்று கத்தினான். அப்போது ஒரு அசரீரி வாக்கு கேட்டது. "வணிகனே! நான் மிதப்புப் பலகையாக வந்தேன், உன்னை இடித்து தள்ளிய மரப்பலகையாக வந்தேன், என்னால்தான் நீ உயிர் பிழைத்தாய்" என்று ஒலித்தது. இதைக்கேட்ட வணிகன் ஒரு நிமிடம் யோசித்தான். பதில் கிடைத்தது. பிறகென்ன சாஸ்தாவை சாஷ்டாங்கமாக விழுந்து வணங்கி நித்ய பூஜைகள் தடையில்லாமல் நடக்க வழிசெய்தான் என்று சாஸ்தா மகாத்மியத்தில் அகரம் துரையப்ப சாஸ்தாவின் பெருமைபற்றி குறிபிட்டுள்ளது.

பழமை புராண சிறப்பு, மூர்த்தி, தலம், தீர்த்தம், இவைகளால் பெருமைப்பட விளங்கும் இக்கோயில் நித்ய பூஜைகளும், தைப்பூசம் , தை மற்றும் ஆனி மாத உத்திராட தினங்கள், வருஷாபிஷேகம் போன்ற சிறப்புப் பூஜைகள் நடந்துவருகின்றன. பங்குனி உத்திரம் மிக சிறப்பாக நடைபெறுகிறது.

ஸ்தல பெருமை

தென்பாண்டி நாடே பழம்பதி. "தென்னாடுடைய சிவனே போற்றி" என்று நாயன்மார்கள் தென்பாண்டி நாட்டின் பெருமையைப் போற்றி உள்ளனர். மேலும் மனித நாகரீகத்தின் முதல் துகள்கள் தென் பாண்டி நாட்டில் அதுவும் தூத்துக்குடி மாவட்டத்தில் தாமிரபரணி நதிக்கரையில் தான் கிடைதுள்ளன. முச்சங்க மரபு, கடல்கோள் மரபு போன்றவைகளும் தென் பாண்டி நாட்டை போற்றுகின்றன. பழமையை நினைவுபடுத்தும் பிராமிக் கல்வெட்டுகளும் இப்பகுதியில்தான் ஏராளமாக உள்ளன.

இது போன்ற ஏராளமான சிறப்புகளைக் கொண்ட தூத்துக்குடி மாவட்டத்தில் தாமிரபரணி நதிக்கரையின் கழிமுகப் பகுதியான ஆதிச்சநல்லூர், காயல்பட்டினம், கொற்கை மாறமங்கலம், அகரம் போன்ற பகுதிகள் இந்தியாவில் காணப்படும் மிகப்பழமையான தாழிக்காடாகும்.

சிந்து சமவெளி நாகரீகம், டைமாபாத் போன்றவைகளுக்கு

ஈடாகப் பழமையான படிமங்கள் மண்பாண்டங்கள் கரித்துண்டுகள் இங்குதான் கிடைத்துள்ளதாக தொல்பொருள் ஆய்வாளர்கள் குறிப்பிட்டுள்ளனர்.

கொற்கையின் சிறப்பு

தூத்துக்குடி மாவட்டத்தில் உள்ள கொற்கை முன்பு முத்துக்குளியலுக்கு சிறந்த இடமாக விளங்கி உள்ளது. இதை முத்துப் பகுப்பிற் கொற்கை முன்துறை நற்றிணையும் கொற்கையம் பெருந்துறை முத்து என்று அகநானூறும் புகழ்ந்து போற்றி உள்ளன. ஆரம்பத்தில் கடலோரம் அமைந்திருந்த இப்பகுதி தற்போது கடலில் இருந்த 9 கி.மீ. தொலைவுக்கு வெளியே உள்ள பகுதியாகவே விளங்குகிறது.

கடந்த நூற்றாண்டில் கால்டுவெல் *(Ri 18779/877P (1881)* இப்பகுதியில் அகழாய்வு செய்தார். அவர் தன் அறிக்கையில் 2 ஆயிரம் ஆண்டுகளுக்கு முன்பே இப்பகுதியில் மனித நடமாட்டம் ஆரம்பமாகிவிட்டது என்று குறிப்பிடுகிறார். 1970-ல் மேற்கொண்ட அகழாய்வு மூலம் கி.மு. 6ம் நூற்றாண்டு மண்பாண்டங்களும் எச்சங்களும் கிடத்துள்ளன.

இது தவிர கொற்கையில் விளங்கிய துறைமுகத்தில் தென் கிழக்கு ஆசிய நாடுகளில் இருந்து அகில், சந்தனம், ஜாதிக்காய், லவங்கம், இலவம்பஞ்சு போன்றவைகளும் குதிரைகளும் இறக்குமதியாகியுள்ளன. தவிர சோழமன்னர்களின் நகரங்களான உறையூர், காவிரிப்பூம்பட்டினம் போன்ற நகரங்களுக்கு ஈடாக கொற்கைப் பாண்டிய மன்னர்களும் ஒரு பூம்புகாரை உருவாக்கி உள்ளனர். இதற்கு இங்குள்ள கண்ணகி கோயில், அக்கசாலை விநாயகர் கோயில் போன்றவைகளே சான்றாகும். இப்பாண்டிய மன்னர்களின் வாழ்வோடும் வளத்தோடும் இணைந்து விளங்கிய துறைமுகமாக கொற்கைமாறமங்கலம், அகரம், ஆகிய இடங்கள் விளங்கி உள்ளன. எனவே பாண்டிய மன்னர்கள் கொற்கைவேந்து, கொற்கை கோமான் என்று தங்களை அழைத்துக்கொண்டனர். மேலும் இம்மன்னர்கள் இப்பகுதியை பராந்தக நாட்டு வீரமங்கலம் எனவும் அகரம் என்ற பகுதியை பராந்தகன் சதுர்வேதி மங்கலம் எனவும் கல்வெட்டுகளில் குறிப்பிட்டுள்ளனர். இவ்வாறு கொற்கைப் பாண்டிய மன்னர்கள் புகழ்ந்த பகுதியே இன்றைய அகரம் (அந்தணர் குடியிருப்பு) ஆகும். இங்குதான் துரையப்ப சாஸ்தா கோயில் கொண்டு வேண்டுவோருக்கு வேண்டும் பல வரங்களை தந்தருளிவருகிறார்.

யோக நிலையில் காட்சி தரும் இவரது திருக்கோயில் கருவறை அர்த்த மண்டபம் முன் மண்டபம் ஒரு சுற்று பிரகாரம் இவைகளால் ஆனது. கோயிலுக்குப் பின் உள்ள தடாகமே தீர்த்தமாகும்.

தல விருட்சம் பனைமரம். அர்த்த மண்டபத்தில் சாஸ்தாவின் வாகனங்களாகிய யாணை, குதிரை போன்ற வாகனங்கள் காட்சி தருகின்றன. முன் மண்டபத்தில் பரிவார தெய்வங்களாக ஆதித்யர், அம்பிகை, விஷ்ணு, விநாயகர், மகேஸ்வரர் போன்ற அருளும் தெய்வங்களும், வெளியே மாட தேவதைகளும், காவல் தெய்வங்களும் எழுந்தருளி உள்ளனர்.

துரை வழிபட்ட துரையப்பர்

ஒரு சமயம் இப்பகுதி கடலுக்கு மிக அருகாமையில் இருந்தது. இப்பொழுது கடலுக்குச் சற்று தொலைவில் உள்ளது. அச்சமயத்தில் ஒரு ஆங்கிலேயக் கப்பல் கடுமையான புயல் மழையில் சிக்கி கரையை அடைய போராடிக்கொண்டிருந்தது.

அப்பொழுது அவர்களுக்கு உதவ முன்வந்த சாஸ்தா இத்திருக்கோயிலில் இருக்கும் பனைமரத்தின் உச்சியிலிருந்து ஒரு ஒளியை அனுப்பி அவர்களுக்கு கரையை காட்டினார். கப்பலும் புயல் வெள்ளத்திலிருந்து மீண்டு கோயிலையொட்டிய கரையை அடைந்தது. வெள்ளைக்காரரான கப்பலின் தலைவன் சாஸ்தாவை வணங்கியதால் இவருக்கு துரையப்ப சாஸ்தா என பெயர் வந்தது எனவும் சொல்லப்படுகிறது. இத்திருக்கோயிலின் தல விருட்சமாக அந்த பனை மரம் விளங்குகிறது. “தபசுராயர்” என்ற பெயரில் தல விருட்சம் போற்றப்படுகிறது.

கோயில் அமைவிடம்

இத்திருக்கோயில் தூத்துக்குடி மாவட்டம் மாரமங்கலம் கிராமம் அகரம் என்ற இடத்தில் அமைந்துள்ளது. கோயிலுக்கு செல்வதற்குதூத்துக்குடியிலிருந்து திருச்செந்தூர் செல்லும் வழியில் பழையகாயல் என்ற இடத்தில் இறங்கி அங்கிருந்து 3 கி.மீ. தூரத்தில் கோயிலை அடையலாம். மிகவும் பழமையும் பெருமையும் சிறப்பும் வாய்ந்த திருக்கோயில் இந்த ஸ்ரீ துரையப்ப சாஸ்தா கோயில். வேண்டுபவர்களுக்கு வேண்டும் வரம் அருளும் கழியுக தெய்வமாக விளங்குகிறார். இவர் சுமார் 150 குடும்பங்களுக்கு குல தெய்வமாக விளங்குகிறார்.

பெருமாள் கோயிலில் பைரவர்

(தாடிக்கொம்பு)

திண்டுக்கல் மாவட்டம் தாடிக்கொம்பு என்ற ஊரில் உள்ளது இத்திருத்தலம். இங்கு சௌந்தராஜ பெருமாள் மூலவராக இருந்து அருட்பாலிக்கிறார். பொதுவாக சிவன் கோயில்களில்தான் பைரவர் சந்நதி இருக்கும்.

ஆனால் பெருமாள் கோயிலான இக்கோயிலில் வித்தியாசமாக ஸ்வர்ணாகர்ஷண பைரவர் சந்நதி உள்ளது. செல்வத்திற்கு உகந்த பெருமாள் கோயிலில் ஸ்வர்ணாகர்ஷண பைரவர் உள்ளதால் ஒவ்வொரு தேய்பிறை அஷ்டமிக்கும், திண்டுக்கல், கரூர் நகரங்களில் இருந்து பெரும் தொழில் அதிபர்கள் இந்த கோயிலுக்கு வழிபாடு செய்து வருகிறார்கள் என்பது குறிப்பிடத்தக்கது. மதுரை அழகர் கோயிலுக்குண்டான நேர்த்திக்கடனை இங்கே செலுத்தலாம் என்பது சிறப்பு.

இக்கோயிலில் கல்வி தெய்வங்களான ஹயக்ரீவர், சரஸ்வதி இருவரும் அடுத்தடுத்து காட்சியளிக்கின்றனர். திருவோணத்தன்று ஹயக்ரீவருக்கு தேனபிஷேகத்துடன் விசேஷ பூஜை நடக்கிறது. படிப்பில் மந்தம், ஞாபகமறதி, பேச்சுகுறைபாடு உள்ளவர்கள் இந்நாளில் ஹயக்ரீவருக்கு தேங்காய், நாட்டுச்சர்க்கரை, நெய் சேர்ந்த கலவையை படைத்து, ஏலக்காய் மாலை அணிவித்து வேண்டிக்கொள்கிறார்கள்.

தன்வந்திரிக்கும் தனி சந்நதி உள்ளது. அமாவாசைதோறும் மூலிகை தைலாபிஷேகம், மூலிகை லேகியம் படைத்து தன்வந்திரிக்கு பூஜை நடக்கிறது.

'மண்டூகம்' என்ற சொல்லின் பொருள் 'தவளை'. ஒரு சாபத்தின்

காரணமாக மகரிஷி ஒருவர் தவளையாக மாறி விட்டார். இதனால், அவர் "மண்டூக மகரிஷி' என பெயர் பெற்றார். தன் சாப நிவர்த்திக்காக இத்தலத்தில் மகாவிஷ்ணுவை வேண்டி தவமிருந்தார். அப்போது, அசுரன் ஒருவன் அவரை தொந்தரவு செய்யவே, அவனிடமிருந்து தன்னைக் காக்கும்படி மதுரையில் அருளும் கள்ளழகரை வேண்டினார்.

அவருக்கு காட்சி கொடுத்த பெருமாள் அசுரனை அழித்தார். மேலும், அவரது வேண்டுதலுக்காக இங்கேயே எழுந்தருளினார். "சவுந்தரராஜர்" என்றும் பெயர் பெற்றார். மதுரை அழகர் கோயிலுக்கு இணையான சிறப்பைப் பெற்ற இத்திருத்தலத்தை 500 வருடங்களுக்கு முன்பு விஜய நகர ஆட்சி வழி வந்த அட்சுத தேவராயர் கட்டியதாக வரலாறு கூறுகிறது.

மூலஸ்தானத்தில் சவுந்தரராஜப் பெருமாள், ஸ்ரீதேவி பூதேவியுடன் நின்ற கோலத்தில் காட்சியளிக்கிறார். கள்ளழகரே இங்கு எழுந்தருளியிருப்பதாகக் கருதப்படுவதால், மதுரையைப் போலவே, இங்கும் சித்ரா பவுர்ணமியன்று பெருமாள் குடகனாற்றில் இறங்குகிறார். இவ்விழாவின் போது மண்டூகருக்கு பெருமாள் அருளிய வைபவம் பாவனையாக நடக்கும். ஒவ்வொரு திருவோண நட்சத்திரத்தன்றும் பெருமாளின் திருப்பாதத்தில் பாதத்தில் திருவோண தீபம் ஏற்றப்பட்டு விசேஷ பூஜைகள் நடக்கும்.

பின், தீபம் முன்னே செல்ல, உற்சவமூர்த்தி பின்னே வலம் வருவார். இந்த தரிசனத்தைக் காண்பவர்கள் பாவவிமோசனம் பெறுவர் என்பது நம்பிக்கை. ஆடியில் பிரம்மோற்ஸவம் நடக்கும். ஆடி பவுர்ணமியன்று சுவாமி தேரில் எழுந்தருளுவார்.

செல்லும் வழி: திண்டுக்கல் சென்று அங்கிருக்கும் பேருந்து நிலையத்தில் இருந்து தாடிக்கொம்பு செல்வதற்கு பேருந்து வசதி உள்ளது.

கோரிக்கைகள் நிறைவேற்றும் கோயில்கள்

ஆண்டு முழுவதும் கணபதி ஹோமம்

பொழுது புலரும் முன்னரே திறக்கப்படுகின்றன திருக்கோயில் கதவுகள். சூரியனின் ஒளிக்கதிர்கள் தோன்றுமுன்னே, மங்கல வாத்திய முழக்கத்துடன் துவங்கும் கணபதி ஹோமம். ஹோமம் நிறைவுற்று, யாக கலசத்து நீரால் மூலவர் விநாயகருக்கு புனித நீராட்டு, புஷ்ப அலங்காரம், ஆராதனை, நைவேத்யம், உபசாரங்கள்... நாள் முழுதும் திரண்டுவரும் பக்தர்கள் தடையின்றி கோவை மாநகர முதல்வனை தரிசித்திடும் வகையில் காலை ஐந்து மணி முதல், இரவு பத்து மணி வரையே நடை சாத்தப்படாமல் வழிபாடுகள் தொடர்ந்து நடைபெறும் அற்புதம். இந்த வசதி, செல்வச் சிறப்பு பெற்ற கோவை மாநகரின் எல்லையில் அமைந்துள்ள ஈச்சனாரி விநாயகர் திருக்கோயிலில்தான் கிடைக்கிறது.

சில நூறு ஆண்டுகளுக்கு முன் நிகழ்ந்த சம்பவம் அது. கோவை மாநகருக்கு மேற்கில் 6 கி.மீ. தொலைவில் உள்ள மேலைச் சிதம்பரம் என்று அழைக்கப்படும் பேரூர் பட்டீசுவரர் திருக்கோயிலில் எழுந்தருளியிருப்பதற்காகவே உருவானவர் இந்த விநாயகர். ஆறடி உயரமும் மூன்றடி அகலமும் கொண்ட ஆஜானுபாகுவான அழகிய விநாயகர் சிலையை, மாட்டு வண்டியில் ஏற்றி, மதுரையிலிருந்து கோவை நோக்கி வந்துகொண்டிருந்தார்கள். வரும் வழியில் ஈச்சனாரி என்ற இந்த இடத்தை அடைந்தபோது வண்டியின் அச்சு முறிந்து, சிலை தரையில் இறக்கப்பட்டது. அச்சை சரி செய்து மீண்டும் சிலையை வண்டியில் ஏற்றிட மேற்கண்ட முயற்சிகள் அத்தனையும் தோல்வியுற்றன. எனவே வித்தகன் திரும்பிய அந்த

இடத்திலேயே, கோவை மக்களின் தென்திசைக் காவலனாக, விநாயகப் பெருமானுக்கு அழகியதோர் கோயில் உருவானது. 1977ல் முதல் குடமுழுக்கு விழாவும் நடைபெற்றது.

சாலையில் அதிவேகமாகச் செல்லும் அத்தனை வண்டிகளும் ஈச்சநாரியை அடைந்ததும் ஒரு கணம் வண்டியை நிறுத்தி விநாயகரின் கம்பீரமான தோற்றத்தைத் தரிசித்து மனநிறைவோடு பயணத்தைத் தொடர்வதைக் காணலாம்.

அதுமட்டுமல்ல, தமிழ்நாட்டிலேயே தங்கத்தேரில் திருஉலாவரும் ஒரே விநாயகர் திருக்கோயில் என்ற சிறப்பையும் பெற்றது, இந்த ஈச்சனாரி விநாயகர் கோயில்தான். ஆண்டு முழுவதும் 365 நாட்களிலும் உபயதாரர்களாக, பக்தர்கள் கட்டளையாக, காலையில் கணபதி ஹோமம் நடைபெறுகிறது. மாலையில் நாள்தோறும், பக்தர்கள் நேர்த்திக்கடன் நிறைவேற்றுதலாக தங்கரதம் இழுப்பதும் மதியம், திருக்கோயிலுக்கு வரும் பக்தர்களுக்கு ஆலயத்தின் அருட்பிரசாதமாக அன்னதானம் நடைபெறுவதும், ஏழை மாணவர்களுக்கான கருணை இல்லமும், நலிவுற்ற பிரிவினருக்கான இலவசத் திருமணத்திட்டமும் செயல்படுத்தப்படும் அரிய சிறப்புக்களையும் பெற்றுள்ளது ஈச்சநாரி விநாயகர் திருக்கோயில்.

மூன்று நிலை ராஜகோபுரம் அழகுக்கு அழகு சேர்க்கிறது. பெரியதொரு பிராகாரமும் அதன் நடுவிலே அமைந்துள்ள கருவறையில் உயர்ந்த பீடத்தில் கம்பீரமாகக் கொலு வீற்றிருக்கிறார் விநாயகர். பிராகாரத்துச் சுவர்களில், விநாயகர் புராணம் ஓவியங்களாக மிளிர்கின்றன.

ஈச்சநாரி விநாயகரின் பேரழகினைச் சற்று ரசித்திடுவோம். ஆறடி உயரம், மூன்றடி அகலம், அமர்ந்த கோலம். பெருவயிற்றைச் சுற்றிய நாகாபரணமும் கழுத்தில் உருத்திராட்ச மாலையும் ஐந்தடி உயரம் கொண்ட வலதுகாலை பீடத்தில் வைத்தபடியும் இடதுகால் நம்மை நோக்கியபடியும் அமைந்துள்ளன. வலதுகரத்தில் உடைந்த தந்தமும் இடதுகரத்தில் மோதகமும் மேற்கரங்களில் பாசமும் அங்குசமும் ஏந்தியபடி காட்சி தருகிறார் விநாயகர். காலையிலும் மாலையிலும் திருமஞ்சனம் செய்விக்கப்படும்போது பேரழகனின் எழில் திருமேனியை கண்குளிரத் தரிசிக்கலாம்.

காண்போரைப் பரவசத்தில் ஆழ்த்திடும் விநாயகப்பெருமானின் திருஉருவம் பல அரிய தத்துவங்களை உள்ளடக்கியதாகும். யானை முகம், மூன்று கண்கள், இரண்டு செவிகள், ஐந்து கரங்கள், பெரிய வயிறு, சிறிய வாகனம், குறுகிய திருவடிகள் அத்தனையும் அர்த்தம் பொருந்தியவையே. யானைமுகம் ஓம்கார வடிவம் என்பதை விளக்குவதாகும். ஐந்து கரங்களும் பஞ்ச கிருத்தியத்தை (பிரபஞ்ச இயக்கமான ஐந்து தொழில்கள்) செய்யும் ஆற்றலைக்

குறிப்பன. முகத்திலுள்ள கண்கள், சூரியன், சந்திரன், அக்னியை உணர்த்துவதாகும். விசாலமான இருசெவிகள் ஆன்மாக்களை காப்பவை. பெரிய வயிறு, அண்டங்கள் அனைத்தையுமே தன்னகத்தே கொண்டதைக் காட்டுவதாக உள்ளது.

அசுவினி முதல் ரேவதி வரையில் 27 நட்சத்திரங்களுக்கும் தனித்தனி சிறப்பு அலங்காரங்களோடு, ஈச்சநாரி விநாயகப் பெருமான் காட்சிதருவது குறிப்பிடத்தக்கது. அந்தந்த நட்சத்திரக்காரர்கள், அன்று சிறப்பு அபிஷேக ஆராதனைகள் செய்து, மனநிறைவு பெறுகின்றனர்.

விநாயகர் சதுர்த்தியையொட்டி பத்து நாட்கள் பெருவிழா நடைபெறும்போது, ஆன்மிக, கலை நிகழ்ச்சிகளும் சிறப்பாக நடைபெறுவது குறிப்பிடத்தக்கது. தூய்மை மற்றும் பக்திச் சூழலுடனான பராமரிப்புக்கும் முதலிடம் தரப்படுகிறது இங்கே.

கோயமுத்தூருக்கு தெற்கே பொள்ளாச்சி செல்லும் நெடுஞ்சாலையில் 9வது கிலோ மீட்டரில் அமைந்துள்ளது ஈச்சனாரி. நெடுஞ்சாலையையொட்டியே, கிழக்கு நோக்கியபடி கோயில் அமைந்துள்ளது.

ஏற்றமிகு வாழ்வருளும்

(ஏகாம்பரநல்லூர்)

ராணிப்பேட்டை & பொன்னை பேருந்து வழியில் உள்ளது ஏகாம்பரநல்லூர். அன்னை காமாட்சியுடன் ஏகாம்பரேஸ்வரர் திருவருள் புரியும் திருத்தலம் இது. அந்நாட்களில் நாயக்கமன்னர்கள் முப்படைகளோடு இத்தலத்திற்கு காஞ்சி ஏகாம்பரேஸ்வரரை எழுந்தருளச் செய்து திருவிழா கொண்டாடியதாக செவி வழி செய்திகள் கூறுகின்றன. காஞ்சி காமகோடி 13ம் பீடாதிபதியான சத்சித்கணேந்த்திர சரஸ்வதி ஸ்வாமிகளும், அவரின் பிரதான சிஷ்யரும் இத்தலத்திலிருந்து 3 கி.மீ. தொலைவிலுள்ள கத்தாரிகுப்பம் என்கிற மண்டகம் எனும் ஊரிலிருந்து தினமும் வந்து இந்த ஏகாம்பரநாதரையும் அன்னை காமாட்சியையும் ஆராதித்திருக்கிறார்கள். அதற்கு சாட்சியாக அந்த ஊரில் 13ம் பீடாதிபதியின் அதிஷ்டானமும் (ஜீவ சமாதி), அவரது பிரதான சிஷ்யரின் பிருந்தாவனமும் (ஜீவ சமாதி) அமைந்துள்ளன. இன்றும் அங்கிருந்தே அவர்கள் இந்த ஏகாம்பரநாதரையும் காமாட்சியையும் ஆராதித்துவருவதாக நம்பிக்கை நிலவுகிறது.

1800 ஆண்டுகளுக்கு முற்பட்ட இத்திருத்தலம் இன்று பராமரிப்பின்றி கிடக்கிறது. சமீபத்தில் தேவப்ரச்னம் பார்த்தபோது அதில் ஆதி தம்பதிகளான அம்மையும், அப்பனும், சாந்நித்யம் கொண்டு, தலம், தீர்த்தம், மூர்த்தி ஆகிய மூன்று வகைகளிலும் சிறப்பு பெற்றதாகும். ஈசன் பைரவ அம்சமாக திருவருள்புரிய தேவி பைரவி அம்சமாக அருள்பாலிக்கிறாள். மகாபைரவி, பைரவ அம்சமாக ஆதிதம்பதிகள் இத்தலத்தில் சகல துக்கங்களையும் அகற்றி பரிபூரண

அருள்வழங்கும் நிலை உள்ளது. இங்கு 64 பைரவர்களும் ஈசனை தினமும் அருபமாக வழிபடுகின்றனர். 64 பைரவர்களை எட்டு எட்டாக பிரித்து ஒவ்வொரு 8 பைரவர்களையும் தலைமை வகித்து அஷ்ட பைரவர்கள் அருள்கின்றனர். அதேபோல் சதுஷ்ஷஷ்டி யோகினிகள் என்கிற 64 யோகினிகளும் அம்பாளை ஆராதிக்கும் தலம். ஒவ்வொரு 8 யோகினிகளுக்கும் ஒரு தலைவி. ஆக 8 தலைவிகளான அஷ்டமாத்ருகா தேவிகள் இங்கு அருள்புரியும் காமாட்சியை தினமும் ஆராதிக்கின்றனர். தேவி உபாசனையில் மிக முக்கியமான பரிவார தேவதைகளாக விளங்குபவர்கள்தான் 64 யோகினிகள் என்கிற அன்னையின் உடல் பாகங்களிலிருந்து தோன்றிய சக்திகள். இவர்கள் 64 கலைகளின் வடிவங்களாக காண்பவர்களும் உண்டு. இவர்களை வணங்கி வழிபடுபவர்களுக்கு எந்தப் பிணியும் வராது காக்கும் வல்லமை படைத்தவர்கள். இந்த 64 யோகினியரில் எட்டுப் பேருக்கு ஒன்று என்ற வகையில் உருவம் கொடுத்து "அஷ்ட மாத்ருகா' என்று குறிப்பிடப்படுகிறார்கள். அந்த அஷ்ட மாத்ருகா வழிபாடே நாளடைவில் சப்த கன்னியர் அல்லது சப்த மாதர்கள் என்ற பெயரில் மருவி ஏழு அன்னையர்களாக மாறி விட்டது. பொதுவாகவே இந்த 64 யோகினி வழிபாடு தாந்திரீக வழிபாடுகளின் முன்னோடியாகும். இந்த யோகினியர் தோன்றிய வரலாற்றை தேவி மஹாத்மியம் சுவைபடக் கூறுகிறது.

சும்பன், நிசும்பன் என்ற இரு அரக்கர்கள் இருந்தார்கள். அவர்கள் அழிப்பவர்களே இல்லாத நிலையில் அவர்களின் அட்டகாசங்கள் அதிகரிக்க அதனால் பாதிக்கப்பட்ட தேவர்கள் பராசக்தியை பிரார்த்திக்க சும்ப, நிசும்பர்களை சம்ஹாரம் செய்வதாக வாக்கு கொடுத்தாள், அன்னை. வீறு கொண்டு எழுந்தாள். தன் உடலின் ஒவ்வொரு பாகத்திலிருந்தும் 64 பேரைத் தோற்றுவித்தாள். அதில் மேல் பாகங்களிலிருந்து உருவான எட்டு பேரைத் தேர்ந்தெடுத்து அவர்களை அந்த 64 பேருக்கும் தலைவியாக்கினாள். மற்றவர்கள் அந்தத் தலைவியின் கட்டளையின்படி போர்புரிந்தார்கள். ஒவ்வொரு தலைவிக்கும் தங்களுடைய திவ்ய சக்தியை தெய்வங்கள் வழங்கின.

பிரம்மனின் சக்திபெற்றவள் பிராம்ஹி என்றும், மஹாவிஷ்ணுவிடமிருந்து சக்தி பெற்றவள் வைஷ்ணவி, மஹேஸ்வரரிடமிருந்து சக்தி பெற்றவள் மாஹேஸ்வரி, இந்திரனிடமிருந்து சக்தி பெற்றவள் ஐந்த்ரீ, முருகனிடமிருந்து சக்தி பெற்றவள் கௌமாரி, வராஹப் பெருமானிடமிருந்து அருள் பெற்றவள் வாராஹி, நரசிம்மரின் உக்கிரகத்தைப் பெற்றவள் நாரசிம்ஹி என்றும், வினாயகரிடமிருந்து சக்திபெற்றவள் விகடானனா என்றும் அழைக்கப்பட்டனர். இந்த எட்டுத் தலைவிகள் கீழும் எட்டெட்டுப் பணிப்பெண்களாக மொத்தம்

64 யோகினியர் விளங்கினர். அந்நிலையில் அன்னையையும் அவள் பெரும் படையைக் கண்டு பயம் கொண்டான் நிசும்பன். பயத்தில் அன்னையிடம், "நீ தனியாக என்னோடு போராடி வெற்றி பெறுவதே உனக்கு அழகு. நானோ தனியாக இருக்கிறேன். ஆனால் நீ இப்படி உன் துணைவிகளோடும் படையோடும் மோதுவது வீரமே அல்ல' என்றான். அதைக்கேட்டுச் சிரித்த அன்னை 64 யோகினிகளையும் தன்னுடைய உடலிலேயே ஐக்கியப்படுத்திக் கொண்டாள். பிறகு படையின்றித் தனியாகப் போராடி நிசும்பனையும் வென்றாள். ஆனால், அன்னையின் கோபாவேசம் தணியவில்லை. பிறகு அவளை தேவர்களும் மூவர்களும் சாந்தப்படுத்தி அமைதி அடையச் செய்தார்கள். அப்போது அன்னை 16 வகையான அலங்காரங்களோடு அழகின் இருப்பிடமாக ராஜராஜேஸ்வரியாகக் காட்சி தந்து அருளினாள்.

64 யோகினியர் என்ற கணக்கை ஆதிசங்கரர் தன்னுடைய சௌந்தர்யலஹரி என்னும் நூலில் துல்லியமாகக் கணக்கிட்டுக் கூறுகிறார். சௌந்தரியலஹரி என்பதை தமிழில் மொழிபெயர்த்தால் அழகின் அலை என்று சொல்லலாம். அன்னையின் திவ்ய சொரூப அழகைக் கண்ணால் காணும் பேறு பெற்ற ஆதிசங்கரர் அவளது அழகை தலை முதல் கால் வரை வர்ணித்து பின்னும் திருப்தியில்லாமல் மீண்டும் கால் முதல் தலை வரை வர்ணித்து தீட்டிய காவியமே சௌந்தர்ய லஹரி. அதில் ஒரு கட்டத்தில் அன்னை தர்பாரில் கொலுவீற்றிருக்கும் அழகைக் கூறுகிறார்.

"சது: சஷ்டி கோடி யோகினி கண சேவிதா' என்கிறார். சஷ்டி என்றால் ஆறு; சதுர் என்றால் நான்கு. இப்படி 64 கோடி யோகினியரால் பூஜிக்கப்படுகிறவள் அன்னை என்று இயம்புகிறார் சங்கரர். இந்த எண்ணிக்கையை மையமாக வைத்தே தன்னுடைய ஸ்ரீ சக்கரத்தை வடிவமைத்தார் சங்கரர் என்று கூறுவதும் உண்டு.

பிராம்மணி முதல் விகடானனா வரை மொத்தம் 8 யோகினிகள் என்றும்; அவர்களுக்குப் பணி செய்ய இருப்பவர்கள் ஒவ்வொருவருக்கும் எட்டு என்றும் முதலில் பார்த்தோம் அல்லவா? அதில் அந்த ஒவ்வொரு யோகினிகளுக்குள்ளும் ஒரு கோடி யோகினியர் அடங்கி பணி செய்வதாகக் கூறுகிறார் ஆதிசங்கரர். இந்த 64 கோடி யோகினியரே நம் உலகத்தின், ஏன் இந்தப் பேரண்டத்தின் பல்வேறு இயக்கங்களுக்குக் காரணகர்த்தா ஆகிறார்கள் என்கிறார் அவர். இப்படிப் பல பெருமைகளை தன்னகத்தே கொண்ட இந்த 64 யோகினியரும் இத்தல அம்பிகையான காமாட்சியை ஆராதிக்கின்றனர் என்றால் இத்தலத்தின் பெருமையை ஆதிசேஷனால் கூற முடியாது. இந்த 64 யோகினியரும் வறுமை, துக்கம், பயம் உட்பட அஷ்ட தரித்திரங்களையும் நீக்கி பக்தர்களைக் காக்க தயாராக உள்ள நிலையில் உள்ளனர். தன்னை வழிபட

வரும் பக்தர்களுக்கு அஷ்ட ஐஸ்வர்யங்களையும் தரத் தயாராக உள்ளனர்.

மூல கருவறையில் வாடாத ரோஜா மலரைப்போல ஈசன் ஒளிர்கிறார். அவரை தரிசித்த மாத்திரத்தில் கண்கள் பனிக்கின்றன. இறைவி மெல்லியதாய் புன்னகைக்க முகவாயில் இரு பிளவு அழகுக்கு அழகு சேர்க்கிறது.

வளங்கள் தருவான் வாயுமகன்
(கௌரிவாக்கம்)

அஞ்சனை மைந்தனாம் அனுமன் தன் பக்தர்களைக் காக்க பல்வேறு திருத்தலங்களில் அருளாட்சி புரிந்து வருகிறான். அவற்றில் ஒன்று, சென்னை கௌரிவாக்கத்தில் உள்ள பஞ்சமுக அனுமன் திருக்கோயில்.

ராமாயண காவியத்தில் ராவணன் தன் படைகளையெல்லாம் இழந்து தனியாக இருந்தபோது அவனை ராமன் வீழ்த்தாமல், 'இன்று போய் நாளை வா' என அனுப்பிவிடுகிறார். ராவணன் தந்திரமாக இந்த சந்தர்ப்பத்தைப் பயன்படுத்தி ராமரை வீழ்த்திட பலசாலியான மயில்ராவணனை உதவிக்கு அழைத்தான். அந்த மயில்ராவணன், பல வரங்களைப் பெற்ற மாயாவியான அசுரன்.

இக்கட்டான சந்தர்ப்பத்தில் தன்னிடம் உதவி கேட்ட ராவணனுக்கு உதவ ஒப்புக்கொண்டான் மயில்ராவணன்.

ராமபிரானை வீழ்த்த நிகும்பலா யாகம் எனும் ஒரு யாகத்தை செய்யத்தொடங்கினான் மயில்ராவணன். அதையறிந்த ராமபிரான் மயில்ராவணனை தோற்கடிக்க சரியானவர் அனுமனே என உணர்ந்து அனுமனை அழைத்து தன் சக்தியோடு ஆசியையும் தந்து அவனை அழிக்க அனுப்பினார். பின் கருடன், வராகமூர்த்தி, நரசிம்மர், ஹயக்ரீவர் போன்றோரும் தங்களின் சக்தியை அனுமனுக்கு அளிக்க அனுமன் விஸ்வரூபத் திருக்கோலம் எடுத்து மயில்ராவணனை வதம் செய்தார். அன்று அனுமன் எடுத்த பஞ்சமுகத் திருக்கோலத்தை நாம் இத்தலத்தில் தரிசிக்கலாம். இத்தலத்தில் அனுமனின் ஐந்து முகங்களையும் ஒரே திசையில்

நேரே பார்க்கும்படி அமைத்திருப்பது சிறப்பு.

ஆலயத்தினுள் நுழைந்ததும் கிழக்கு திசை நோக்கி வீற்றிருந்து வரங்களை அள்ளித்தரும் வரசித்தி விநாயகர், மூலவர் மற்றும் உற்சவர் திருமேனிகளுடன் அருள்கிறார். அதையடுத்து தல விருட்சமாக அரசும், மலைவேம்பும் இணைந்து காணப்படுகிறது.

மூலக்கருவறையில் மேற்குப் பார்த்த சந்நதியில், ஐந்தரை அடி உயரத்தில், வலது திருக்கரங்களில் நாகம், கலப்பை, அங்குசம், கலசம், அபயமும்; இடது திருக்கரங்களில் மரம், கபாலம், சஞ்சீவி பர்வதம், புத்தகம், கதை போன்றவற்றைத் தரித்தும் அருளே வடிவாய் எழுந்தருளியிருக்கிறார் இந்த ஆஞ்சநேயர்.

இந்த அனுமனின் கருட முகத்திற்கு வெள்ளிக்கிழமைகளில் கருட ஸஹஸ்ரநாமத்தால் அர்ச்சனை செய்தால் நோய்கள் நீங்க அருள்பாலிக்கிறார். வராக முகத்திற்கு திங்கட்கிழமைகளில் வராக ஸஹஸ்ரநாம அர்ச்சனை செய்தால் லட்சுமி கடாட்சம் கிட்டுகிறது; கடன்கள் தொலைகின்றன. அனுமனின் முகத்திற்கு வியாழன் மற்றும் ஞாயிற்றுக் கிழமைகளில் ஹனுமத் ஸஹஸ்ரநாம அர்ச்சனை செய்தால் பகைவர்கள் தொல்லைகள் விலகும். நரசிம்ம முகத்திற்கு செவ்வாய்க்கிழமைகளில் நரசிம்ம ஸஹஸ்ரநாம அர்ச்சனை செய்தால் ஏவல், பில்லி, சூனிய பாதிப்புகள் அனைத்தும் அகல்கின்றன. ஹயக்ரீவ முகத்திற்கு புதன்கிழமைகளில் ஹயக்ரீவ ஸஹஸ்ரநாம அர்ச்சனை செய்தால் கல்வி, சொல்லாற்றல், நல்வாக்கு போன்ற நற்பலன்கள் கிட்டுகின்றன. பஞ்சமுக ஹனுமானின் மகிமைகளை சொல்லி மாளாது என்கின்றனர் பக்தர்கள்.

ராமபிரான், சீதாபிராட்டி&இளையவரோடு உற்சவமூர்த்தியாக கருவறையில் எழுந்தருளியுள்ளார். சனிக்கிழமைகளில் இந்த அனுமனை தரிசித்து வலம் வர சனிதோஷங்கள் நீங்குவதாக ஐதீகம். இத்தலத்தில் அமாவாசை, பௌர்ணமி தினங்களில் பக்தர்கள் மட்டைத் தேங்காய் கட்டி வழிபடுகின்றனர். மூன்று முறை மட்டைத் தேங்காயை நேர்ந்து கொண்டு கட்டுவதற்குள் பக்தர்களின் கோரிக்கைகளை அனுமன் நிறைவேற்றி விடுவாராம். வெற்றிலை மாலை, எலுமிச்சம்பழ மாலை, வாழைப்பழ மாலை என விதவிதமாய் பக்தர்களால் இந்த அனுமனுக்கு சார்த்தப்படுகிறது. குறிப்பாக ஏலக்காய் மாலையை நேர்ந்து கொண்டு இவருக்கு சார்த்தினால் படிப்பில் முன்னேற்றம் ஏற்படுவதாக சொல்கிறார்கள்.

ஆலயத்தில் உள்ள துலாபாரத்தின் மூலம் பக்தர்களின் பாரங்களைத் தான் ஏற்கிறார் இந்த அனுமன். ஞானத்தில் உச்சநிலை, பலத்தில் உச்சநிலை, பக்தியில் உச்சநிலை, சேவையில் உச்சநிலை, விநயத்தில் உச்சநிலை என எல்லாம் சேர்ந்த ஒரே வடிவம் அனுமனே. புத்தி, பலம், தைரியம், போன்றவற்றைத் தம்மை

வணங்குவோர்க்கு தந்திடுவார் இந்த ராமதூதன். ராமபக்திக்கு இலக்கணம் வகுத்த ராமனுக்குப் பிரியமான அனுமனை வேண்ட, கிட்டாதது எதுவுமேயில்லை.

அடுத்த கல்பத்தில் பிரம்மாவாகத் திகழப்போகும் பெரும் பொறுப்பும் அனுமனுக்கே என கூறப்பட்டுள்ளது. பக்தர்களின் கோரிக்கையை நிறைவேற்றி நன்மைகளை வாரி வாரி வழங்கி நானிலத்தில் நாம் நலமுடன் வாழ அர்சாவதாரமூர்த்தியாய், சிரஞ்சீவியாக நம்முடனேயே வாழ்ந்துவருகிறார் அனுமன்.

சென்னை தாம்பரம் & வேளச்சேரி மார்க்கத்தில் மேடவாக்கம் அருகே கௌரிவாக்கத்தில் பழனியப்பா நகரில் இந்த ஆலயம் அமைந்துள்ளது.

மழலை வரம் தரும் மாருதி
(குண்டு பெரும்பேடு)

மூர்த்தி சிறிதாயினும் கீர்த்தி பெரிது எனும்படி சிறிய மூர்த்தமாக குண்டு பெரும்பேடு எனும் தலத்தில் அருள்பாலிக்கிறார் ஆஞ்சநேயர். புராணத்தோடு தொடர்புடைய பழமைத் தலம் இது.

பாற்கடல், பரந்தாமனின் அழகு பார்த்து சப்தம் குறைத்து அலைந்து கொண்டிருந்தது. மெல்லிய அலைகள் அவ்வப்போது ஆதிசேஷனை தாலாட்டின. அலைமகள் பரந்தாமனின் பிரகாசத் திருமுகம் பார்த்துக் கொண்டிருந்தாள். நாரத முனிவர் அவரைக் காண வந்தார். "தனிமையில் வீற்றிருக்கும் தாங்கள் இருவருக்கும் இடையூறாக வந்ததற்கு மன்னிக்க வேண்டும்" என்று சொல்லிப்பின் வாங்கினார். திருமகளோ, "வைகுந்தம் வந்தே வெகுநாளாகிறதே... பரவாயில்லை வாருங்கள்" என்றாள்.

"நாரணனே அனைத்தும் என அவர் புகழ் பரப்பவே பிரபஞ்ச மூலைகளுக்கெல்லாம் செல்கிறேன். வைகுந்தம் வரவே நேரம் இருப்பதில்லை. என்ன செய்வது? சத்தியத்தை நேரடியாகச் சொல்வதில் எனக்கு எந்த நாடகமும் தேவைப்படாது. அதுவும் வைகுந்த வாயிலில் சத்தியம் தவிர வேறெதுவும் எடுபடவும் செய்யாது" என்று விவேகமாக பேசினார்.

நாரதரின் பதிலைக்கேட்ட நாயகி நகைத்தாள். "லோகநாயகா உம் பெருமை, தன் மூலம்தான் வெளிப்படுகிறது என்கிறான், நாரதன்" என்றாள்.

திருமகள் கூறியதை செவிமடுத்த திருமால், "மற்றவர்களை கலகத்திற்குள்ளாக்கும் நீயே இன்று திருமகளிடம் மாட்டிக்

கொண்டாயா" என நாரதரைப் பார்த்துக் கேட்டார்.

"இல்லை பெருமானே... இதுவரை மச்ச, கூர்ம, வராக, நரசிம்ம, வாமன, பரசுராம அவதாரங்கள் எடுத்திருக்கிறீர்கள். தாங்கள் அடுத்து எடுக்கப்போகும் அவதாரத்தை பற்றித் தெரிந்து கொள்ளும் ஆவலில் வந்தேன். பேசத் தெரியாமல் அன்னையிடம் சிக்கிக் கொண்டேன். மன்னிக்க வேண்டும்" என்றார், நாரதர்.

"என் பக்தனாக, பக்திக்கு இலக்கணமாகத் திகழப்போகும் அனுமனுடன், ஒரு மனிதன் எப்படி வாழ வேண்டும் என்பதற்கு எடுத்துக்காட்டாக ஒரு வில், ஓர் இல், ஒரு சொல் என்று வாழப்போகும் ராமனாக அதியற்புதமான அவதாரம் எடுக்க உள்ளேன். ராம அவதாரத்தில் தந்தையாக விளங்கப்போகும் தசரதன் குழந்தை வரம் வேண்டி தீர்த்த யாத்திரை சென்று, தடாக தீர்த்தத்தில் ஓய்வெடுக்கும்போது நாமே அசரீரியாக சில விஷயங்களை அவருக்கு வெளிப்படுத்துவோம். அதன்பின் அவதாரம் நிகழும்" என்றார்.

ஆனால், "அனுமன் என் வைகுந்த பிரயாணத்தைத் தாண்டி என் பக்தனாக பூவுலகில் சகல இடங்களிலும் விளங்கயிருக்கிறான். வியாஸராயன் எனும் பக்தன் அனுமனுக்காக அந்த தீர்த்தத் தடாகத்தினருகே ஓர் கோயில் எழுப்புவான்'' என்றார். அதோடு, அந்த நாரதர் மூலமாகவே தாம் நிலைபெறப் போகும் கோயில்கள் பற்றியும், அனுமனுக்காகவென்றே பிரத்யேகமாக உருவாகப்போகும் தலங்களைப் பற்றியும் எடுத்துரைத்தார்.

புராண காலம் கடந்து வரலாற்று மன்னர்களின் ஆட்சி உருவான சமயம் அது. விஜயநகர சாம்ராஜ்யத்தின்போது பிரகலாதனின் அம்சமாக வ்யாஸராயர் தோன்றினார். இந்து தர்மத்தை திக் விஜயம் செய்து பரப்பினார் அவர். மக்களின் மனதில் ஸ்ரீராமனையும், ஆஞ்சநேயரையும் பதித்தார். தான் நித்தமும் சென்றுவர ராம சாந்நித்தியம் பொங்கும் அனுமனின் ஆலயத்தை எழுப்பினார்.

ஒருமுறை காஞ்சிபுரம் வரதராஜப் பெருமாளை வணங்கி பிறகு ஸ்ரீபெரும்புதூர் பெருமாளை தரிசிக்க வந்தார். மாலைநேர பூஜைக்காக ஏதேனும் நீர்நிலை இருக்குமா என்று தேடினார். தாமரைத் தடாகங்களும், சோலைகளும் நிறைந்த இடம் ஒன்றை அவர் அடைந்து பெருமகிழ்ச்சிகொண்டார். தாமரைத் தடாக நீரைக்கொணர்ந்து பூஜையை தொடங்கினார். அஞ்சனை மைந்தனை மனதில் இருத்தினார். வாயுமைந்தன் இடையறாத தியானக்கருவாக அவர் உள்ளத்தில் அமர்ந்தான். அதே சமயம், பால ஆஞ்சநேயர் அவர் முன்பு தோன்றினான். தளிர்க் கரங்களால் வியாசராஜரின் தலைவருடினான். வியாசராஜர் சிலிர்த்தார். கண் திறந்து நேரே பார்க்க அதி உற்சாகத்தோடு வானரங்கள்

மரக்கிளைகளில் விளையாடுவதும், ஆஞ்சநேயரின் தோற்றம் தடாகத்தின் மையத்தில் மறைவதும் பார்த்து அதிசயித்தார்.

வியாசராஜர் எனும் அந்த மகான், தான் கண்டு உளம் நெகிழ்ந்து அனுபவித்த பால ஆஞ்சநேயரை சிலாரூபமாக வடித்து, சிலகாலம் அங்கேயே தங்கி, அகமகிழ்ந்து பூஜைகள் புரிந்து பாதயாத்திரையைத் தொடர்ந்தார்.

அன்று நாரதரிடம் நாரணன் சொன்ன வண்ணம் சொல்லின் செல்வனுக்கு ஆலயம் எழுந்தது.

ராமன் பிறப்பதற்கு அசரீரி வாக்கு கேட்ட அந்தத் தாமரை தடாகத்தில் நீராடி, பாலவீர அனுமனுக்கு அபிஷேகம் செய்வித்து, தேன், செவ்வாழை, வேர்க்கடலை நிவேதித்தால் சந்தான வரத்தை அருள்கிறான் இந்த அனுமன்.

நல்லெண்ணெய் திருமஞ்சனம் செய்து திருமுடியில் செந்தூரம் சாற்றினால் மூளை சம்பந்தமான நோய்களிலிருந்து காப்பவர் இவர் என்பது பக்தர்களின் அனுபவ நம்பிக்கை.

'குழந்தையும் தெய்வமும் கொண்டாடும் இடத்திலே' என்பர். இங்கு தெய்வமே குழந்தையாக அருளுகிறது. இந்த மழலையின் ஆசி, பக்தர்களுக்கு மகோன்னதம் தருகிறது.

ஸ்ரீபெரும்புதூரிலிருந்து தாம்பரம் செல்லும் சாலையில் குளத்தூரிலிருந்து 4 கி.மீ. தொலைவில் அமைந்துள்ளது குண்டு பெரும்பேடு கிராமம்.

தீபஒளி ஜோதியே, சரணம்!

(குருவாயூர்)

இந்தியாவில் கேரள மாநிலம் திருச்சூர் மாவட்டத்தில் உள்ள ஒரு நகராட்சி குருவாயூர். உலகப்புகழ் பெற்ற குருவாயூர் கிருஷ்ணன் கோயில் இங்கு உள்ளது. நாளொன்றுக்கு தரிசிக்க வரும் பக்தர்களின் எண்ணிக்கையின் அடிப்படையில் இது இந்தியாவின் நான்காவது பெரிய கோயிலாக போற்றப்படுகிறது.

இத்தலம் பூலோக வைகுண்டமாக பக்தர்களால் போற்றப்படுகிறது. பூமியில் வைகுண்டத்தின் சாந்நித்தியம் நிறைந்த இருதலங்களுள் அருளும் தெய்வங்களாக பூரி ஜகன்நாதரும், குருவாயூரப்பனும் இடம்பெறுகிறார்கள். இத்தல கிருஷ்ணன் நான்கு திருக்கரங்களுடன் பாஞ்சஜன்யம் எனும் சங்கையும் சுதர்சன சக்கரத்தையும் கௌமோதகி எனப்படும் கதையையும் தாமரை மலரையும் ஏந்தி குழந்தை வடிவில் திருவருள் புரிகிறான். இக்கண்ணனை பக்தர்கள் உண்ணிக்கண்ணன், உண்ணிகிருஷ்ணன், பாலகிருஷ்ணன், குருவாயூரப்பன் என்றெல்லாம் அழைத்து பரவசமடைகின்றனர்.

திருப்பதி கோயிலில் சுப்ரபாத சேவை எவ்வளவு புகழ்பெற்றதோ அவ்வளவு புகழ் பெற்றது கேரளாவில் உள்ள குருவாயூர் ஆலய விளக்கு பூஜை. வருடம் 365 நாட்களும் மாலையில் நடைபெறும் இந்த விளக்கு பூஜை உலகப்புகழ் பெற்றது.

தீபத்தில் தெய்வங்களை ஆவாஹனம் செய்து பூஜை செய்வது நமது பாரத தேசத்தில் தொன்றுதொட்டு வழங்கிவருகிறது. ஒளி என்பது ஞானத்திற்கும் இருள் என்பது அஞ்ஞானத்திற்கும்

அறிகுறியாகும். ஆகவேதான் 'தமஸோ மா ஜ்யோதிர் கமய' என்று வேதம் கூறுகிறது. துர்க்கா, லட்சுமி, சரஸ்வதி போன்றோரை தீபத்தில் ஆவாஹனம் செய்து பூஜிக்கும் பகவதி சேவை கேரளத்தில் பிரசித்தி பெற்றது.

திருச்சூர்&எர்ணாகுளம் செல்லும் பாதையில் உள்ள குடியிருப்புகளில் இன்றும் சாயங்கால வேளைகளில் வாசலில் தீபங்களை ஏற்றி வைத்து நமசிவாய, நாராயணாய, அச்சுதாய எனும் நாமங்களை மக்கள் பாராயணம் செய்வதைக் காணமுடியும். நரகாசுரன் எனும் இருட்டை கிருஷ்ணன் எனும் தீபம் அழித்து ஒளி பரப்பிய நாளே தீபாவளித்திருநாள். அதனால்தான் இருட்டான சதுர்த்தசி திதியன்று தீபாவளிப் பண்டிகையை நரகாசுரன் வதம் செய்யப்பட்டதன் நினைவாகக் கொண்டாடுகிறோம். மேலும் வெளிச்சம் ஏற்பட்டு இருள் அகன்றால்தான் இருக்கின்ற பொருட்கள் நம் கண்களுக்கு நன்கு புலப்படும். அதே போல அஞ்ஞான இருள் அகன்றால்தான் ஞானம் என்ற சூரியன் நமக்குள் உதயமாகும்.

குருவாயூர் ஆலயத்தில் நடைபெறும் விளக்கு பூஜை மிகவும் பிரசித்தி பெற்றது. தினமும் சாயங்காலம் 6 மணிக்கு குருவாயூரப்பன் கருவறையைச் சுற்றியுள்ள ஆயிரக்கணக்கான தீபங்களை ஆலய ஊழியர்கள் மிகவும் நீளமான தீப்பந்தங்கள் மூலம் ஏற்றுவர். பின் அலங்கரிக்கப்பட்ட யானை மீது குருவாயூரப்பன் ஆரோகணிப்பார். இருபுறம் பூப்பெய்தாத சிறுமிகள் தீபங்கள் ஏந்திய தாலத்தட்டு ஏந்தி அணிவகுக்க, பஞ்சவாத்தியங்கள் முழங்க, ஆலயத்தை குருவாயூரப்பன் ஐந்து முறை வலம் வருவார். இது சீவேலி பூஜை என போற்றப்படுகிறது. அப்போது ஆலயத்தில் நிறபணி எனப்படும் பெரிய படியில் அரிசியை நிரப்பி தென்னங்குருத்தால் அலங்கரித்து இருபுறங்களிலும் மலையாளக் குத்துவிளக்குகளை ஏற்றி வைப்பார்கள். படைத்தல், காத்தல், அருளல், மறைத்தல், அழித்தல் போன்ற ஐந்தொழில்கள் புரியும் தேவதைகளின் வடிவமாகக் குத்துவிளக்கு போற்றப்படுகிறது. ஆசனமாகிய அடிப்பாகம் பிரம்ம ஸ்வரூபம், நடுத்தண்டாகிய மத்ய பாகம் விஷ்ணு ஸ்வரூபம், நெய் ஏந்தும் அகல் பகுதி சிவ ஸ்வரூபம். அதற்கு மேலே சிகரமாக உள்ள உச்சிப்பகுதி மகேஸ்வரன். நெய் நாதமாகவும், திரி பிந்துவாகவும், சுடர் திருமகளாகவும், தீப்பிழம்பு கலைமகளாகவும், தீ சக்தி வடிவமாகவும் திகழ்கிறது.

கவியரசர் கண்ணதாசன், 'குருவாயூருக்கு வாருங்கள்...' எனும் தன் பாடலில் 'மாலைநேரத்தில் சீவேலி, மாளிகை முழுதும் நெய்வேலி' என இந்த தீப அலங்காரத்தைக் குறிப்பிட்டுள்ளார்.

அந்த விளக்கில் குருவாயூரப்பனை ஆவாஹனம் செய்து 16 விதமான உபசாரங்கள் செய்து பின் அவரை யதாஸ்தானம் செய்து,

‘மீண்டும் நாங்கள் அழைக்கும் போது வருவாய் குருவாயூரப்பா,’ என பட்டத்ரிகள் வேண்டிக்கொள்வர்.

பஞ்சபூதத்தலங்களில் திருவண்ணாமலையைத் தவிர மற்ற நான்கு தலங்களில் பிறக்க, இறக்க முக்தி என்றெல்லாம் கூறப்பட்டுள்ளது. ஆனால், திருவண்ணாமலையை நினைத்தாலே முக்தி என்று கூறியிருப்பது அந்த மலையே தீபஜோதிஸ்வரூபமாய் உள்ளதால்தான்.

குருவாயூரில் ஏகாதசி விளக்கு பூஜை விமரிசையாகக் கொண்டாடப்படுகிறது. சந்திரன், பௌர்ணமி&அமாவாசை இரவுகளுக்கு இடையே வரும் பதினொன்றாம் நாள்தான் ஏகாதசி.

வருடத்தில் மொத்தம் 24 ஏகாதசிகள் வருகின்றன. அவற்றில் மலையாள விருச்சிக மாத ஏகாதசி (தமிழில் கார்த்திகை மாதம்) குருவாயூரைப் பொறுத்தவரை புனிதமான நாளாகும். இந்த ஏகாதசிக்கு 18 நாட்கள் முன்னதாகவே விழா தொடங்கிவிடும்.

ஒன்பதாவது நாளான நவமியன்று, அனைவரும் சேர்ந்து விளக்குகளை ஏற்றி குருவாயூர் கண்ணனை வழிபடுகின்றனர். பத்தாவது நாளான தசமியன்று சமோரின் ராஜா வகையினர் விளக்கு ஏற்றும் வைபவம் குருவாயூரப்பன் சங்கீர்த்தன சமாஜம் எனும் அமைப்பின் மூலம் நிறைவேற்றப்படுகிறது. அந்நாளில் விடியற்காலை 3.00 மணிக்கு நிர்மால்ய தரிசனத்திற்காக கதவுகள் திறந்தபிறகு, இரு நாட்கள் கழித்து பன்னிரண்டாம் நாள், துவாதசியன்று காலை 9,00 மணிக்கே கதவுகள் மூடப்படுகின்றன. இப்படியாக தசமி மற்றும் ஏகாதசி நாட்களில் பக்தர்கள் அனைவரும் குருவாயூரப்பனை கண்குளிர தரிசிக்கலாம். வேதகாலத்து பாரம்பரியங்களை இன்றும் தொடர்ந்து கச்சிதமாகவும் நேர்மையாகவும் பேணப்பட்டு வருவதே இக்கோயிலின் சிறப்பம்சமாகும். இத்தலத்தில் சுமார் 50 யானைகள் உள்ளன. இங்கு யானைதான் சந்நதியை திறந்து வைக்கும். விழாக்காலங்களில் சுவாமியை யானையே சுமந்து செல்லும். அதற்காக யானைகளுக்கு ஓட்டப்பந்தயம் நடத்தப்படும். வெற்றி பெறும் யானைதான் சுவாமியை சுமக்கும் பாக்கியத்தைப் பெறும். இவ்வாறு பல வித்தியாசமான நடைமுறைகள் இத்தலத்தில் உண்டு.

தினமுமே குருவாயூர் ஆலயத்தில் கருவறையைச் சுற்றி ஆயிரக்கணக்கான தீபங்கள் சுடர்விட்டுப் பிரகாசிக்கும். தினமும் மாலை 6.15&6.45 மணிக்குள் ஆலய விளக்குகளை ஏற்றி கற்பூரதீபம் காண்பித்து குருவாயூரப்பனை ஆராதிப்பர். குருவாயூர் கோயிலில் சாயங்காலம் மட்டுமே தீபாராதனை. ஏழுஅடுக்கு விளக்கு, ஐந்து திரி, நாகபட விளக்கு, ஒற்றைத்திரி விளக்கு என பல விளக்குகளை ஏற்றி கண்ணனை ஆராதிக்கின்றனர். இறுதியில் கற்பூர ஆரத்தி.

அப்போது வலம்புரிச்சங்கை ஊதி, மத்தளமேள,

பஞ்சவாத்தியங்கள் முழங்க குருவாயூரப்பனின் அழகே உருவான திருவடிவை ஆராதிப்பர். எவ்வளவு தொலைவிலிருந்தாலும் பிரகாசமான வடிவில் ஜொலிக்கும் குருவாயூரப்பனை பக்தர்கள் தரிசிக்க முடியும். சர்வாலங்காரங்களுடன் தலையில் கிரீடம், கழுத்தில் மரகதம், இடுப்பில் சிவப்புப் பட்டு கௌபீனம் தரித்து குருவாயூரப்பன் அருட்கோலம் காட்டுவார்.

தினமும் அர்த்தஜாம பூஜை முடிந்த பின் பிராகாரத்தில் நிர்த்தம் எனுமிடத்தில் வாரியார் ஒருவர், ஓலையில் எழுதிய அன்றாட வரவு செலவு கணக்குகளை படித்து பகவானிடம் ஒப்புவிக்கும் வழக்கம் உண்டு. அந்நிகழ்வு திருத்தோலை வாசித்தல் எனப்படுகிறது.

சீவேலி முடிந்ததும் இரவு 8 மணிக்கு அத்தாழ பூஜை நடை பெறும். அப்போது நெய்யப்பம், இலை அடை, பால் பிரதமன் போன்றவை குருவாயூரப்பனுக்கு நிவேதிக்கப்பட்டும் பின் சுற்று விளக்கு பிரார்த்தனை நடைபெறும். ஆலயமெங்கும் விளக்குகள் எரிய பஞ்சவாத்தியங்கள் முழங்க மூன்று அல்லது ஐந்து யானைகளுடன் குருவாயூரப்பன் பக்தர்களுடன் ஆலய வலம்வருவார்.

இவ்வளவு மகிமை வாய்ந்த தீபத்தை தினமும் போற்றி ஆராதிக்கும் குருவாயூர் தலத்தில் குரு வடிவாய் நம் அக இருளைப் போக்கி, வாழ்வில் வெளிச்சம் தந்து நம்மைக் காக்கும் குருவாயூரப் பனின் பூஜையை தரிசித்து குருவருளுடன் திருவருளும் பெறுவோம்.

ந. பரணிகுமார்

வாழ்வை வளமாக்கும் வலம்புரிச்சங்கு அபிஷேகம்

(காக்களூர்)

சிருஷ்டியின் ஆரம்பத்தில் இறைவன் ஜலத்தினின்று ஆவிர்ப்பவித்ததால் நாராயணன் என்று திருமால் வணங்கப்படுகிறார். நாரா என்றால் நீர், ஜலம். அந்த நாராயணன் ஜலநாராயணன் என்ற பெயரிலேயே திருவள்ளூர் வைத்யவீரராகவர் கோயிலுக்கு தென்கிழக்கில் உள்ள காக்களூர் ஊராட்சி, பூங்காநகரில் கோயில்கொண்டுள்ளார். இது சிவா&விஷ்ணு திருக்கோயிலாகும்.

இந்த ஆலயத்தின் கோபுரம் எதிரே கிணறு ஒன்று இருந்தது. அவ்வாறு இருப்பது கோயில் ஆகம விதிப்படி சரியல்ல எனக்கருதியதால் அதை மூடிவிட்டு வடகிழக்கு (ஈசான்யம்) மூலையில் கிணறு இருக்க வேண்டும் என்ற வாஸ்து அடிப்படையில் கிணற்றுக்குப் பதில் ஒரு நீர்த்தொட்டியை அமைத்தார்கள். நேப்பாள தலைநகர் காட்மாண்ட்டில் உள்ள ஜலநாராயணனப்போல் இங்கும் ஒரு பெருமாள் சிற்பம் தயார் செய்ய வேண்டும் என்று தீர்மானித்தார்கள். விரைவில் 10 டன் எடை கொண்ட சிற்பம் உருவானது. 11 தலை ஆதிசேஷனின் மேல் நர்த்தனமாடும் பெருமாள் தன் திருக்கரங்களில், சங்கு, சக்ரம், கதாயுதம், அட்சய பாத்திரம் ஆகியவற்றைத் தாங்கியபடி, ஆகாயத்தை அருட்பார்வையால் நோக்கும் எழிலார்ந்த வடிவமாய் ஜலநாராயணன் உருவானார். 6.4.12 அன்று ஜலநாராயணர் ஆலயத்தில் பிரதிஷ்டை செய்யப்பட்டார். அதற்கு அடுத்த நாள் காலையில் ஜலநாராயணர் பிரதிஷ்டை செய்யப்பட்ட இடத்தைச் சுற்றி நல்ல பாம்பு ஒன்று வலம் வந்து போன தடம்

தெரிந்தது; அதோடு இக்கோயிலில் இருபது ஆண்டுகளுக்கு மேலாக பூக்காமல் இருந்த நாகலிங்கமரம், பிரதிஷ்டை தினத்திலிருந்து பூத்துக் குலுங்குகிறது.

ஏகாதசி திதிகளில் ஜலநாராயணருக்கு பன்னீர் மற்றும் வாசனை திரவியங்களால் காலை ஒன்பது மணி முதல் பத்தரை மணிக்குள் அபிஷேகம் செய்கிறார்கள். அப்போது ஒவ்வொரு முறையும் சந்நதியின் மேலே வானத்தில் கருடன் வட்டமிடுவது இத்தலத்தின் தனிச்சிறப்பு. பின் அவருக்கு அலங்காரம் செய்வித்து அர்ச்சனை நடக்கிறது. அதைத் தொடர்ந்து மகாலட்சுமியின் அம்சமான நெல்லிக்காயை வலம்புரிச் சங்கில் வைத்து பன்னீர் மற்றும் பூக்கள் நிறைந்த தீர்த்தத்தைக் கொண்டு ஜலநாராயணரை வலம் வந்து தங்கள் பிரார்த்தனைகளை அவரிடம் பக்தர்கள் கூறுகின்றனர். எண்ணிய எண்ணங்கள் நிறைவேறவும், கஷ்டங்கள் தீரவும், சந்தான பாக்கியம் கிட்டவும், திருமணத்தடைகள் நீங்கவும், நோய்கள் விலகவும், கடன் பிரச்னைகள் தீரவும், சொந்த வீடு வேண்டியும், வழக்குகளில் வெற்றி கிட்டவும் வேண்டிக்கொண்டு அந்த வலம்புரிச் சங்கில் உள்ள நீரை ஜலநாராயணரின் பாதத்தில் சமர்ப்பித்தால் அத்தனை பிரச்னைகளும் நீங்குவதாக பக்தர்கள் நம்புகின்றனர். அதில் உள்ள நெல்லிக்காயை பக்தர்கள் வீட்டிற்கு எடுத்துச் சென்று பூஜையறையில் வைத்து மறுநாள் காலையில் குளித்துவிட்டு பூஜை செய்து உட்கொண்டால் வேண்டிக்கொண்ட பிரச்னைகள் விரைவில் நிவர்த்தியாகின்றன.

இத்தலத்தில் ஸ்ரீனிவாசர் & பத்மாவதி, புஷ்பவனேஸ்வரர் & பூங்குழலி என விஷ்ணு, சிவ தம்பதியர் ஒரே இடத்தில், தங்களுக்கென்று தனித்தனி கொடிமரங்களுடன் வேண்டியவர்களுக்கு வேண்டிய வரங்களை அருள்கின்றனர். மேலும் வாஸ்து முறைப்படி அமைக்கப்பட்ட கன்னிமூல கணபதி, லட்சுமி ஹயக்ரீவர், செல்வ விநாயகர், புஷ்பவனேஸ்வரர், பூங்குழலி அம்பாள், சுப்ரமணியர் & வள்ளி & தெய்வானை, ஐயப்பன், கன்னிகா பரமேஸ்வரி, நர்த்தன விநாயகர், தட்சிணாமூர்த்தி, லிங்கோத்பவர், ப்ரம்மா, விஷ்ணு துர்க்கை, வலம்புரி விநாயகர், சண்டிகேஸ்வரர், பைரவர், நவகிரகங்கள், நால்வர், ஆதிசங்கரர், சிவசூரியர், ராமலிங்கர், அகத்தியர், நாகர், த்வஜகணபதி, ஸ்ரீனிவாசர், பத்மாவதி, ராதா & ருக்மிணி சமேத வேணுகோபாலர், ராமர்&சீதை&லட்சுமணர் & ஹனுமன், ராமானுஜர், வேதாந்த தேசிகர், கருடாழ்வார் என அத்தனை தேவ தேவியரும் எழுந்தருளியுள்ள அற்புதத் தலம் இது.

ராஜகோபுரத்திற்கு மேற்குத் திசையில் ஏழைஎளிய மக்கள் இலவசமாக பயன் பெறும் வகையில் திருமணம் மற்றும் மங்கள வைபவங்கள் நடத்திட வசதியாக 2,200 சதுர அடி பரப்பளவில்

மகா திருமணமண்டபம் ஸ்ரீஜயந்தி ஹால் எனும் பெயரில் அமைக்கப்பட்டுள்ளது. ஒவ்வொரு பிரதோஷ தினத்தன்றும் இத்தல ஈசனும், அம்பிகையும் திருத்தேரில் ஆரோகணித்து ஆலய வலம் வருவது வேறு எந்தத்தலத்திலும் இல்லாத நிகழ்வாகக் கருதப்படுகிறது.

கல்வி தரும் தலங்கள்

லலிதாம்பிகை திருவருள் புரியும் ஸ்ரீநகரத்தில் ஒரு பொன்மாலைப் பொழுதில் லலிதாம்பிகையின் முன் லட்சுமி கஞ்சிரா வாசிக்க, சரஸ்வதி தேவி வீணையை மீட்டி கானமழை பொழிந்து கொண்டிருந்தாள். வீணை இசையில் மனதைப் பறி கொடுத்த லலிதாம்பிகை, "ஆஹா" என்று பாராட்டாகக் கூற, திடுக்கிட்டாள் சரஸ்வதி. 'இவ்வளவு இனிமையான குரலை உடைய தேவியின் முன்பா நாம் வீணையை மீட்டினோம்? வீணையின் நாதத்தை விட தேவியின் குரல்தான் எவ்வளவு இனிமை!' என்று வியந்தாள். உடனே தன் வீணையை உறையிட்டு மூடிவிட்டாளாம். இந்நிகழ்வை ஆதிசங்கரர் தன் ஸௌந்தர்யலஹரியின் விபஞ்ச்யா எனும் ஸ்லோகத்தில் விவரித்திருக்கிறார். இந்த லலிதாம்பிகையை 'யாழைப் பழித்த மொழியாள்' எனும் பெயரில் இன்றும் நாகை மாவட்டம், கோடியக்கரைக்கு அருகில் உள்ள வேதாரண்யம் தலத்தில் தரிசிக்கலாம். கூடவே வீணையில்லா சரஸ்வதியையும் வணங்கலாம்.

படிப்பு வரம் தரும் பரிமுகன்

பிரளயம் முடிந்தபின் திருமால் தன் நாபிக்கமலத்திலிருந்து நான்முகனைப் படைத்து, அவனுக்கு நான்கு வேதங்களையும் முறையாக உபதேசித்து, புதுப் பிரபஞ்சத்தைத் தோற்றுவிக்குமாறு ஆணையிட்டார்.

ஒரு சமயம் திருமாலின் திருமேனியிலிருந்து தோன்றிய வியர்வைத்துளிகளிலிருந்து மது, கைடபன் எனும் இரு அசுரர்கள்

தோன்றினர். திருமாலிடமிருந்து தோன்றிய ஆணவத்தில், தாங்களே படைப்புத் தொழிலைப் புரிய ஆசைப்பட்டு, நான்முகனிடமிருந்து வேதங்களை அபகரித்து, பாதாளத்தில் ஒளித்து வைத்தனர். பிரம்மா திருமாலிடம் முறையிட திருமால் குதிரை முகத்துடன் தோன்றி அசுரர்களுடன் போரிட்டு வேதங்களை மீட்டு நான்முகனிடம் தந்தார்.

மது, கைடபரால் பெருமை இழந்த வேதங்கள், பரிமுகக் கடவுளாகிய ஹயக்ரீவரின் மூச்சுக் காற்றால் மீண்டும் புனிதம் பெற்றன. ஆனாலும் அசுரர்களை வீழ்த்திய பின்னும் ஹயக்ரீவர் உக்ரமாக இருக்கவே, அவரை சாந்தப்படுத்த திருமகள் அவரது மடியில் வந்து அமர்ந்தாள். அந்த நிலையில் அவர் லட்சுமிஹயக்ரீவர் என வணங்கப்பட்டார்.

வேதங்களை மீட்டதால் கல்விக் கடவுளாக வணங்கப்படும் ஹயக்ரீவருக்கு புதுச்சேரியில் ஓர் ஆலயம் உள்ளது. மகாலட்சுமியை இடது மடியில் அமர்த்தி அவர் சேவைசாதிக்கிறார்.

கருவறையில், ஹயக்ரீவ மூர்த்தியின் இடது கை தாயாரையும் தாயாரின் வலது கை எம்பிரானையும் அணைத்த வண்ணம் உள்ளன. இவர்களை தரிசனம் செய்தால் தம்பதிகளுக்குள் ஏற்படும் பிரச்னைகள் விலகுகின்றன. மூவரின் கீழே சக்தி வாய்ந்த யந்திரம் பிரதிஷ்டை செய்யப்பட்டுள்ளது.

படிப்பில் மந்தமாக உள்ளவர்களும் பேச்சுத்திறன் குறைபாடு உள்ளவர்களும் இத்தலத்திற்கு வந்து பெருமாளைத் தரிசித்து குறைகள் நீங்கப் பெறுகின்றனர்.

புதுச்சேரி முத்தியால்பேட்டையில், ராமகிருஷ்ணாநகரில் இந்த ஆலயம் அமைந்துள்ளது.

கல்வி வரமருளும் முப்பெருந்தேவியர்

சென்னை-பழைய மாமல்லபுரம் சாலையில், தாழம்பூர் கிருஷ்ணாநகரில் உள்ளது, திரிசக்தி அம்மன் திருக்கோயில். மூன்று கருவறைகளில் ஞானசக்தி, கிரியாசக்தி, இச்சாசக்தி ஆகிய மூன்று சக்திகளும் தனித்தனியாக கொலுவிருந்து, ஒரே கோயிலில் அருள்பாலிப்பது சிறப்பு. இங்குள்ள மூன்று தேவியரையும் வழிபட கல்வி, செல்வம், மனவலிமை போன்றவற்றில் சிறந்து விளங்கலாம்.

இங்கு திருவருள் புரியும் ஞான சரஸ்வதி நான்கு கரங்களுடன் அமர்ந்துள்ளாள். மேலிரு கரங்களில் ஜபமாலையும் கமண்டலமும் ஏந்தியிருக்கிறாள். இடது கீழ்க்கரத்தில் ஓலைச்சுவடியும் வலது கீழ்கரத்தில் சின்முத்திரையும் காட்டி தரிசனம் தருகிறாள். இவளைப் போற்றிப்பணிய, படிப்பாற்றலும், படைப்பாற்றலும் மேலோங்குகிறது.

இவளை அடுத்து கிரியாசக்தியாகத் திகழும் மூகாம்பிகை அமர்ந்துள்ளாள். பத்மாசனத்தில் அமர்ந்திருக்கும் இவள், மேலிருகரங்களில் சங்கு சக்கரமும், கீழ்வல இடக்கரங்களில் சின்முத்திரையும் வரத ஹஸ்தமும் கொண்டிருக்கிறாள். மூகாம்பிகையின் அருட்பார்வை செயல்முடிக்கும் ஆற்றல், மனவலிமையைத் தரும்; அச்சத்தை போக்கும்.

அடுத்து இச்சாசக்தியாகிய லட்சுமிதேவி அமர்ந்துள்ளாள். மேலிரு கரங்களில் தாமரை மொட்டுகளைத் தாங்கியும், கீழிரு கரங்களில் அபய&வரத ஹஸ்தம் காட்டி புன்னகை தவழப் பொலிகிறாள். பாற்கடலில் பிறந்த பாவையான இவள், கடலைப் போன்றே வற்றாத வளம் தருபவள். அன்னையின் அருட்பார்வை செல்வமெல்லாம் தரும். வறுமையை விரட்டும். கல்வியுடன் வீரமும் செல்வமும் வந்து சேரும் என்பதை நிரூபிப்பதுபோல் இந்த மூன்று அன்னையரையும் தரிசிப்போர் சகல மங்களங்களையும் பெறுவது நிச்சயம்.

கல்வி வளம் சிறக்க உதவும் காயத்ரி தேவி

கோயமுத்தூர் மாவட்டம், வேடப்பட்டியில் உள்ள ஆலயத்தில் பிரதானமாக கொலுவீற்றிருக்கிறாள் காயத்ரி அம்மன். ஐந்து முகங்களுடன் பத்துக் கரங்களில் சங்கு, சக்கரம், கதை, அங்குசம், கபாலம், தாமரை, ஏடு, வரதம், அபயம் என ஏந்தி வெண்தாமரை மீது அமர்ந்து அருள்பாலிக்கின்றாள். ஐந்து முகங்களும் ஐந்து நிறங்களைக் கொண்டவை. அவை கல்வி, மனதைக் கட்டுப்படுத்துதல், உயர்ந்த குணங்கள், ஐஸ்வர்யம் தரக்கூடிய வல்லமை, உயர்ந்த ஆன்மிக ஞானம் ஆகிய நற்பலன்களைக் குறிப்பவை. இப்பலன்களைப் பெற இங்கு வந்து பக்தர்கள் வேண்டிக்கொள்கின்றனர்.

படிப்பறிவு தரும் பஸாரா சரஸ்வதி

ஆந்திரபிரதேசம் ஆதிலாபாத்தில் உள்ள பஸாராவில் பிரசித்தி பெற்ற சரஸ்வதி ஆலயம் உள்ளது. நமது நாட்டில் சரஸ்வதி தேவிக்கென அமைந்துள்ள மிகச் சில கோயில்களில் இதுவும் ஒன்று. இங்குள்ள கோயில் கருவறையில் ஞானசரஸ்வதி தேவி வீணை, அட்சமாலை, ஏடு தாங்கி அருள்புரிகிறாள். இவள் அருகிலேயே மகாலட்சுமி காட்சிதர, மகாகாளி தனிச்சந்நதியில் ஆலயப் பிராகாரத்தில் வீற்றிருக்கிறாள். மாணவ&மாணவியர்கள் கல்வியை ஆரம்பிக்கும் முன் இங்குள்ள ஞானசரஸ்வதியை வழிபட்டுச் செல்கின்றனர்.

இங்கு முப்பெரும் தேவியர் இருப்பினும் பிரதானமாக வணங்கப்படுபவள் ஞானசரஸ்வதி தேவியே! இவளை வணங்க கல்வியும் ஞானமும் கைகூடுகின்றன. சரஸ்வதிதேவி சிலை மீது எப்போதும் உள்ள மஞ்சள் காப்பே பக்தர்களுக்குப் பிரசாதமாக

வழங்கப்படுகிறது. இதைச் சிறிதளவு உண்டால் கல்வித்திறன் அதிகரிக்கும். பக்தர்கள் சரஸ்வதிக்கு அபிஷேகம் செய்து வெண் பட்டு உடுத்தி நேர்த்திக்கடன் செலுத்துகின்றனர்.

வியாச முனிவருக்கு முப்பெருந்தேவியரின் அம்சமாகக் காட்சிக் கொடுத்து, குமராஞ்சலா மலைப்பகுதியில் தேவி ஆவிர்பவித்தபடியால், இந்த ஞானசரஸ்வதிதேவிக்கு கௌமாராச்சல நிவாஸினி என்னும் திருநாமமும் உண்டு. இந்தியாவின் பல பாகங்களிலிருந்தும் பக்தர்கள் இந்த தலத்துக்கு வந்து வழிபடுகின்றனர். ஆரம்பக்கல்வி பயிலவிருக்கும் குழந்தைகளை இங்கே அதிக எண்ணிக்கையில் காணலாம். குறிப்பாக சரஸ்வதி பூஜை நாளன்று இந்த ஆலயம் விழாக்கோலம் கொள்கிறது. பக்தர்கள் தேவியையும் அருகே குகையிலுள்ள வியாச பகவானையும் வழிபடுகின்றனர்.

இதே ஊரில் தத்தாத்ரேயருக்கும் ஆலயம் இருப்பதால், இது, 'தத்ததாம்' எனவும் அழைக்கப்படுகிறது.சிருங்கேரிமடம்,ஸ்ரீந்ருஸிம்ம பாரதிசுவாமிகள், 14ம் நூற்றாண்டில் பாத யாத்திரையாக இங்கு வந்த போது தத்தாத்ரேயரை பிரதிஷ்டை செய்தாராம். இந்த தத்தாத்ரேயரை வணங்க ஞானம் கைகூடுகிறது.

கலைகள் சிறக்க அருளும் கூத்தனூராள்

திருவாரூருக்கு அருகே உள்ளது கூத்தனூர். இவ்வூர் இரண்டாம் ராஜ ராஜ சோழனால் தன் அவைப் புலவரான ஒட்டக்கூத்தருக்கு தானமாக வழங்கப்பட்டது.எனவே அவரது பெயரால் 'கூத்தனூர்' ஆனது. ஒட்டக்கூத்தர்தான் இக்கோயிலைக் கட்டினார் என்று தலபுராணம் சொல்கிறது. இவ்வூர் சரஸ்வதியை மகாகவி பாரதியார் பலமுறை வந்து வழிபட்டு சென்றுள்ளார்.இக்கோயில் ஒற்றைப் பிராகாரத்தைக் கொண்டது. ராஜகோபுரம் இருக்கிறது. பிராகாரத்தில் விநாயகர், நாகர், பிரம்மா, பிரம்மபுரீஸ்வரர், பாலதண்டாயுதபாணி உள்ளனர். ஒட்டக்கூத்தருக்கும் சிலை இருக்கிறது. சரஸ்வதியின் முன்னால் அன்னவாகனம் உள்ளது. இத்தல நர்த்தன விநாயகர் சுயம்புமூர்த்தியாவார். கருவறையில் சரஸ்வதி வெண்ணிறஆடை தரித்து, வெண்தாமரையில் பத்மாசனத்தில் வீற்றிருக்கிறாள்.வலது கீழ்கையில்சின்முத்திரையும் இடக்கையில் புத்தகமும் வலது மேல்கையில் அட்சரமாலையும் இடது மேல்கையில் அமிர்தகலசமும் தாங்கியிருக்கிறாள். ஜடாமுடியும் கருணைபுரியும் இருவிழிகளோடு மூன்றாவது திருக்கண்ணும் கொண்டு கிழக்குநோக்கி அருள்பாலிக்கிறாள். கல்விக்கடவுளான சரஸ்வதியை மனதார வணங்குபவர் இனிமைப் பேச்சு கைவரப் பெறுவர்; கலைகளில் சிறந்து விளங்குவர்.

வித்யா ப்ராப்தி தரும் தட்சிணா மூகாம்பிகை

கேரளம், எர்ணாகுளத்தில் உள்ள வடக்கன்பரவூரில் ஒரு சரஸ்வதிதேவி ஆலயம் உள்ளது. தேவி தட்சிண மூகாம்பிகை என்றழைக்கப்படுகிறாள். கர்ப்பகிரகம், ஒரு சிறிய தாமரை குளமாகவும் அதன் நடுவில் சரஸ்வதி அமர்ந்துள்ளது போலவும் அழகாக விளங்குகிறது. தீராதநோய், செயல் தடை உள்ளவர்கள், கோயிலில் தரப்படும் அர்ச்சனை பொருட்களை வாங்கி, பெயர், நட்சத்திரம் சொல்லி பூஜை செய்கிறார்கள். பிரசாதத் தட்டை, கோயில் முன்பு வைக்கப்பட்டுள்ள உண்டியலில் போட்டுவிடுகிறார்கள். இங்கு தினமும் இரவில் கலைவாணிக்கு மூலிகை கஷாயம் நைவேத்யம் செய்யப்படுகிறது. மறுநாள் காலை இந்த கஷாயத்தை மாணவர்கள் வாங்கி அருந்தினால் ஞாபகசக்தி பெருகி, மந்தபுத்தி விலகி கல்வியறிவு சிறக்கும் என்பது ஐதீகம். வெளியூர் பக்தர்களுக்கு கஷாயத்தை பாட்டிலில் நிரப்பித் தருகிறார்கள். இசையில் தேர்ச்சி பெற விரும்புபவர்களும் இங்கு வழிபாடுசெய்கின்றனர்.

கலைமகள் திருவருள்புரியும் கதம்பவனம்

கதம்பவனம், பிச்சாண்டவர் கோவில், திருக்கரம்பனூர் என்றெல்லாம் அழைக்கப்படும் திருத்தலம் உத்தமர்கோயில், திருச்சியில் உள்ளது. இங்குள்ள பிரம்மன் சந்நதி குறிப்பிடத் தகுந்தது. படைக்கும் தொழிலைச் செய்யும் பிரம்மாவிற்கு பூலோகத்தில் தனக்கென தனியே கோயில் இல்லையே என மனக்குறை இருந்தது. எனவே, மகாவிஷ்ணு அவரை பூலோகத்தில் உதிக்கும்படி செய்தார். பிரம்மா இத்தலத்தில் பெருமாளை வணங்கி தவம் புரிந்தார். அவரது பக்தியை சோதிப்பதற்காக மகாவிஷ்ணு, கதம்ப மர வடிவில் நின்று கொண்டார். இதையறிந்த பிரம்மா கதம்ப மரத்திற்கு பூஜைகள் செய்து, சுவாமியை வணங்கினார். அவரது பக்தியில் மகிழ்ந்த மகாவிஷ்ணு காட்சி தந்து, "நீ எப்போதும் இங்கேயே இருந்து என்னை வழிபட்டு வா. நீ பெற்ற சாபத்தால் உனக்கு கோயில்கள் இல்லாவிட்டாலும் இங்கு தனியே வழிபாடு இருக்கும்" என்றார். பிரம்மாவும் இங்கேயே தங்கினார். பிற்காலத்தில் இவருக்கும் சந்நதி கட்டப்பட்டது. பிரம்மாவுக்கு இடப்புறத்தில் ஞான சரஸ்வதி தனிச் சந்நதியில் தெற்கு நோக்கியபடி இருக்கிறாள். இவள் கைகளில் வீணை இல்லை; மாறாக, ஓலைச்சுவடி, ஜெபமாலையுடன் காட்சி தருகிறாள். பிரம்மாவிற்கு தயிர்சாதம், அத்தி இலை படைத்தும் சரஸ்வதிக்கு வெள்ளை வஸ்திரம், தாமரை மலர் மாலை சாத்தியும் வழிபட்டால் ஆயுள் கூடும், கல்வி சிறக்கும் என்பது நம்பிக்கை. குருவின் அதிதேவதையானதால் குருப் பெயர்ச்சியின் போது பிரம்மாவிற்கு விசேஷபூஜைகள் நடக்கின்றன.

காலமெல்லாம் காத்தருள்வாள்
(காஞ்சிபுரம் காமாட்சி)

ஐம்பத்தோரு சக்தி பீடங்களுள் ஒன்றாகத் திகழ்வதும், காமகோடி பீடத்தினரால் உபாசிக்கப்படும் தேவியுமான காஞ்சி அன்னை காமாட்சி பேசும் தெய்வமாக போற்றப்படுகிறாள். வேண்டும் வரங்களை விரைந்து தரும் வரப்பிரசாதியும் இவளே. காமாட்சி எனும் திருநாமத்தில் கா என்பது சரஸ்வதியையும், மா என்பது லட்சுமியையும் குறிக்கும். அட்சி என்பது கண்ணாக உடையவள் என்று பொருள்படும். அதாவது கலைமகளையும், திருமகளையும் தன் இரு கண்களாகக் கொண்டவள் காமாட்சி என்பதையே அவளது திருப்பெயர் உணர்த்துகிறது. நாடி வரும் பக்தர்களுக்கு கல்வியையும், செல்வத்தையும் ஒருங்கே தருபவளாக இந்த அம்பிகை விளங்குகிறாள்.

காஞ்சிக்கு வந்து அன்னை கொலுவிருந்ததற்கு காரணம் உண்டு. கயிலையில் சிவனின் கண் பொத்தி விளையாடினாள் உமையவள். ஈசனின் நெற்றிக்கண் ஒளிபட்டு பார்வதி கருநிறம் கொண்டாள். சாபத்தின் விளைவாய் காசியில் சில காலம் அன்னபூரணியாகவும், மாங்காட்டில் பஞ்சாக்னி வளர்த்து அதன் நடுவே காமாட்சியாக தவமிருந்து, பிறகு சத்தியவிரத க்ஷேத்திரமான காஞ்சியில் மணலை லிங்கமாக பிடித்து பூஜித்தாள். அப்போது கம்பா நதியில் வெள்ளம் பெருக்கெடுத்து வர, மணல்லிங்கத்தை தன் திருக்கரத்தால் கரையாவண்ணம் காத்தாள். பஞ்சாக்னி வளர்த்து தவமிருந்து காம இச்சையை சுட்டெரித்ததால் காமாட்சி எனும் பெயருடன் சாப விமோசனம் பெற்றாள். அதே சமயம் மன்மதனை ஈசன் எரித்த சாம்பலிலிருந்து உருவான பண்டாசுரன் எனும் அசுரனை அனைத்து

தேவர்களின் துணையோடு வதைத்த லலிதா திரிபுரசுந்தரியின் வடிவினளாக இத்தலத்தில் நிலைகொண்டாள். தன் கணவரான ஈசன் அளித்த இரண்டுநாழி அளவு நெல்லினைக் கொண்டே இவ்வுலகில் 32 அறங்களையும் வளர்த்ததால் அறம் வளர்த்த நாயகி என்ற சிறப்புப் பெயரும் இந்த அன்னைக்கு உண்டு. இத்தேவி அமர்ந்துள்ள இடம் காம கோட்டம் என அழைக்கப்படுகிறது. காம கோட்டம் என்றால் விரும்பியவற்றையெல்லாம் தருவது என்று பொருள். காமாட்சியை வலம் வந்து வரம் கேட்டால் தட்டாது தருவாள் என்பது பக்தர்களின் அசைக்கமுடியாத நம்பிக்கை.

ஆலயத்தில் பலிபீடம் அஸ்திரதேவி எனும் தேவியோடு அபூர்வமாக உள்ளது. முதல் பிராகாரத்தில் இருபத்து நான்கு தூண்கள் கொண்ட காயத்ரி மண்டபம் அமைந்துள்ளது. காமகோடி காமாட்சி, அஞ்சன காமாட்சி எனும் அரூபலட்சுமி, ஸ்ரீசக்ரம் என மூன்று வடிவங்களில் இங்கு தேவி ஆராதிக்கப்படுகிறாள். முதல் வடிவான காஞ்சி காமாட்சி, காயத்ரி மண்டபத்தின் நடுவில் தென் கிழக்கு திசையை நோக்கி நான்கு திருக்கரங்களுடன் பத்மாசனத்தில் தேவி அருட்காட்சியளிக்கிறாள். மற்ற அம்பிகை ஆலயங்களைப்போல அபயவரத முத்திரைகள் இல்லாது பாசம், அங்குசம், மலர்க்கணைகள், புஷ்ப பாணங்கள் போன்றவற்றை தன் திருக்கரங்களில் ஏந்தியுள்ளாள். அம்பிகையின் இடப்புற கோஷ்டத்தில் சேனா நாயகி எனப் போற்றப்படும் வாராஹியும், இரண்டாம் வடிவான அரூபலட்சுமியும் இடம்பெற்றுள்ளனர். வாராஹிக்கு முன்னே அம்பிகை பண்டாசுரனைக் கொன்று பூமியில் புதைத்ததின் நினைவாக ஜெயஸ்தம்பம் உள்ளது. இரு உருவில் பெரிய விநாயகர்களும் வாராஹிக்கு முன் அருள்கின்றனர். சௌந்தர்யத்திற்கே பொருள்தரும் லட்சுமி இத்தலத்தில் அரூபலட்சுமியான காரணத்தை அறிவோம்.

ஒருமுறை திருப்பாற்கடலில் திருமாலின் கறுத்த வண்ணத்தை ஆணவமாகப் பேசி கேலி செய்தாள் திருமகள். அதன் காரணமாக சினம் கொண்ட திருமால் திருமகளை தோற்றப்பொலிவை இழந்து அரூபியாக மாற சாபம் தந்தார். சாப விமோசனம் கேட்ட திருமகளுக்கு காம கோட்டத்திற்குச் செல் என ஆணையிட்டார் திருமால். காம கோட்டத்திற்கு தன் பொலிவை இழந்து வந்த திருமகளுக்கு அஞ்சன காமாட்சி என பெயரிட்டு தன் கருவறையின் கோட்டத்தில் இருந்தவாறு தவம்புரியுமாறும், தன்னை தரிசிக்கும் பக்தர்கள் தன் பிரசாதமான குங்குமத்தை அரூபலட்சுமியின் மீது அர்ச்சித்து பிறகு அதை எடுத்துத் தம் நெற்றியில் இட்டுக் கொண்டால், அதனால் திருமகளின் பழைய தோற்றப்பொலிவு கிட்டும்; அவ்வாறு செய்யும் பக்தர்களுக்கு திருமகளின் அருள் கிட்டும் என்றும் வரமளித்தாள். இதுவே அரூப லட்சுமி இங்கு

இடம் பெற்றதன் காரணம் என தலவரலாறு கூறுகிறது. வலப்புற கோஷ்டத்தில் பொலிவுபெற்ற திருமகளும் அந்தத் திருமகளைக் காண வந்த திருமாலான கள்ளவாரணரும் இடம் பெற்றுள்ளனர். நூற்றியெட்டு வைணவ திவ்யதேசங்களில் ஒன்றாக இந்த சிறிய திருமாலின் சந்நதி இடம் பெற்றுள்ளது, குறிப்பிடத்தக்கது.

மூன்றாம் வடிவான ஸ்ரீசக்ரம், வசின்யாதி வாக்தேவதைகள் என்னும் எட்டு தேவிகளை உள்ளடக்கி காமாட்சியம்மனின் திருமுன் தரிசனமளிக்கிறது. ஆதிசங்கரரால் நிறுவப்பட்ட பெருமையுடையது இந்த ஸ்ரீசக்ரம்.

51 சக்தி பீடங்களில் தேவியின் எலும்புகள் இந்தக் காஞ்சியிலே விழுந்ததாகக் கருதப்படுகிறது. ஒட்டியாணபீடம் என இந்த பீடம் சிறப்பிக்கப்படுகிறது. காஞ்சியில் அருளாட்சிபுரியும் ஏகாம்பரநாதரும், வரதராஜப்பெருமாளும் உற்சவ மூர்த்திகளாக உலாவரும்போது அன்னை காமாட்சியை வலம் வந்து போவது வழக்கம். இந்தத் தலத்தைச் சுற்றி முன்பு செண்பகமலர்கள் நிறைந்திருந்ததால் செண்பகாரண்யம் என்றும் அழைக்கப்பட்டது. இத்தலத்தின் உள்ளே சென்றால் திசைகளை அறியமுடியாத ஆன்மிக உணர்வு மேலோங்குகிறது. சேக்கிழார்கூட இத்தலத்தை திசைமயக்கம் உள்ள ஆலயம் எனக் குறிப்பிட்டுள்ளார்.

இத்தலத்தில் சாஸ்தா, ராஜமாதங்கி, அன்னபூரணி, ஆதிசங்கரர் போன்றோர் பிராகாரத்தில் அருள்கின்றனர். தீபாவளியன்று பல்வேறு விதமான இனிப்புவகைகள் கொண்டு அன்னபூரணியை அலங்கரிப்பது வழக்கம். இன்றும் உற்சவ காலங்களில் உற்சவ காமாட்சி ஆலயத்தை விட்டு வெளியே போகும்போது ஆதி சங்கரர் சந்நதி முன் நின்று அனுமதி பெற்று பின்னரே ஊர்வலம் செல்வது வழக்கம். இத்தலத்தில் வெளிவாயில் அருகே ஞானகூபம் எனும் கிணறு உள்ளது. பஞ்சமூர்த்திகளால் உருவாக்கப்பட்ட பஞ்சதீர்த்த குளமும் உள்ளது. இது உலகாணித் தீர்த்தம் என்றும் வழங்கப்படுகிறது.

மாசிமாத பிரமோத்சவம் மிகச் சிறப்பாக இத்தலத்தில் கொண்டாடப்படுகிறது. இவ்விழாவின் இறுதிநாள் உதய விசுவரூப சேவை மிகவும் முக்கியத்துவம் வாய்ந்த ஒன்றாகக் கருதப்படுகிறது.

கடைக்கண் பார்வையினாலே பக்தர்கள் கோரும் நலனைத் தரும் அன்புத்தாய், காமாட்சி.

காணிப்பாக்கம் கணபதி

ஆந்திர மாநிலம் சித்தூருக்கு அருகே உள்ளது காணிப்பாக்கம். விநாயகர் கோயில் கொண்டுள்ள தலம். சித்தூர் பேருந்து நிலையத்திலிருந்து 12 கி.மீ. தொலைவு. ஸ்ரீகாணிப்பாக்கம் வரசித்தி விநாயகர் என்று இந்தப் பிள்ளையார் அழைக்கப்படுகிறார். இவருக்கு அபிஷேகம், அர்ச்சனை என்ற பொதுவான வழிபாட்டு முறைகள் மேற்கொள்ளப்படுகின்றன; ஆனால் விசேஷ அலங்காரம் என்று எதுவும் கிடையாது. சுமார் ஆயிரம் ஆண்டுகளுக்கு முன் இங்கே வசித்து புலம்பெயர்ந்தவர்களின் வாரிசுகள் வந்து 'எங்களுடைய விஹாரபுரி கிராமம் எங்கே?' என்று கேட்டால் இப்போது இருப்பவர்களுக்கு பதில் சொல்லத் தெரியாது. காரணம் அதுதான் காணிப்பாக்கம் என்றாகிவிட்டது.

பேச்சிழந்தவர், பார்வையிழந்தவர், செவியிழந்தவர் ஆகிய மூவர் ஒரு கிணற்றுக்குள்ளிருந்து கண்டுபிடித்த விநாயகர் இவர். பார்வையற்றவரும், செவியிழந்தவரும் ஏற்றங்காலில் மேல்நின்று மிதிக்க, கிணற்றிலிருந்து நீரை கமலை சுமந்துவர, பேச்சிழந்தவர் அதைக் கையால் பற்றி, வயல் ஓடைக்குள் பாய்ச்சுவது வழக்கம். ஒரு வறட்சிக் காலத்தில் இப்படி மூவரும் முயன்றபோதுதான் பிள்ளையார் கிடைக்கப்பெற்றார். தோன்றியபோதே அற்புதம் புரிந்தவர் இந்த விநாயகர். இவரைக் கண்டுபிடித்த மேற்குறிப்பிட்ட மூவராலும் அதே கணத்தில், பேசவும், கேட்கவும், பார்க்கவும் முடிந்தன! மண்வெட்டியால் கிணற்றில் தோண்டியபோது பீறிட்ட ரத்தம் அங்கே விநாயகரை அடையாளம் காட்டியது. அந்த மண்வெட்டித் தடம் இன்றும் அவர் சிரசின் பின்புறம் சிறு பள்ளமாகக் காணப்படுகிறது. சம்பிரதாயமான விநாயகர் உருவமாக இல்லாமல், முன்பக்கம் துதிக்கை வளைவுபோன்ற அமைப்புடன் வெளிப்பட்ட பாறை அது. ஆனால் அதன் மகிமை

உடனேயே ஒளிவிட ஆரம்பித்தது.

சிறு குடிசை வேய்ந்து அதற்குள் விநாயகரை பிரதிஷ்டை செய்தார்கள். திடீரென்று அந்த கிராம மக்களுக்குள் பொங்கிய பக்தி உணர்வால் பலநூறு தேங்காய்கள் அவருக்கு உடைக்கப்பட்டு நிவேதனம் செய்யப்பட்டன. அந்த தேங்காய்கள் நீர், காணி நிலத்தில் 'பாரகமா'னதால் (தெலுங்கில் பாரகம் என்றால், நீர் பாய்தல் என்று பொருள்) இத்தலம் காணிப்பாரகம் என்றழைக்கப்பட்டு, காணிப்பாக்கம் என்று மருவியது. ஒருவர் காணிப்பாக்கம் விநாயகர் முன் சத்திய பிரமாணம் எடுத்துக் கொண்டார் என்று தெரியவந்தால், ஆந்திர மாநிலத்தில் வேறு எந்த கிராமத்திலும், அவர்மீது எந்த குற்றம் சுமத்தப்பட்டிருந்தாலும், அந்த கிராமத்து பஞ்சாயத்தாரால் அவர் விடுவிக்கப்பட்டு விடுவார். இவர்முன் யாரேனும் பொய் சத்தியம் செய்தால் அவ்வாறு செய்பவர் தொண்ணூறு நாட்களுக்குள் விநாயகரால் தண்டிக்கப்படுவார் என்பது பலரது அனுபவ உண்மை. கிணற்றிலிருந்து கிடைத்த விநாயகர் என்பதால் அந்த கிணறுக்கு மேலேயே ஒரு மேடை அமைத்து அங்கே பிரதிஷ்டை செய்யப்பட்டுள்ளார்.அவரைச் சுற்றி என்றுமே வற்றாத கிணறு. அந்த கிணற்று நீர்தான் மக்களுக்கு பிரசாதமாக வழங்கப்படுகிறது. வருடா வருடம் அகலவாட்டில் மில்லிமீட்டர் கணக்கில் விநாயகர் சிலை பெரிதாகிக்கொண்டு வருவதாகச் சொல்கிறார்கள். ஆரம்ப நாட்களில் இவருக்காகத் தயாரித்த வெள்ளிக் கவசம் இப்போது பொருந்துவதில்லையாம்! தீய பழக்கங்களிலிருந்து விடுபட விரும்புபவர்கள் இவர்முன் வந்து 'இனி புகை, மது, மாது, சூது நாடமாட்டேன்' என்று வேண்டிக் கொண்டால், அவர்கள் உடனடியாக அப்பழக்கத்திலிருந்து விடுபடுகிறார்களாம்.

குறிப்பிட்ட நாள், அல்லது விழா என்றில்லாமல், எந்த நாளிலும் பக்தர்களின் கூட்டம் இத்தலத்தில் நிறைந்து காணப்படுகிறது. ஆந்திர&தமிழக எல்லையில் இக்கோயில் அமைந்திருப்பதால், இரு மாநில வழிபாட்டு சம்பிரதாயங்களும் இங்கே பின்பற்றப்படுகின்றன. தமக்கு இழைக்கப்பட்ட அநீதிகள் பொய்க்க, தம்மை அடிமைப்படுத்தியிருக்கும் தீயப் பழக்கத்திலிருந்து விடுபட, தம் வறுமை நீங்க, குடும்பத்துச் சண்டை, சச்சரவுகள் சமாதானமாக காணிப்பாக்கம் விநாயகர் அருள்பாலிக்கிறார்.

கூரத்தாழ்வான்

(கூரம்)

பகவத் ராமானுஜருடைய முதல் சீடர்கள் என்கிற வகையிலே முதலியாண்டானும் கூரத்தாழ்வானும் மிக முக்கியமான அங்கம் வகிக்கிறார்கள். குரு பக்திக்கோர் எடுத்துக்காட்டாய் வாழ்ந்தவர் கூரத்தாழ்வான். பெருஞ்செல்வந்தராகவும் கூரம் நாட்டு அரசராய் விளங்கியவருமான கூரத்தாழ்வான் தன் நாட்டில் இரவுநேரங்களில் நாட்டு நிலைமையை கண்காணிக்க ரோந்து செல்வதை வழக்கமாகக்கொண்டவர். ஒருநாள் ஒரு வீட்டில் பலர் கூடி வாதாடிய குரல்களும் அழுகைச் சத்தமும் கேட்டதையறிந்து அங்கு மறைந்திருந்து விவரங்களைத் தெரிந்து கொண்டார். அதாவது அவ்வீட்டுத் தலைவருக்கு ஒரு பெண் கல்யாணத்திற்காக காத்திருக்கிறாள் எனவும் ஜோஸ்யர்களின் கூற்றுப்படி திருமண நாளிலேயே இரவில் கணவன் இறந்து விடுவான் என்ற விவரம்தான் அது. இதனால் யாரும் அப்பெண்ணை கல்யாணம் செய்துகொள்ள முன்வரவில்லை. அதனால், அவளின் தாய், தந்தையர்கட்கும் அப்பெண்ணுக்கும் உறவினர்களுக்கும் மிக வேதனையாய் இருந்தபடியால் அப்பெண்ணைக் கொலை செய்துவிட திட்டமிட்ட விவரமே கூரத்தாழ்வான் கேட்டறிந்த விஷயம். மறுநாள் கூரத்தாழ்வான் அரசுப்பணியாளர்களை அவ்வீட்டுக்கு அனுப்பி அவர்களை அழைத்துவரச் செய்து தாமே அப்பெண்ணை மணம்புரிவதாகவும் ஆனால் தாம்பத்ய உறவு கொள்ளமாட்டேன் என்றும் என் பணிகளில் உறுதுணையாய் இருந்தால் போதும் என்றும் கூற இதற்கு அப்பெண்ணும் மற்றவர்களும் உடன்பட கூரத்தாழ்வான் ஆண்டாள் என்ற அப்பெண்ணை மணந்தார்.

பின்பு கூரத்தாழ்வான் தனது செல்வங்களையெல்லாம் ஏழை எளியவர்களுக்கெல்லாம் வாரி வழங்கி விட்டு நாட்டை விட்டு ஓர் நல்லாசிரியரைக் கண்டு அவர் மூலம் உய்வதற்குரிய வழியில் செல்ல முயன்றார். நேராக காஞ்சி வந்து அங்கு வரதராஜப் பெருமானுக்கு விசிறி வீசும் பாக்கியமும் அவருடன் பேசும்படியான பாக்கியமும் பெற்ற திருக்கச்சி நம்பிகள் மூலம் பகவத் ராமானுஜரை சரணடைந்து அவருக்கு கைங்கர்யம் செய்வதிலேயே தம் காலத்தைக் கழித்து வந்தார். முன்னதாக அவர் கூரம்நாட்டை விட்டு மனைவி ஆண்டாளுடன் காஞ்சி செல்லும் பாதையில் சென்றபோது அவரது மனைவியானவள் "இங்கு வழியில் பயமுண்டோ" என வினவ ஆழ்வானும் ஏனென்று கேட்க ஆண்டாளும் தாங்கள் உணவு அருந்த சௌகர்யமாயிருக்க ஒரு தங்கத் தட்டை கொண்டு வந்துள்ளேன் என்று கூற ஆழ்வான் அத்தட்டைப் பிடுங்கி தூர எறிந்து மடியில் கனம் இருந்தால் வழியில் பயம்" என்று கூறினாராம். இதிலிருந்தே அவர் எவ்வளவு வைராக்யம் கொண்டவர் என்பதை அறியலாம்.

பகவத் ராமானுஜர் ஸ்ரீரங்கம் சென்று வாசம் செய்ய நினைத்து கிளம்பியபோது இவரும் அவருடன் உடன் சென்றார். அரங்கன் மேலும் இவருக்கு அதிகம் பக்தி உண்டாயிற்று. ஒருநாள் உண்ண உணவேதும் கிடைக்காத நிலையில் ஆழ்வான் சற்று களைப்பாய் இருப்பதைக் கண்ட அவரின் மனைவியும் அரங்கனை நினைத்து உன் பக்தன் பசியால் வாடியிருப்பது உமக்குத் தெரியவில்லையா என்று மனமுருக நினைத்தானாம். (அந்த சமயம் அரங்கனின் கோயில் மணியோசை கேட்டது. அது அரங்கனுக்கு ஆராதனை நடக்கும் நேரம்.) சிறிது நேரத்தில் அரங்கன் கோயிலிலிருந்து பணியாளர்கள் வந்து பல பிரசாதங்களை ஆழ்வானிடம் கொடுத்து அரங்கனின் ஆணைப்படி இதை தங்களுக்கு கொடுக்கிறோம் என்று சொல்லிச் சென்றார்களாம். இதைக்கண்ட ஆழ்வான் ஆண்டாளிடம் நீ அரங்கனிடம் எனது பசி பற்றி வேண்டிக் கொண்டாயா? என்று அவளை கடிந்து கொண்டாராம். அரங்கன் அருளிய பிரசாதங்களின் அருளால் ஆண்டாளுக்கு இரண்டு குமாரர்கள் அவதரித்தனர். அவர்களே பராசர பட்டர், வேதவ்யாச பட்டர் என்பார் ஆவர்.

ஆழ்வானுக்கு பெற்றோர்கள் இட்ட பெயர் திருமறுமார்பன். ஆனால் அவரின் தொண்டு குருபக்தி வைராக்யம் ஞானம் அனுஷ்டானம் இவைகளைக் கொண்டு பகவத் ராமானுசரே அவரை ஆழ்வான் என்று அழைக்க ஆரம்பித்தாராம். அதுவே நாளடைவில், இவர் பிறந்த தலத்தையும் சேர்த்து கூரத்தாழ்வான் என்ற பெயரே இவருக்கு நிலைத்துவிட்டது.

சன்யாசிகளுக்கு மிக முக்கியமான ஆபரணங்கள்

தண்டும் பவித்ரமும் ஆகும். பகவத் ராமானுசர் இவரையும் முதலியாண்டானையும் தனது தண்டும் பவித்திரமும் என்றே கூறிக்கொள்வாராம்.

திருக்கோட்டியூருக்கு 18 முறை சென்று திருமந்திரத்தை திருக்கோட்டியூர் நம்பிகளிடம் உபதேசம் பெற்றபோது இதை யாருக்கும் சொல்லக்கூடாது என்று நம்பிகள் நிபந்தனையை விதித்த போதிலும் ராமானுஜர் தனது தண்டும் பவித்திரமுமான முதலியாண்டானுக்கும் கூரத்தாழ்வானுக்கும் திருமந்திர உபதேசம் செய்ய அனுமதி பெற்றாராம் என்பதிலிருந்தே சீடர்களின் குரு பக்தியையும் குருவின் திருவருளையும் உணர்ந்து கொள்ளலாம்.

அதுபோன்று ராமானுஜர் ஸ்ரீபாஷ்யம் எழுத காஷ்மீரம் சென்றபோது கூரத்தாழ்வானையும் கூட்டிச் சென்றார். அங்கு அதிகாரிகள் சில கட்டளைகளை விதித்து சில பழைய கிரந்தங்களை ராமானுஜரிடம் கொடுத்தபோது அவைகளை ஒரு தடவை படித்தே ஞாபகம் வைத்துக்கொண்டு ராமானுஜர் ஸ்ரீபாஷ்யம் எழுத ஆழ்வான் உதவிபுரிந்தமை என்றென்றும் மறக்கக் கூடாத மகிமை.

அதேபோன்று ஸ்ரீரங்கத்தில் இருந்தபோது சோழமன்னனால் ராமானுஜரின் உயிருக்கு ஆபத்து நேரிட கூரத்தாழ்வான்தானே ராமானுஜராக வேடம் பூண்டு அரசபைக்குச் சென்று நாராயணனின் மகிமையை தைரியமாகவும் தெளிவாகவும் எடுத்துக் கூற கோபம்கொண்ட அரசன் இவரின் கண்களை பிடுங்க உத்தரவிட்டான். ஆனால் ஆழ்வானோ உன்னைப்போன்ற பாவிகளை காண்பதைவிட கண்கள் இல்லாமல் இருப்பதே மேல் என்று தானே பிடுங்கிக் கொண்டார். பின் பல வருடங்கள் கழித்து ராமானுஜரின் வேண்டுதலால் காஞ்சிப் பேரருளாளன் இவருக்கு கண் பார்வை அருளினான். அனைத்திற்கும் மேலாக ஓர் ஆத்ம விசாரம். தன் தள்ளாத வயதினை முன்னிட்டு கூரத்தாழ்வான் தனக்கு முக்தியளிக்க வேண்டியபோது அரங்கனும் ஆழ்வானுக்கும் அவர் சம்பந்தப்பட்ட அனைவருக்கும் முக்தி அருளினான். இதையறிந்த ராமானுஜர் எனக்கு முன்பாக நீவிர் வைகுந்தம் சென்று விட்டால் எப்படி என்று ஆழ்வானிடம் வருந்தியபோது ஆழ்வானும் தான் முன்னே சென்று தேவரீரை வரவேற்கும் பாக்கியத்தைப் பெறவே இவ்வாறு வேண்டிக் கொண்டேன் என்று கூறி ராமானுஜரைத் தேற்றினார்.

கோடி நலம் தருவாள் கோலவிழியம்மன்
(மயிலாப்பூர்)

ஒரு சமயம் கயிலங்கிரியில் பிரணவத்திற்கு பொருள் கேட்டாள், உமையன்னை. ஈசன் அதற்கு பொருளுரைத்த போது அங்கே தோகை விரித்தாடிய மயிலின் அழகில் கவனம் செலுத்தினாள் உமை. அதனால் கோபம் கொண்ட ஈசன் தேவியை மயிலாய் மாறிட சாபமிட்டான். பூவுலகில் திருமயிலையில் அன்னை மயிலுருவாய் மாறி ஈசனை துதித்து வந்தாள்.

அப்போது, இப்பகுதியில் தீய சக்திகளின் ஆதிக்கம் அதிகம் இருந்தன. நல்லோர் பாதிக்கப்பட்டனர். அதனால் ஈசன் மகாகாளியை மயிலையின் காவல்தெய்வமாய், மயிலுக்கும் காவலாய் அமர்ந்து எல்லையையும், பக்தர்களையும் காக்க ஆணையிட்டான். ஈசனின் ஆணைப்படி மயானத்தை நோக்கி அமர்ந்தவண்ணம் தன் தண்ணருளை வாரிவாரி வழங்கிக் கொண்டிருக்கிறாள் கோலவிழியம்மன்.

ஆலயத்தில் நுழைந்ததும் ஒரு வேப்ப மரத்தடியில் நாகர் சிலையை தரிசிக்கிறோம். தலவிருட்சமான அரசும் வேம்பும் இணைந்த நிலையில் இருக்கும் அந்த மரத்தினடியில் நாகர்களோடு, ஆதியான விநாயகப் பெருமானும் எழுந்தருளியிருக்க, மரத்தின் மறுபுறத்தில் அனுமன் திருவருள்புரிகிறார்.

இத்தலத்தில் திரிசூலம் இரண்டு, பலிபீடம் இரண்டு, கருவறையில் தேவியின் திருவுருவம் இரண்டு என எல்லாமே இரண்டிரண்டாகவே உள்ளதால், தன்னை நாடி வரும் பக்தர்களின் கோரிக்கைகளை இரட்டிப்பாகவே நிறைவேற்றித் தருகிறாள் இந்த அன்னை. தேவியின் முன் சிறிய மண்டபத்தில் தேவியின்

வாகனமான சிங்கம் வீற்றிருக்கிறது.

கருவறைக்கு முன் உள்ள மண்டபத்தில் சப்தமாதர்கள் அருள்கின்றனர். ஞாயிறு, செவ்வாய், வெள்ளிக்கிழமைகளில் ராகுகால நேரங்களில் மஞ்சள் நூலில் விரலி மஞ்சளைக் கோர்த்து கோலவிழியம்மனின் திருவடியில் வைத்து பின் அந்த விரலி மஞ்சள் மாலையை சப்தமாதர்களில் ஒருத்தியாக அருளும் வாராகிக்கு அணிவித்து, அந்த வாராகியை ஏழு முறை பிரதட்சிணம் செய்து அர்ச்சனை செய்தால் திருமணத் தடைகளும், தோஷங்களும் நீங்குவதாக பக்தர்கள் சொல்கிறார்கள். சிங்கத்தின் முன் தேங்காயை உடைத்து நல்லெண்ணெய், இலுப்பஎண்ணெய், நெய், வேப்ப எண்ணெய், தேங்காய் எண்ணெய் ஆகிய ஐந்து எண்ணெய்களைக் கலந்து அந்த உடைத்த தேங்காய்மூடிகளில் ஊற்றி, திரி போட்டு, விளக்கேற்றி, வாழையிலையில் அரிசியைப் பரப்பி அதன் மேல் அந்த விளக்கை வைத்து, ஆலய வலம் வந்தால், எண்ணியதெல்லாம் கைகூடும் என்பது பலரது அனுபவ நம்பிக்கை. இல்லை என்ற வார்த்தையே இந்த எல்லைக் காளிக்குத் தெரியாது என்று உணர்ச்சி மேலிட சொல்கிறார்கள் பக்தர்கள்.

அர்ச்சகர்கள் காலையில் கருவறை சந்நதியை திறக்கும்போது ஐந்து அல்லது ஆறு முறை சாவியால் கதவைத் தட்டிவிட்டு, தேவியின் அனுமதி பெற்றே பின் கதவைத் திறப்பது வழக்கமாம். உள்ளே நுழைந்தபின், முதல் வேலையாக அம்பிகையின் பாதத்திலிருந்து குங்குமத்தை எடுத்து இட்டுக் கொண்டு பிறகே விளக்கேற்றி ஆலய வேலைகளைத் தொடங்குகிறார்கள்.

கருவறையின் அர்த்த மண்டபத்தில் இருபுறமும் கணபதியும், முருகனும் அன்னைக்கு காவலாய் வீற்றிருந்து அருள்பாலிக்கின்றனர். மயிலை குருஜி, இந்த ஆலயத்தை புனரமைப்பதில் பெரும்பங்கு வகித்தவர். அவர் இந்த விநாயகரை வேறு இடத்தில் மாற்றியமைக்க செய்த முயற்சிகள் மட்டும் பயனளிக்கவில்லையாம். விநாயகர் அந்த இடத்திலேயே அமர்ந்திருக்க விரும்பியதைப் புரிந்து கொண்டு, அப்படியே விட்டுவிட்டாராம். தாண்டவக்காளி, கோலவிழியம்மனின் உற்சவ திருமேனிகளோடு, வாலீஸ்வரர் ஆலயத்து பிரமாண்டமான நடராஜர், சிவகாமி ஆகியோரின் உற்சவ மூர்த்தங்களும் இங்கே காட்சி தருகின்றன. கருவறையில் ஆறடி உயர கோலவிழியம்மன் அருளே வடிவாய் வீற்றிருக்கிறாள். இரு தீபச் சுடர்கள் பிரகாசமாக எரிவதைப் போன்ற திருக்கண்களுடன் அருளும் அம்பிகையின் அழகை விட்டு மனமும் கண்களும் நீங்க மறுக்கின்றன. குங்குமம், வேப்பிலை, வாசனை பூக்கள், ஊதுவத்தியின் மணம், எலுமிச்சம்பழ மாலை மணம் எல்லாமும் சேர்ந்து நம்மை பரவச நிலைக்கு அழைத்துச் செல்வது நிச்சயமான உண்மை. இறைவிக்கு முன் கல்லினாலான சிறிய தேவி பிரதிஷ்டை

செய்யப்பட்டுள்ளது. அபிஷேகங்கள் எல்லாம் இந்த தேவிக்கே நடைபெறுகின்றன. பெரிய திருவுரு கொண்ட தேவிக்கு பச்சரிசி மாவில் விதவிதமான நிறங்களைக் கலந்து மாவுக்காப்பு சாற்றினால் தீராக்கடன்கள் தீர்ந்து விடுவதாக ஐதீகம். இதைத்தவிர மஞ்சள் காப்பு, சந்தனக் காப்பு, குங்குமக் காப்பு, முத்தங்கி என நாளொரு மேனியும் பொழுதொரு அலங்காரமுமாக அன்னை அருளும் ஆலயம் இது.

பௌர்ணமியன்று விசேஷமாக இந்த அன்னை ஆராதிக்கப்படுகிறாள்.

இத்தலம், மயிலை கபாலீசுவரர் ஆலயத்தின் உபதலமாகும். மயிலை கோபதி நாராயணசாமி சாலையில் உள்ளது. ஆயிரம் ஆண்டுகளுக்கு மேலான ஆலயம் என்பதை கோலவிழியம்மனின் உற்சவ திருவுருவை ஆய்வு செய்தபோது கண்டறிந்திருக்கிறார்கள். சோழர் காலத்திய ஆலயம். திருமயிலையின் கிராம தேவதையாக பேரருள்புரிந்து வருகிறாள் இந்த அன்னை. சுனாமி வந்தபோது கடற்கரையோரம் வசித்த மக்கள் ஓடி வந்து தஞ்சம் புகுந்தது இந்த அன்னையின் ஆலயத்தில்தான். அதனால்தானோ என்னவோ வாலீஸ்வரர் ஆலய மூர்த்தங்களும் பாதுகாப்பாக இந்த தேவியின் கருவறைக்கு வந்தனபோலும். இந்த கோலவிழியம்மனை பத்ரகாளி, பிடாரி, ஊர்க்காளி என பக்தர்கள் போற்றுகின்றனர். திருமயிலை கபாலீஸ்வரர் ஆலயத்தில் எந்த ஒரு விழாவானாலும் இங்கு வந்து அன்னையிடம் உத்தரவு பெற்றே நடத்துகின்றனர். உலகப் பிரசித்த பெற்ற அறுபத்திமூவர் திருவிழாவின்போது, விநாயகர் கூட இந்த கோலவிழியம்மன் ஊர்வலம் புறப்பட்ட பின்னே அவள் பின்னால் வருவது மரபு. தேவியின் அனுமதியின்றி இத்தல தீமிதிவிழாவை ஒளிப்பட மெடுத்த ஆங்கிலேயர் ஒருவர் கண்ணிழந்து பின் அம்பிகையிடம் மன்னிப்பு கேட்டு கண்ணொளி பெற்றது வரலாறு. அதற்கு நன்றிக் கடனாக அந்த ஆங்கிலேயர் செயின்ட் ஜார்ஜ் கோட்டைக்கு ஊர்வலமாக கோலவிழியம்மனின் உற்சவ மூர்த்தியை எடுத்துச்சென்று பட்டுப்புடவை, திருமாங்கல்யம் போன்றவற்றை காணிக்கையாக அளித்தாராம்.

ஐப்பசிமாதம் 14ம் நாள் முதல் தைமாதம் முடிய மூன்று மாத காலங்கள் கதிரவன் தன் கிரணங்களால் அம்பிகையை வழிபடும் விதமாக கருவறை அமைப்பு உள்ளது. நாக தோஷத்தால் பாதிக்கப்பட்டவர்கள், ராகுதசை நடப்பவர்களுக்கு இத்தலம் பரிகாரத்தலமாக உள்ளது. மாசி மாதம் 1008 பால்குடப் பெருவிழா, சித்திரை மாதம் சித்திரா பௌர்ணமி அன்று பூச்சொரிதல் விழா, ஆடி மாதம் ஆடிப்பூரவிழா, திருவிளக்கு பூஜைவிழா, பால்குட விழா, புரட்டாசி மாதம் 10 நாட்கள் நவராத்திரி விழா என ஆண்டு முழுதும் விழாக்கோலம் காணுகிறது இக்கோயில்.

இச்சா சக்தி, கிரியா சக்தி, ஞானசக்தி என்ற மூன்று சக்திகளையும் திரிசூல வடிவில் தாங்கி ஓய்யாரமாக ஓங்காரமாக வீற்றிருக்கும் அம்பிகையை சரணடைவோருக்கு வாழ்வில் ஆனந்தம் தவிர வேறில்லை.

மயிலாப்பூர் முண்டகக்கண்ணி

முண்டகம் என்றால் தாமரை. தாமரை போன்ற கண்களை உடைய தேவி எனும் பொருள்படும்படி முண்டகக் கண்ணி எனப் பெயர் கொண்டு தேவி திருவருள் புரிகிறாள். தலவிருட்சமாக பல நூற்றாண்டுகளைக் கடந்த ஆலமரம் விளங்குகிறது. ஐப்பசி மாத பௌர்ணமியில் சிவாலயங்களில் ஈசனுக்கு நடக்கும் அன்னாபிஷேக வைபவம் இத்தலத்தில் அம்பிகைக்கு நடப்பது தனிச் சிறப்பு. அம்பிகை சுயம்பு வடிவில் அருளும் கோயில் இது. காலை 6 மணியிலிருந்து 11.30 மணிவரை அபிஷேகத்தின்போது மட்டுமே இந்த சுயம்பு வடிவை தரிசனம் செய்ய முடியும். சுயம்புவின் நடுவில் அம்பிகையின் அம்சமான சூல வடிவம் இருப்பது சிறப்பம்சமாகக் கருதப்படுகிறது. இந்த அம்பிகைக்கு பொங்கல் வைக்க, பசும் சாணத்தாலான வறட்டியில் தீயிட்டுப் பயன்படுத்துகின்றனர். பின் அந்த சாம்பல் திருநீறு பிரசாதமாக பக்தர்களுக்கு வழங்கப்படுகிறது. கருவறையில் அம்மனுக்குச் சமர்ப்பித்த வேப்பிலை, மஞ்சள், எலுமிச்சை மற்றும் தீர்த்தம் ஆகியவை பிரதான பிரசாதங்கள். கருவறை சந்நதியின் முகப்பில் சப்த மாதர்களும் தத்தமது வாகனங்களுடன் வண்ணச்சுதை வடிவில் அருட்காட்சியளிக்கின்றனர். ஆடி மாதக் கடைசி வெள்ளிக்கிழமை 1008 மலர்க்கூடை அபிஷேகம் இங்கே நடைபெறுகிறது. நவராத்திரி ஒன்பதாவது நாள் மகிஷாசுரமர்த்தினி அலங்காரத்தில், முண்டகக்கண்ணியம்மன் திருவீதிஉலா செல்வது வழக்கம். திருமணத் தடைகள் விலகவும், கண் நோய்கள் நீங்கவும் இந்த அன்னை அருள் புரிகிறாள். கல்வியில்

சிறக்க இறைவியின் சந்நதியில் 23 விளக்குகளை ஏற்றி பக்தர்கள் வழிபடுகின்றனர். இந்த அம்பிகை மும்மூர்த்திகளின் அம்சமாய் விளங்குவதாக ஐதீகம். கருவறையின் பின்னால் உள்ள மரத்தில் நாகப்புற்றும் நாகதேவதை சந்நதியும் உள்ளன. இந்த புற்றிற்கு பால் ஊற்றி வழிபட நாகதோஷம் நீங்குகிறது. நாகதோஷம் நீங்க நாகப்பிரதிஷ்டை செய்தும் பக்தர்கள் வேண்டிக் கொள்கின்றனர். தலமரத்தின் கீழ் நூற்றுக்கணக்கான நாகசிற்பங்களை இங்கு தரிசிக்கலாம். பிராகாரத்தில், வசந்த மண்டபத்தில் உற்சவ அம்பிகை சிம்மாசனத்தில் அமர்ந்து அருட்பாலிக்கிறாள். பிராகார வலம் வரும்போது சப்தகன்னியரும் லிங்கவடிவில் அருள அவர்களுக்கு இருபுறங்களிலும் ஜமதக்னி முனிவரையும் பரசுராமரையும் தரிசிக்கலாம். பிரார்த்தனையாக வேப்பஞ்சேலை அணிந்து சந்நதியை வலம் வருதல், தங்கரதம் இழுத்தல் போன்றவை இங்கே பரிகாரமாக நேர்ந்துகொள்ளப்படுகின்றன. மேற்கூரை ஓலைகளால் வேயப்பட்டுள்ளது. ஆண்டிற்கு ஒருமுறை ஓலைகளை மாற்றுகின்றனர். கூரையை நாகம் ஒன்று காவல் காப்பதாக ஐதீகம். எதிரிகளிடமிருந்து ஊரைக் காப்பதற்காக ஒரு இளம்பெண் கிணற்றில் இறங்கி அப்படியே ஜலசமாதி கொண்டதாகவும் அந்தப் பெண்ணே முண்டகக் கண்ணியாக அருள்பாலிப்பதாகவும் ஒரு வரலாறு சொல்லப்படுகிறது. சென்னை மயிலாப்பூரில், கச்சேரி சாலையில், காவல்நிலையம் அருகே உள்ளது மகிமை மிக்க இத்தலம்.

சின்ன மாரியம்மன்
பெரிய மாரியம்மன்
(அந்தியூர்)

சிந்து சமவெளி நாகரிகத்தில் காளி வழிபாட்டுச் சான்றுகள் காணப்படுகின்றன. கொற்றவை வழிபாடு பிற்கால சக்தி வழிபாட்டுக்கு அடிப்படையானது. சக்தியின் பிரதிநிதிகளே இன்றைய கிராம தெய்வங்களான மாரியம்மன், மாகாளியம்மன், ஓங்காளியம்மன், கொங்காலம்மன், அங்காளம்மன் என்ற பெயரில் வணங்கப்படுகிறார்கள். ரேணுகாதேவி வழிபாடு, மழை வழிபாடு, பத்தினி தெய்வம் கண்ணகி வழிபாடு மூன்றும் ஒனறே. இதன் வழியாகத்தான் இன்றைய மாரியம்மன் வழிபாடாக மக்கள் மாரியம்மனை வணங்கிக் கொண்டிருக்கிறார்கள்.

அந்த வகையில் அந்தியூர் வாரச்சந்தை திடலின் மேற்புறத்தில் இரட்டை மாரியம்மன்கள் அருள்கிறார்கள். இவர்களது ஆலயங்கள் அருகருகே அமைந்துள்ளன பெரிய மாரியம்மன், சின்ன மாரியம்மன் என்று இவர்களுக்குப் பெயர். இரண்டு ஆலயங்களிலும் கருவறை அர்த்த மண்டபம், மகாமண்டபம், சிம்ம வாகனம் ஆகியவற்றோடு கருவறைக் கோபுரங்களும் உள்ளன.

பெரிய மாரியம்மன் ஆலயத்தைவிட சின்ன மாரியம்மன் ஆலயம், பெயருக்கேற்றாற் போல சற்று சிறியது. இரண்டு ஆலயங்களிலும் மாரியம்மன் கிழக்கு நோக்கி அருள்புரிகிறார். கருவறை வாசலில் ஆளுயரத்துக்கு ஆண், பெண் காவல்தெய்வங்கள் கள்வர்கள், தீயவர்கள் அஞ்சும் வகையில் நிற்கிறார்கள்.

பெரிய மாரியம்மன் ஆலயத்துக் காவல் தெய்வங்களின் கரங்களில் சூலம் காணப்படுகிறது. சின்ன மாரியம்மன் ஆலயத்து காவல் தெய்வங்களின் கைகளில் அரிவாள் காணப்படுகிறது.

பெரிய மாரியம்மனுக்கு வைகாசிமாதம் பதினைந்து நாள் விழா நடைபெறுகிறது. சின்ன மாரியம்மனுக்கு மாசிமாதத்தில் பதினைந்து நாள் விழா நடைபெறுகிறது.

இதில் மாவிளக்கும், தாலாட்டு உற்சவமும் குறிப்பிடத்தக்கவை. மாவிளக்கு அன்று அம்மனை அழைக்க குதிரையின் மீது ஏற்றி அணிவகுத்து செல்கிறார்கள். அருகிலுள்ள தெருவில் மாவிளக்கோடு காத்திருப்பவர்கள் அன்னையை வரவேற்கிறார்கள். வரவேற்புக்கு பிறகுதான் அன்னை புறப்படுகிறார். இதனால் இந்த வீதிக்கு மாவிளக்கு மாரியம்மன் கோயில் வீதி என்ற பெயர் வழங்குகிறது. விழாவில் நடைபெறும் தாலாட்டு நிகழ்ச்சியில் அம்மனை ஊஞ்சலில் வைத்து தாலாட்டுப் பாடுகிறார்கள்.

பெரிய மாரியம்மன் கோயிலில் விநாயகர் தரிசனம் கிடைக்கிறது. பெரிய மாரியம்மன் கோயில் வளாகத்தில் தென்னைமரங்களும் பூச்செடிகளும் காணப்படுகின்றன.

ஒவ்வொரு அமாவாசை அன்றும் இரண்டு மாரியம்மன் கோயில்களிலும் பொங்கல்வைத்து வழிபடுகிறார்கள். பௌர்ணமியன்று அபிஷேகம் அன்னதானம் நடைபெறும்.

பெரிய மாரியம்மனும், சின்ன மாரியம்மனும் இப்பகுதி மக்களின் சக்தி வாய்ந்த தெய்வங்களக திகழ்கிறார்கள். இவர்களை வணங்கினால் தொற்று நோய்கள் குணமாகும் என்பது பக்தர்களின் நம்பிக்கை.

ஈரோட்டிலிருந்து 35 கி.மீ. தொலைவில் அந்தியூர் அமைந்துள்ளது.

சமயத்தில் உதவிடும் சமயபுரத்தாள்

திருச்சி மாவட்டத்தில் சமயபுரத்தில் வீற்றிருக்கிறாள் மாரியம்மன். ஆதியில் இந்தப் பகுதி கண்ணனூர் அரண்மனை மேடு என்றழைக்கப்பட்டது. முதலில் ஸ்ரீரங்கம் ரங்கநாதர் திருக்கோயிலில்தான் அம்மனின் திருவுரு இருந்தது. அது உக்கிரம் மிகுந்ததாக இருந்ததால் அங்கிருந்து சமயபுரத்திற்கு இடம் பெயர்ந்தது. அச்சிலையை எடுத்து வந்தபோது இனாம் சமயபுரம் என்ற இடத்தில் சிறிதுநேரம் ஓய்வெடுத்தார்கள். சமயபுர கோயில் திருவிழாவின் எட்டாம் நாள் வைபவத்தில் இன்றும் அம்மன் இனாம் சமயபுரம் சென்று ஓய்வெடுக்கிறாள். விஜயநகர மன்னர் ஒருவர் இப்பகுதிக்குப் படையெடுத்து வந்தபோது அரண்மனை மேடு அம்மனை வணங்கி வழிபாட்டு போரில் வெற்றியும் பெற்றார். அதன் நன்றிக்கடனாக அவர் உருவாக்கியதுதான் இக்கோயில் என்றும் சொல்கிறார்கள். கோயிலின் தலவிருட்சம், சுமார் ஆயிரம் வருடங்களுக்கு முற்பட்டதாகக் கருதப்படும் வேப்ப மரம். இந்த மரத்தில் மக்கள் திருக்காப்பு சீட்டை சமர்ப்பிக்கிறார்கள். தம் குறைகளை எழுதி இம்மரத்தில் கட்டிவிட்டு மாரியம்மனை வேண்டிக்கொண்டால் கோரிக்கை நிறைவேறுகிறது என்கிறார்கள். அம்மனுக்கு பூஜைகள் நடத்தும்போது இந்தத் தலவிருட்சத்துக்கும் பிரத்யேகமாக பூஜைகள் நடத்தப்படுகின்றன. இந்த வேப்ப மரத்தினடியில் உள்ள புற்றிலிருந்து, ஆயிரம் கண்ணுடையாள் என்ற அம்பிகையின் அழகிய செப்புத் திருமேனி கண்டெடுக்கப்பட்டது. இந்த அம்பிகை தற்போது துணை சன்னிதியில் வீற்றிருக்கிறாள். இவளுடைய நேரடிப்பார்வையில் வேப்ப மரம்! மூலவர் மாரியம்மன்

திருவுரும் மரத்தால் ஆனது; அதன்மேல் சுதை வேலைப்பாடுகள் மேற்கொள்ளபட்டிருக்கிறது. பன்னிரண்டு ஆண்டுகளுக்கு ஒருமுறை இச்சிலையை மறுசீரமைப்பு செய்கிறார்கள். தங்கஜடா மகுடத்துடன், மேனி குங்கும நிறத்தில் திகழ, நெற்றியில் அழகிய வைரப்பட்டைகள் மின்ன, கண்களில் அருளொளி வீச, வைரக் கம்மல்களுடனும், மூக்குத்தியுடனும் அன்னை அற்புதமாகக் காட்சி தருகிறாள். தனது எட்டுக் கைகளில் இடப்புறமாக கபாலம், மணி, வில், பாசம்; வலப்புறமாக கத்தி, சூலம், அம்பு மற்றும் உடுக்கை ஆகிய ஆயுதங்களைத் தாங்கியுள்ளாள். இடது காலை மடக்கி வலது காலை தொங்கவிட்ட சுகாசன நிலையில் அமர்ந்திருக்கிறாள். வலது காலின் கீழே மூன்று அசுரர்களின் தலைகள்.காவேரியின் உபநதியான பெருவளை வாய்க்கால், இக்கோயிலின் புனித சக்தித் தீர்த்தமாக விளங்குகிறது. இதன் படித்துறையில் சுப்ரமணியசுவாமி திருக்கோயில் அமைந்துள்ளது. இங்கு ஆடிப்பூர தீர்த்த வாரியும், ஆடி பதினெட்டு தீர்த்தவாரியும் சிறப்பாக நடைபெறுகின்றன. கோயிலின் வடமேற்கே மகமாயி தீர்த்தம் அமைந்துள்ளது. விஜயநகர நாயக்கர்கால திருப்பணிகளில் இக்குளமும் ஒன்று. இத்திருக்குளத்திற்கு பெருவளை வாய்க்கால் வழியாக நீர் கொண்டு வரவும், எஞ்சிய நீரை வெளியேற்ற தரையில் நிலத்தடி நீர்வழி வாய்க்காலும் அந்த காலத்திலேயே அமைக்கப்பட்டிருப்பது தனிச் சிறப்பு. இன்னொன்று, மகாமக தீர்த்தம். புராண காலத்தில் சப்த கன்னியர்கள் ஒவ்வொரு மகாமக திருவிழாவிற்கு முன்பும் கங்கா தேவியை இப்புனிதத் தீர்த்தத்தில் ஆவாகனம் செய்து, இங்கிருந்து பெருக்கெடுத்து ஓடும் புனிதநீரை கும்பகோணம் மகாமகத்தில் சேர்ப்பதாக ஐதீகம். தை மாத தைப்பூச திருவிழா 10 நாட்களுக்கு நடைபெறும். பத்தாம் திருநாளன்று மாரியம்மன் கொள்ளிடம் ஆற்றுக்குச் சென்று ரங்கநாதரிடமிருந்து சீர்வரிசை பெறுகிறாள். மாசி மாத கடைசி ஞாயிறு முதல் பங்குனி மாதக் கடைசி ஞாயிறு வரை 28 நாட்கள் பக்தர்களுக்காக அம்மனே பட்டினி கிடந்து விரதம் மேற்கொள்கிறாள். இதனை 'பச்சை பட்டினி விரதம்' என்கிறார்கள். ஒவ்வொரு மாதமும் அமாவாசை, பௌர்ணமி அன்று இரவு முழுவதும் சமயபுரம் சன்னதி வீதியில் தங்கியிருந்து காலை நீராடிவிட்டு அம்மனை தரிசனம் செய்தால் சகல நோய்களையும், தோஷங்களையும் நீக்கி,வேண்டும் வரம் தருவாள் மாரியம்மன். கருவறையைச் சுற்றி பிரகாரம் காணப்படுகிறது. இப்பிரகாரத்தில் விமானத்தின் அதிஷ்டான பகுதியில் தொட்டி அமைக்கப்பட்டு நீர் நிரப்பப்பட்டுள்ளது. அம்பாள் உக்கிரத்தைத் தணிப்பதற்காக இந்த அமைப்பு. கருவறையின் இடப்புறம் உற்சவ அம்பாளின் சந்நதி உள்ளது. இத்திருமேனிக்கு நாள்தோறும் சிறப்பு அபிஷேகம் நடைபெறுகிறது. இந்தக் கோயிலுக்கு வடக்கே

உள்ள செல்லாண்டியம்மன் கோயில் உற்சவருக்கும் இங்குதான் நாள்தோறும் அபிஷேகம் செய்யப்படுகிறது.

20. மாரியம்மன் உற்சவருக்கு காலை, மற்றும் மாலையில் செய்யப்படும் அபிஷேக தீர்த்தம் திருக்கோயிலின் வடக்குப் பிராகாரத்தில் பக்தர்கள் மீது தெளிக்கப்படுகிறது. இதனால் அம்மை நோய் கண்டவர்கள் மற்றும் உடல்நலக்குறைவு உள்ளவர்கள் நோயின் தாக்கத்திலிருந்து விடுபட்டு விரைவில் நலம் பெறுகின்றனர்.

அருள்மழை பொழியும் அஞ்சனாட்சி அம்பிகை
(திருமால்பூர்)

காக்கும் கடவுளான திருமால், ஈசனுக்காக தன் கண்ணை அர்ப்பணித்ததோடு, ஈசனை வணங்கும் வகையில் அவர்முன் கை கூப்பி நின்ற வண்ணம் அருளும் அற்புதத் தலம், திருமால்பூர். சுமார் 1500 ஆண்டு பழமையான திருத்தலம் இது.

குபன் என்னும் அரசனுக்கு உதவுவதற்காக திருமால், ததீசி முனிவர் மீது தம் சக்ராயுதத்தை ஏவினார். அது அவரது வஜ்ரம் போன்ற உடலைத் தாக்கமுடியாமல் சிதைந்தது. அதனால் திருமால் இத்தலத்தை அடைந்து, அம்பிகை பூஜித்த மணலால் ஆன மணிகண்டேஸ்வரரை தினமும் ஆயிரம் தாமரைப்பூக்களால் அர்ச்சித்து தன் சக்ராயுதத்தை மீட்டு அருள வேண்டினார். அவரின் பக்தியை சோதிக்க எண்ணிய ஈசன், ஒரு நாள் அந்த ஆயிரம் தாமரை மலர்களில் ஒன்றை மறைந்துபோகச் செய்தார். வழக்கப்படி அர்ச்சனை செய்தபோது ஒரு மலர் குறைவதைக் கண்ட திருமால், மலர் போன்ற தன் கண்ணை அப்படியே அகழ்ந்து எடுத்து ஈசனை அர்ச்சித்தார். ஈசன் அவரை, 'செந்தாமரைக் கண்ணா' என்றழைத்து மகிழ்ந்தார். திருமாலின் சக்ராயுதத்தையும் மீட்டுத் தந்தார். தனக்கு அருள்புரிந்தது போல் இத்தலத்தை தரிசிப்பவர் அனைவருக்கும் அருள்புரிய ஈசனை திருமால் கேட்டுக் கொண்டார். பிறகு, ஈசன் கருவறையின் முன் நந்தியின் பின்னால் ஈசனை நோக்கி கைகூப்பிய நிலையில் நிலைகொண்டார் என காஞ்சிப்புராணம் கூறுகிறது. ஹரியான திருமால் பேறு

பெற்றதால் திருமால்பேறு என்றும், ஹரிசக்ரபுரம் என்றும் இத்தலம் அழைக்கப்படுகிறது. கண் நோய்களை நீக்கும் நிகரற்ற தலம் இது.

கருவறையில் அருளும் ஈசன், மணலால் ஆன லிங்கம். ஒரு முறை ஈசனின் கோபத்துக்கு ஆளான அம்பிகை, பூவுலகில் இத்தலம் வந்து மணலால் லிங்கம் பிடித்து ஈசனை வழிபட ஆரம்பித்தாள். அம்பிகையை சோதிக்க, ஈசன் தன் தலையிலிருந்த கங்கையை பாலாற்றில் கலந்து ஓடச்செய்ய, பார்வதி எங்கே தன் மணல் லிங்கம் கரைந்து விடுமோ என பயந்து தன் அண்ணனான திருமாலை உதவிக்கு அழைத்தாள். திருமால் இத்தலம் அருகே உள்ள திருப்பாற்கடல் எனும் இடத்தில் படுத்துக் கொண்டு அந்த வெள்ளத்தைத் தடுத்தார். அங்கேயிருந்து பாலாறு காஞ்சிக்கு தெற்கேஓட ஆரம்பித்தது. அம்பிகை ஈசன் வழிபாட்டை நிறைவாக முடித்து அவருடன் இணைந்தாள்.

ராஜகோபுரத்தைக் கடந்தவுடன் அம்பிகையான அஞ்சனாட்சி இடது புறம் தனிக்கோயிலில் அருள்கிறாள். அன்னையின் ஆலய முகப்பை மாங்காடு காமாட்சியும், கம்பாநதி காமாட்சியும், இருபுறமும் கலைமகளும் அலைமகளும் வீற்றிருக்க நடுநாயகமாக ராஜராஜேஸ்வரியும் வீற்றிருக்கும் சுதைச்சிற்பங்கள் அலங்கரிக்கின்றன. அம்பிகையின் திருமுன் தர்மமே உருவான சிங்கம் கம்பீரமாக வீற்றிருக்கிறது. துவாரதேவியரை வணங்கி கருவறையில் தெற்கு நோக்கி அருளே வடிவமாய் பாசம், அங்குசம், வரதம், அபயம் தரித்து திருமுகத்தில் புன்னகை துலங்க, 'அஞ்சாதே, இந்த அஞ்சனாட்சி இருக்கும் வரையில்' என கூறுவது போல் சாந்நித்யமாக தேவி தரிசனம் தருகிறாள். வியாபாரத்தில் நஷ்டம், திருமணத்தடை, திருமண உறவில் பிரச்னை போன்றவற்றால் பாதிக்கப்பட்டவர்கள் இந்த அன்னையை தரிசித்து வேண்டினால் அந்த பிரச்னைகளை இல்லாமல் செய்துவிடுவாளாம் இந்த அஞ்சனாட்சி. நினைத்ததை நிறைவேற்றித் தருவதால் இந்த அன்னை கருணை நாயகி என்றும் பக்தர்களால் போற்றப்படுகிறாள்.

திருமீயச்சூரில் லலிதா ஸஹஸ்ரநாமத்தை இயற்றிய வசின்யாதி வாக்தேவதைகள், காஞ்சியில் காமாட்சி முன் ஆதிசங்கரர் பிரதிஷ்டை செய்த ஸ்ரீசக்ரத்தில் வீற்றிருந்து அருள்கின்றனர். அந்த வசின்யாதி வாக்தேவதைகள் இந்த தலத்தில் தேவி நின்றருளும் பீடத்திலும் வரிசையாக வீற்றிருப்பது மிகவும் அரிதான காட்சி. பௌர்ணமி அன்று ஊஞ்சல் உற்சவமும், வெள்ளிக்கிழமைகளில் விசேஷ வழிபாடுகளும் இந்த அன்னைக்கு நடக்கின்றன. அன்னை சந்நதியின் அர்த்தமண்டபத்தில் மீன் உருவங்கள் நிறையக் காணப்படுகின்றன. மீனராசி அன்பர்களின் பரிகாரத்தலமாக இந்த சந்நதி போற்றப்படுகிறது. சந்நதியின் வெளியே நவகிரக நாயகர்கள் அருள்கின்றனர். ஆலயத்தில் பூஜைகள் அனைத்தும்

ஈசன், நடராஜப்பெருமான், திருமால் மூவருக்கும் சேர்த்தே நடைபெறுகின்றன.

பிராகார வலம் வரும்போது இந்த ஆலயத்தைக் கட்டிய பராந்தகசோழனின் நினைவாக சோழீஸ்வர லிங்கம், நால்வர், சப்த மாதாக்களில் கௌமாரியும் ஐந்த்ரீயும் நீங்கலாக மற்ற ஐந்து மாதர்கள், வல்லப கணபதி, உச்சிஷ்ட கணபதி, பால கணபதி, சிதம்பரேஸ்வரர், மகாலக்ஷ்மி, வள்ளி&தேவசேனா சமேத சுப்ரமண்யர், வீரபத்திரர், சண்டிகேஸ்வரர் ஆகியோர் பிராகாரத்திலும்; மாம்பழம் ஏந்திய விநாயகர், தட்சிணாமூர்த்தி, திருமால், நான்முகன், வித்தியாசமான அஷ்டபுஜ துர்க்கை ஆகியோர் கோஷ்டங்களிலும் அருள்கின்றனர்.

திருமாலுக்கே அருள்புரிந்த இந்த ஈசனுக்கு அந்த ஈசன் உறையும் கைலாய வாகனம் மட்டும் இல்லை என்பது பக்தர்களின் மனக்குறை. அந்த கயிலாய வாகனத்தில் ஈசன் வலம்வர அவனருளாலே அவன் தாள் வணங்கி பக்தர்கள் கோரும் இந்த வரம் விரைவில் ஈடேறும் என்று ஆவலுடன் காத்திருக்கிறார்கள்.

பொதுவாக சிவாலயங்களில் பூஜை மணியில் நந்தி வீற்றிருக்கும். இங்கு சங்கு-&சக்ரம் உள்ளது. ஹரியும் சிவனும் ஒன்று என்பதை இந்த ஆலயத்தின் ஒவ்வொரு அமைப்பிலும் காணமுடிகிறது.

செங்கல்பட்டு&அரக்கோணம் ரயில் பாதையில் திருமால்பூர் ரயில்நிலையத்திலிருந்து தென்மேற்கே நான்கு கி.மீ தொலைவில் உள்ளது இத்தலம். காஞ்சிபுரத்திலிருந்து 12 கி.மீ.

இன்னல்கள் போக்கும் இருக்கன்குடி மாரியம்மன்

சுமார் 450 வருடங்களுக்கு முன் சிவயோக ஞானசித்தர் எனும் முனிவர் தவம் செய்து யோக சித்தியடைந்த தலம் இது. தான் அவ்வாறு சித்தியாகும் இடத்தில் மாரியம்மன் கோயில் கொண்டு அருளவேண்டும் என்ற அவரது வேண்டுகோளின்படியே இங்கே அன்னை அருள்கிறாள். வைப்பாறு, அர்ஜுனா ஆறு என்ற இரு நதிகள் இங்கே கூடுவதால், இத்தலம் இருக்கங்(ன்)குடி என்று போற்றப்படுகிறது. இந்த ஆறுகள் கங்கைக்கு ஒப்பானவை என்பார்கள்.

பஞ்சபாண்டவர்களில் ஒருவனான அர்ஜுனன் தன் சகோதர்களுக்காக உருவாக்கிய நதிதான் அர்ஜுனா நதி என வழங்கப்படுகிறது. சம்புகன் எனும் வேடனைக் கொன்ற பாவம் தீர ராமபிரான் இத்தலத்தில் தவம் செய்தபோது தண்ணீர் வேண்டி ராமர் அகத்தியமுனிவர் புதைத்திருந்த தண்ணீர்க்குடத்தை உடைத்து தோற்றுவித்த ஆறே வைப்பாறு. (வைப்பு என்றால் புதையல்) இச்சம்பவ வர்ணனையை ராமாயணம் உத்தர காண்டத்தில் காணலாம். இத்தல தீர்த்தங்களாகப் போற்றப்படும் இந்த ஆறுகளில் புனித நீராடினால் ராமேஸ்வரம், காசி போன்ற தலங்களில் நீராடிய புண்ணியம் கிட்டும் என நம்பப்படுகின்றது. உற்சவமாரியம்மன் பேரெழிலுடனும் பேராற்றலுடனும் திகழ்கிறாள். உற்சவங்களின்போது அலங்காரம் கொண்டு அன்னை நகர்வலம் வரும்போது அந்த அன்னையைப் பார்த்த அந்தக்கணமே தம் குறைகள் தீர்ந்ததாக பல பக்தர்கள் சொல்கிறார்கள். ஆறுகள் புடைசூழ உள்ள ஆற்றுத்திட்டில் அழகிய விமானத்துடன் கூடிய

கருவறையில் அருள்கிறாள் அம்பிகை. திருத்தண்கால்புராணம் எனும் நூலில் இத்தல வரலாறு, மகிமை மற்றும் மாரியம்மனின் ஆற்றல்கள் எல்லாம் விவரிக்கப்பட்டுள்ளன. ஆலய மகாமண்டபத்தின் முன் கொடிமரத்து மண்டபம் அமைந்துள்ளது. அதில் கொடிமரமும், பலிபீடமும் உள்ளன. இங்கே வழக்கமான அன்னையின் வாகனம் சிங்கத்திற்குப் பதிலாக நந்தியம்பெருமான் வீற்றிருப்பது தனிச் சிறப்பு. இத்தலத்தில் சேவல் கூவுவதில்லை. சேவல் கூவும் காலைப்பொழுது நேரத்துக்கும் முன்னரே மக்கள் எழுந்து அம்மன் வழிபாட்டுக்காக கோயிலுக்குப் போகும் வழக்கம் இருந்ததால் சேவலே கூவ வெட்கப்பட்டதாம். பார்வைக் குறைபாடுள்ளவர்கள் இங்குள்ள நயன மண்டபத்தில் இருபது நாட்கள் தங்கி தினமும் ஆறு முறை அன்னையை அபிஷேகம் செய்த நீரால் தம் கண்களைக் கழுவி வந்தால் கண்பார்வைக் குறை நீங்குவதாக நம்பிக்கை நிலவுகிறது. கருவறையில் வலதுகாலை மடித்து இடது காலை தொங்கவிட்டு அழகிய தோற்றத்தில் இருக்கன்குடி மாரியம்மன் அருள்கிறாள். இந்த அன்னையின் பரிவார தேவதைகளாக பேச்சியம்மன், முப்பிடாரி அம்மன், வீரபத்திரர், பைரவர், காத்தவராயர், கருப்பசாமி ஆகியோரும் அருள்கின்றனர். அரசமரத்தடியில் தல விநாயகர் தரிசனம் தர, அவரை அடுத்து வாழவந்தம்மன், இராக்காச்சி அம்மன் என்ற தேவியின் தோழியர் அருள்பாலிக்கின்றனர். அன்னைக்கு தினமும் ஆறுகால வழிபாடுகள் நடத்தப்படுகின்றன. ஒவ்வொரு வருட ஆடி மாதமும் ஆடிப் பெருந்திருவிழா மிக விமரிசையாக கொடியேற்றதுடன் இத்தலத்தில் நடக்கிறது. ஆடி கடைசி வெள்ளிக்கிழமையன்று அன்னையின் உற்சவத் திருமேனி ரிஷபவாகனத்தில் ஆரோகணித்து அர்ஜுனா நதியில் தீர்த்தவாரி காணும். பங்குனி உத்திரத்திருவிழா இருபத்தியோரு நாட்கள் விமரிசையாக நடக்கிறது. விழாக் காலங்களில் தலைமுடி காணிக்கைசெலுத்துதல், அங்கபிரதட்சிணம்செய்தல், அக்னிசட்டி ஏந்துதல் போன்றவற்றோடு, ஆயிரங்கண்பானை எடுத்து நேர்த்திக் கடன்கள் நிறைவேற்றுவது இத்தலத்தின் சிறப்பு அம்சமாகும். மனமுருகி வேண்டுபவர்க்கு இந்த அன்னை மாங்கல்ய பாக்யம் அருள்கிறாள். தீராத நோய்கள் இறைவியின் பெருங்கருணையால் தீர்கின்றன. மக்கட்செல்வம் இல்லாதோருக்கு அச்செல்வம் கிட்டுகிறது.

✣ ❂ ✣

குருமந்திரம்
உருவான திருக்கோயில்
(ஸ்ரீகாளஹஸ்தி)

காளத்தி நாதனே என்று பக்தி பெருக்கில் பட்டினத்தார் உருகி பிரார்த்திக்கும் பெருமான் பெருமான் திரு காளஹஸ்தி ஈசன். முன்னொரு சமயம், பாரதப் போர் செய்யும் தருணத்தில் பாசுபத அஸ்திரம் வேண்டி அர்ச்சுனன் சிவனை நோக்கி தவம் செய்து அதனைப் பெற்றார். ஆனால் தனக்கு அப்பேறு அளித்த சிவனை, உருகிப் போற்றி, நன்றி தெரிவிக்கவும் மறந்து போர்ய சிந்தனையிலேயே தன் இருப்பிடத்துக்குத் திரும்பிவிட்டார். பின்னாளில் இந்தத் தவறு குறித்து வருந்திய அர்ச்சுனன், கிருஷ்ண பரமாத்மாவிடம் அதைச் சொல்லி முறையிட, "பின்னைப் பிறவியில் அம்பும் வில்லும் ஏந்தி, கங்கையினும் புனிதமான சுவர்ணமுகி கரையில் அமர்ந்து அருள்பாலிக்கும் அந்த வாயுலிங்கனை ஆராதிப்பாயாக" என்று ஆறுதலளித்தார் கிருஷ்ணன். அந்த வாயுலிங்க ஸ்தலம் என்கிருக்கிறது என்பதை அர்ச்சுனனுக்கு அறிவிக்கும் வகையில், பின்பிறவியில் கிருஷ்ண பரமாத்மா, ஒரு வேடனை போல வேடமிட்டு, "நீ காணும் இந்த சிவலிங்கம் சிலந்தி, பாம்பு, யானை போன்றவைகளால் ஆராதிக்கப்பட்டு முக்தி பெற்றது. சிலந்தியை ஸ்ரீ என்றும் பாம்பை காள என்றும் யானையை ஹஸ்தி என்றும் தேவர்கள் போற்றுவர். இவை மூன்றும் இங்கு முக்தி பெற்றமையால், இவ்வூர் ஸ்ரீகாளஹஸ்தி என்றும் இங்கு கோயில் கொண்ட சிவன் ஸ்ரீகாளஹஸ்தீஸ்வரன் என்றும் தேவர்கள் கொண்டாடுவர்" என்று அர்ச்சுனனுக்கு அறிவுறுத்தினார்.

அப்போது அர்ச்சுனனே திண்ணாடு என்ற வேடனாக சிவனை

வணங்கி வழிபட்டு வந்திருந்தார். சிவன், திண்ணாடுவின் பக்தியை சோதிக்க எண்ணி, லேசாக தான் குடியிருக்கும் கோயிலை அதிரச் செய்ய, கோயிலின் கூரை இடிந்து படபடவென ஓடுகள் சரிந்தன. அத்தருணம் கோயிலில் அமர்ந்திருந்த அந்தணர்களும், முனிவர்களும் மற்றேனைய பக்திமான்களும், சிவனடியார்களும் ஓட்டம்பிடிக்க, திண்ணாடு மட்டும், தனது உடலால் சிவலிங்கத்தைத் தழுவி மூடியபடி, அதற்கு எந்தச் சேதமும் வராது காத்தார். பின்னொரு முறை சிவலிங்கத்தின் கண்ணில் ரத்தம் வர, தன் கண்ணையே அம்பால் குத்திப் பிடுங்கி சிவலிங்கத்தில் பொருத்தி, குருதியை நிறுத்தினார் திண்ணாடு. ஆனால், மற்றொரு கண்ணிலும் ரத்தம் வர, தன்னுடைய இன்னொரு கண்ணை பிடுங்க முற்பட்டார். அப்போது 'நில் கண்ணப்பா' என்று அசரீரியாகக் கூறி அவரைத் தடுத்தாட் கொண்டார் ஈசன். எல்லா உயிர்களுக்கும் தந்தையான சிவனுக்கும் அப்பன் ஆனார் திண்ணாடு. அன்றுதொட்டே அவருக்கு 'கண்ணப்பர்' என்ற நாமம் உண்டாயிற்று.

அகஸ்தியர் இந்த சம்பவத்தினை, 'திண்ணாடும் வேடன் ஈந்த கண்ணை தாங்கி பொறுகண் அப்ப என்ன, வானோர் வியந்தனரே, முன்னே தேரை கண்ணனூர்ந்தது யாவர் மாட்டோ, யவனே திண்ணாடு நாமமேந்திய கண்ணப்ப நாயனாக காண்டாமே" என்கிறார்.

திரு காளஹஸ்தி நாதரை முனிவர்கள் 'காளத்தியப்பரே' என்றே போற்றுகின்றனர். இது வாயு சேத்திரம். இங்குள்ள லிங்கம், தானே தோன்றிய சுயம்பு லிங்கம்; பால் போன்ற வெண்மை நிறமானது. யாராலும் தீண்டப்படாதது. அபிஷேகம்புரியும் அர்ச்சகரும் தீண்டியதன்று இந்தப் புனித லிங்கம்! இங்குள்ள கருவறையின் தீபங்கள் அனைத்தும் காற்றிலசைவது போன்று அசையும். இதுவே வாயுலிங்கம் என்பதற்கு சாட்சி. ராகு&கேது என்ற சர்ப்ப தோஷங்களிலிருந்து பூரண குணமளிக்கும் கோயில் இது. கோயில் முழுவதும் ஒரே மலைப்பாறையால் ஆனது. பக்த மார்க்கண்டேயருக்கு சிவபெருமானே மந்திரோபதேசம் செய்த ஸ்தலம். 'குருதான் பிரம்மா, குருவே, சிவன், விஷ்ணு என்று நாம் எல்லோரும் அறிந்து போற்றும் மந்திரம் இங்குதான் உருவானது.

'குரு ப்ரஹம்மா, குருர் விஷ்ணோ, குருர் தேவோ மஹேஸ்வரா, குரு சாக்ஷாத் பரப்ரஹ்மா, தஸ்மை ஸ்ரீ குருவே நம:' என்ற மந்திரத்தை சிவன் உபதேசித்த இந்த ஸ்தலத்தில், கானகாலா என்ற பேய் உருவிலான ஒரு பெண்மணிக்கு அவள் பதினைந்து ஆண்டுகள் பைரவ மந்திரம் ஜபம் செய்ய, ஈசன் அவளுக்கு முக்தி அருளினார். ஒரு பேய்க்கு கிடைத்த முக்தி, மனிதர்களாகிய நமக்கும் கண்டிப்பாக முயன்றால் கிடைக்கும். கடவுளை பார்ப்பதும், அவருடன் பேசுவதும் சாத்தியமே. அதற்கான வழியை சரியாக பற்றினால் அது

சாத்தியமே என்கிறார் அகஸ்தியர். 'சிவனோடமர்ந்துண்ணுதலும் சாத்தியமே & சத்தியஞ் சொன்னோம்' என்கிறார்.

ஸ்ரீபுரமலை & மும்முடிச் சோழபுர மலைக்கு இடையில் அமைந்த திவ்விய பூமியிது. சுவர்ணமுகி ஆறு வடக்கு நோக்கி பாய்கிறது. கோயிலின் மேற்புரத்தை தொட்டே ஓடுகிறது. தேவேந்திரன், மாயூரன், சந்திரபகவான் ஆகியோரின் சாபத்தை முற்றிலும் தீர்த்த திரு தீர்த்தமிது. காளத்தி நாதர் நித்ய கல்யாணயீச்சுவரர். இங்கு சிவ&பார்வதி திருமணம் நடத்தி வைத்து விரதம் இருக்க, மனையில் செல்வச்செழிப்பு குன்றாது. திருமணத்தடை என்பது இனி தொடரும் வம்சத்துக்கே வாராது என்கிறார் அகஸ்தியர் தமது நாடியில். நித்ய அன்னதானமது தன்னில், சித்தர்களும், தேவர்களும்கூட, மாறு வேடத்தில் வந்து கலந்து சிறப்பிக்கின்றனராம்.

மனக்கஷ்டம், தொழில் பிரச்னைகள், திருமணத்தடை, வழக்கு, வியாஜ்ஜிய விவகாரங்கள் விலக, ஞாயிற்று கிழமை ராகு காலத்தில் திருக்காளத்தி நாதரை, அவரவர் இருக்கும் இடத்தில் இருந்தே பைரவ ஜபமாக ஜபித்து வர, வெற்றி கிட்டும். இடி, மின்னல், மின்சாரம், அக்னி போன்றவற்றால், எந்தத் தொல்லையும் வாராதபடி அர்ச்சுனன் காப்பார் என்றும் நாடி கூறுகிறது. பஞ்ச கிருஷ்ண ஸ்தலங்களை தொழுதால் கிட்டும் பலன்களை, நூற்றெட்டு சிவசேத்திரங்களில் செய்த பூஜையால் கிடைக்கும் நன்மைகளை, ஒருமுறை திருக்காளத்தி நாதரை தொழுதால் சேரும் என்றால், திருக்காளத்தி நாதரின் பெருமைதான் எவ்வலவு அளப்பறியது! அந்த பலன்களை நாம் அடைந்து வாழ்வில் தொல்லையின்றி மகிழ்ச்சியில் வாழ்வோம்.

இந்த கோயிலில் கொலுவிருக்கும் அம்பிகை, ஞானங்களையும் தரவல்ல பிராட்டியார். பெயர், ஞானபிரசுராம்பிகை தேவியார்.

முகத்தில் தோன்றிய முத்துக்கள்
(புன்னைநல்லூர்)

சுமார் 350 ஆண்டுகளுக்கு முன்னர் தஞ்சாவூரை, சரபோஜி மன்னர் பரம்பரையைச் சேர்ந்த வெங்கோஜி ஆண்டு வந்தார். அவர் அவ்வப்போது தீர்த்தயாத்திரை செல்வது வழக்கம். அந்த வகையில் கண்ணபுரம் என வழங்கும் சமயபுரத்தில் அருளும் மாரியம்மனை தரிசிக்கச் சென்றார்.

அன்னையை வணங்கி வழிபட்டு ஓய்வெடுத்துக் கொண்டிருந்தார் வெங்கோஜி. அப்போது அவர் கனவினில் தோன்றிய மாரியம்மன் தஞ்சை நகருக்குக் கிழக்கே புன்னைவனக் காட்டில் புற்றுருவாய் தான் குடிகொண்டிருப்பதாகவும், அங்கேயே தன்னை தரிசிக்கலாம் எனவும் திருவாய் மலர்ந்தருளினாள்.

திடுக்கிட்டு விழித்த மன்னர் புன்னைக்காட்டினை அடைந்தார். அங்கே திறந்த வெளியில் புற்றுருவாய் அமர்ந்திருந்த அம்பிகையைக் கண்டார். உலகையே ரட்சிக்கும் அன்னை இப்படி வெட்ட வெளியில் இருப்பது கண்டு மனம் நொந்தார். உடனே மேற்கூரை அமைத்து அனைவரும் வந்து வழிபட வகை செய்தார்.

சிறிது காலம் சென்ற பின் வெங்கோஜி மன்னனின் மகனான துளஜராஜா ஆட்சிக்கு வந்தார். இவருடைய மகளுக்குக் கடும் அம்மை நோய் கண்டது. அதனால் அவளது பார்வை பறிபோயிற்று. மகளுடைய இந்த நிலையைக் கண்டு மன்னர் ஆழ்ந்த வருத்தம் கொண்டார். அவருடைய கனவில் ஒரு சிறுமி தோன்றினாள். 'உன் தந்தை எனக்கு வெயிலிலிருந்தும், மழையிலிருந்தும் பாதுகாப்புத் தர மேற்கூரை வேய்ந்தார். அவருடைய மகனான உனக்கு நான் உன் மகளைக் காக்க மாட்டேனா?' என்று புன்முறுவலுடன்

ந. பரணிகுமார்

சொன்னாள்.

அந்தச் சிறுமி புன்னைநல்லூர் மாரியம்மன்தான் என்பதைப் புரிந்து கொண்டார் துளஜராஜா. மறுநாள் துயிலெழுந்ததும் முதல் வேலையாக தன் மகளுடன் புன்னைநல்லூர் வந்தார். மாரியம்மனுக்கு சிறப்பு வழிபாடுகளுடன் அபிஷேகங்களும், அர்ச்சனையும் புரிந்து வணங்கினார். அன்னையின் சந்நதியில் நெய்தீபங்களை ஏற்றினார். அந்த தீபங்களின் ஒளி நேராக துளஜராஜாவின் மகளை நோக்கிச் செல்வது போன்ற பிரமை ஏற்பட்டது. ஆனால், அது பிரமை அல்ல; உண்மை. ஆமாம், அவளுக்குப் பார்வை மீண்டது. தஞ்சாவூர்&திருவாரூர் சாலையில் தஞ்சாவூரிலிருந்து 7 கி.மீல் உள்ளது புன்னைநல்லூர் திருத்தலம்.

அன்னையின் மகத்தான சக்தியை மனப்பூர்வமாக உணர்ந்த மன்னன், திருச்சுற்றுச் சுவர்களைக் கட்டி, இறைவிக்கு அழகிய கோயிலை உருவாக்கி அதை பக்தர்களுக்குக் காணிக்கையாக்கினார். அந்த மன்னனின் திருவுருவச் சிலை இன்றும் இறைவியின் சக்திக்கு சாட்சியாக ஆலயத்தில் காட்சி தருகிறது. சக்திக்கே சக்தி தரும் வகையில் மகான் சதாசிவப்பிரம்மேந்திரர் அம்பிகையின் சந்நதியில் புற்றுமண்ணைக் கொண்டே அம்மனை வடிவமைத்து ஸ்ரீசக்ரத்தையும் நிறுவினார். அதனால் மூலவருக்கு அபிஷேகம் செய்வதில்லை. உற்சவ அம்மனுக்குத்தான் அபிஷேகம். வரப்ரசாதியாகத் திகழும் இந்த அம்பிகைக்கு பக்தர்கள் பால் குடமெடுத்தும், மாவிளக்கும் போட்டும் தங்கள் பிரார்த்தனைகளை நிறைவேற்றுகின்றனர்.

பேச்சியம்மை, லலாட சந்நியாசி, மதுரைவீரன், கருப்பன், பாடகச்சேரி சுவாமிகள், சதாசிவ பிரம்மேந்திரர் ஆகியோரின் சுதை உருவங்கள் உடன் திகழ, அன்னை அருளாட்சி புரிகிறாள்.

கடுமையான கோடைக் காலத்தில் அம்மனின் திருமுகத்தில் முத்து முத்தாக வியர்வை பெருகி வரும். இது பலநூறு ஆண்டுகளாக நிகழ்ந்து வரும் அற்புதம். ஆங்கிலேயர் ஆட்சிக் காலத்தில் ஒரு வெள்ளைக்கார அதிகாரி, இவ்வாறு வியர்வை அரும்புவதை கேலி செய்ததோடு அது தற்செயலாக வேறு ஏதாவ்து நீர் பட்டு அவ்வாறு தோன்றியிருக்கும் என்று சொல்லி, அந்த நீரைத் துடைக்குமாறு கட்டளையிட்டான். அவன் ஆணையை மீற முடியாத கோயில் அர்ச்சகர் நடுங்கும் கரங்களுடன் அவ்வாறே செய்ய, முத்துகளாய் அரும்பியிருந்த அந்த வியர்வைத் துளிகள் அதிகாரியின் உடலில் அம்மை முத்துகளாகப் பொங்கி, அவனை அதிரவைத்தன.

அதிர்ச்சிக்குள்ளான அந்த அதிகாரி, அந்தப் பகுதி பக்தர்களின் நம்பிக்கையைக் கேவலப்படுத்திய தன் தவறை உணர்ந்து வருந்தி, கண்களில் நீர் பெருக்கினான். நாளடைவில் அம்மனின் அருளால் அவன் அதிகத் துன்பமின்றி, நோய்வந்த வடுவும் எதுவும் இன்றி

பூரண நலம் பெற்றான்.

சிறந்த பிரார்த்தனைத் தலமாக விளங்கும் புன்னை நல்லூர் மாரியம்மன் ஆலய திருக்குளத்தில் வெல்லம் கரைப்பதாக வேண்டிக் கொண்டால் உடலில் தோன்றும் கட்டிகள், மருக்கள் போன்றவை விரைவில் மறைவதாக பக்தர்கள் நம்புகின்றனர்.

தஞ்சாவூர்&திருவாரூர் சாலையில் தஞ்சாவூரிலிருந்து 7 கி.மீல் உள்ளது புன்னைநல்லூர் திருத்தலம்.

கவலைகளைக் கரைக்கும் கரூர் மாரியம்மன்

சமயபுரத்தில் மகமாயியாகவும், திருவேற்காட்டிலே கருமாரியாகவும், புன்னைநல்லூரிலே மாரியம்மனாகவும் அருளும் பராசக்தி கரூர் நகரிலே மாரியம்மனாய் தண்ணருள் பொழிகின்றாள். வேண்டுவோர் வேண்டும் வரம் தந்து அவர்தம் குறைகளைப் போக்கி ஆனந்தம் அளிப்பவள் இந்த அம்மன் என அனைவருமே அவளைப் போற்றுகின்றனர்.

இத்திருக்கோயிலில் நடைபெறும் கம்பம் விழா மிகச் சிறப்பானது. இவ்விழாவின் தொடக்க நிகழ்ச்சியான காப்பு கட்டுதல், ஒரு திருவிழா போல் நடைபெறும். அக்னி சட்டி ஏந்துதல், அலகு குத்துதல், காவடி எடுத்தல், பால்குடம், மாவிளக்கு ஏற்றுதல், பொங்கல் வைத்தல் போன்ற பிரார்த்தனைகளை ஆயிரக்கணக்கான பக்தர்கள் இவ்விழாவின்போது நிறைவேற்றுகின்றனர். கம்பத்திற்கு தயிர்சாதம் படைப்பது விசேஷமானது. இந்தப் படையலுக்குப் பின் கரூர் மாரியம்மனுக்கும், கம்பத்திற்கும் மாலை மாற்றும் வைபவம் நடக்கும். பின் உரிய வழிபாட்டுடன் கம்பம் திருக்கோயிலிலிருந்து ஊர்வலமாக அமராவதி ஆற்றுக்கு எடுத்துச் செல்லப்படும். ஆயிரக்கணக்கான பக்தர்கள் கம்பத்துக்கு வழிபாடுகள் செய்து முடித்ததும் கம்பம் ஆற்றில் விடப்படும். அப்போது நடைபெறும் வாணவேடிக்கையைக் காண இருகண் போதாது. 22 நாட்கள் நடக்கும் இத்திருவிழாவில் குறிப்பிடத்தகுந்த நிகழ்ச்சிகள், மாரியம்மனுக்கு பூச்சொரிதலும், திருத்தேர் பவனியும். இவ்விழா காலங்களில் கிராமிய நடனங்கள், கூத்து, கரகாட்டம், பக்தி சொற்பொழிவுகள் போன்ற கலைநிகழ்ச்சிகள் நடைபெறும்.

அம்மன் திருவீதியுலா வரும் போதெல்லாம் மாவடி ராமஸ்வாமி என போற்றப்படும் கரூரின் காவல் தெய்வமாய் வழிபடப்படும் ராமர் கூடவே எழுந்தருள்கிறார். இவர் மாரியம்மனின் சகோதரராகவும் பாவிக்கப் படுகிறார்.

இத்திருவிழாவைப் பொறுத்தவரை, கம்பம் ஆற்றுக்கு செல்லும் நிகழ்ச்சி முத்தாய்ப்பானது எனில், பல்லக்கு மஞ்சள் நீராட்டு விழா மங்களகரமான நிறைவு நிகழ்ச்சியாகும். மற்ற நாட்களில் அம்மனை அமர்ந்த நிலையில் அலங்கரிக்கும் அர்ச்சகர்கள் பல்லக்கு அன்று அம்மன் ஓய்வெடுப்பதை உணர்த்தும் வண்ணம் சற்று சாய்ந்த நிலையில் சயனகோலத்தில் அலங்கரிப்பர். பக்தர்கள் அனைவரும் அன்னைக்கு தாம்பூலம் தருவார்கள். நீர்மோர், பானகம், வடைபருப்பு வைத்து நிவேதனம் நடக்கும். பக்தர்களுக்கு மஞ்சள் நீர் கொடுக்கப்படும். சில கிராம மக்கள் பல்லக்கு ஆலயத்திலிருந்து புறப்பட்டு மீண்டும் ஆலயம் வந்து சேரும் வரை பல்லக்கின் கூடவே சென்று திரும்ப வந்து அதனை விட்டுவிட்டுச் செல்வதை வழிபாடாகக் கொண்டிருக்கிறார்கள்.

கருவறையில் மாரியம்மன் நான்கு திருக்கரங்களுடன் சற்றே ஈசான்ய மூலையை (வடகிழக்கு) பார்த்த வண்ணம் அமர்ந்த நிலையில் அருள்பாலிக்கிறாள். இத் திருக்கோயில் நூறு ஆண்டுகளுக்கு முன்பாகத் தோன்றியது. பக்கத்து கிராமத்தில் உள்ள மாரியம்மன் ஆலயத்திலிருந்து பிடிமண் எடுத்துவந்து கரூர் நகரின் மையப் பகுதியான மார்க்கெட்டின் நடுவே இந்த ஆலயம் எழுப்பப்பட்டது. சமயபுரம் மாரியம்மனுக்கு அடுத்தாற்போல் உள்ள பெரியதொரு பிரார்த்தனைத் தலமாக கரூர் விளங்குகிறது.

ஆண்டு முழுதும் அடுத்தடுத்து பல திருவிழாக்களைக் காணும் கரூர் மாரியம்மன், தன்னை வந்து தரிசிக்காவிட்டாலும், தன்னை நினைத்து வணங்குபவரின் கவலைகளையும் கரைக்கக்கூடியவள்.

சீர்மிகு வாழ்வருளும் சித்தானந்தர்

(கருவடிக்குப்பம்)

அது 18ம் நூற்றாண்டு. கடலூர் அருகேயுள்ள வண்டிப்பாளையத்தில் சித்தானந்த சுவாமிகள் அவதரித்தார். திருவருளோடு அந்தக் குழந்தை பிறந்தவுடன் அந்த வீட்டில் லட்சுமி கடாட்சம் ஒளிவிட்டுப் பிரகாசித்தது. நாட்கள் வளர்ந்தன. குழந்தை சிறுவனாக மாறினான். திருப்பாதிரிப்புலியூரில் உள்ள பாடலீஸ்வரரை வழிபடத் தொடங்கினான்.

எவனொருவன் அனைத்தையும் இறைவனுக்குச் சமர்ப்பித்துவிட்டு அவனே கதி என்று அவனையே நோக்கி நிற்கிறானோ அவனிடம் இறைவன் ஒளிவிட்டுப் பிரகாசிப்பான். கோயிலில் கண்மூடிச் சயனித்திருந்த சிறுவனின் உள்ளம் மானசீகமாக ஆண்டவனையே தொழுது கொண்டிருந்தது. நேரம் நள்ளிரவைக் கடந்து கொண்டிருந்தது. அப்போது சர்வேஸ்வரனின் அருட்பார்வையும், அம்பிகையின் கடைக்கண் பார்வையும் சிறுவன் சித்தானந்தர் மேல் படத் தொடங்கியது.

பாடலீஸ்வரர் கோயிலில் சிவபெருமானை உள்ளத்தில் நினைந்து ஊனுருக, சிறுவன் சித்தானந்தன் பக்திப் பரவசமாய் நின்றபோது, ஜெகமெல்லாம் வாழும் உயிர்களிடத்தில் கருணை மழை பொழிந்துவரும் ஈசன், உமாமகேசுவரராய் காட்சி தந்தான். ஆதியும் அந்தமும் இல்லாத அருட்பெருந்ஜோதியாய் விளங்கும் ஆண்டவனின் அருட்காட்சியை வர்ணிக்க வார்த்தைகளில் இடமேது?

எல்லையில்லா பரம்பொருளே! இன்று நான் பிறந்த பயனைப் பெற்றேன். எனக்கு ஜீவன்முக்தி அடைய அருள்புரிய வேண்டும்

என்று கேட்டு இறைஞ்சி நின்றார். ஆண்டவன் சித்தானந்தருக்கு அருட் கடாட்சம் புரிந்து மறைந்துவிட்டார்.

சித்தானந்தருக்குச் சித்துகள் பெருகியது. பக்தர்களின் தீராத நோய்களை எல்லாம் அவர் தீர்த்து வைத்துப் புகழ் பெற்றார். மக்கள் அவரைச் சித்தானந்த சுவாமிகள் என்று அன்புடன் அழைத்து வந்தார்கள். தொடர்ந்து இறைவழிபாடு செய்துவந்தார் சித்தானந்தர். ஆண்டுகள் பல கடந்தன. சித்தானந்த சுவாமிகளுக்கு நாற்பது வயதாகியது.

சித்தானந்த சுவாமிகளை பாண்டிச்சேரிக்கு வரவழைத்து இறைத்தொண்டுகள் செய்ய இறைவன் திருஉள்ளத்தில் நினைத்தான் போலும்.

அதற்கான அழைப்பை முத்துக்குமாரசாமி பிள்ளை மூலம் சித்தானந்தருக்குத் தெரிவித்தான். முத்துக்குமாரசாமி பிள்ளை பாண்டிச்சேரி முத்தியால்பேட்டையைச் சேர்ந்தவர். இவரது மனைவி அன்னம்மாளுக்கு தீராத நோய் இருந்து வந்தது. அதை நிவர்த்தி செய்ய சித்தானந்த சுவாமிகளால் மட்டுமே முடியும் என்று ஒருவர் கூறக்கேட்டு சித்தானந்தரைத் தேடிக் கடலூர் பாடலீஸ்வரர் கோயிலுக்கு அவர் வந்தார்.

அங்கு சித்தானந்த சுவாமிகளைக் கண்டு வணங்கினார். முத்துக்குமாரசாமி பிள்ளையின் கஷ்டத்தை மனக் கண்ணால் கண்ட சித்தானந்த சுவாமிகள், அவரிடம் "புறப்படு" போகலாம் என்று கூறி, முத்துக்குமாரசாமி பிள்ளையை அழைத்துக் கொண்டு கோயிலிலிருந்து வெளியே வந்தார். கடலூர் வண்டிப் பாளையத்தில் பிறந்த சித்தானந்தர் பாண்டிச்சேரி எல்லையை நெருங்கினார். ஞானபூமி தன் ஞான மகனை அன்புக்கரம் நீட்டி வரவேற்றது.

சித்தானந்த சுவாமிகள் பாதம் முத்துக்குமாரசாமி பிள்ளையின் வீட்டில் பட்டதும், அன்னம்மாளின் நோய் பறந்தோடியது. முத்துக்குமாரசாமி பிள்ளை அன்னம்மாளின் வேண்டுகோளுக்கு இணங்க, சித்தானந்த சுவாமிகள் அவரது வீட்டிலேயே தங்கியிருக்க ஒப்புக்கொண்டார். சுவாமிகளின் வருகையை அறிந்த முத்தியால்பேட்டை மக்கள் கூட்டம் கூட்டமாக அவரைத் தேடிவர ஆரம்பித்தனர். சித்தானந்த சுவாமிகள் பக்தர்களின் விருப்பத்திற்கிணங்க அவர்கள் வீடுகளுக்குச் செல்வதுண்டு. எங்கு அவர் சென்றாலும் இரவில் முத்துக்குமாரசாமிபிள்ளை வீட்டிற்கு வந்துவிடுவார்.

தீராத நோயா? குழந்தைப்பேறு இல்லையா? சித்தானந்த சுவாமிகளிடம் செல்லுங்கள். உங்கள் குறை தீர்ந்துவிடும் என்று சொல்லும் அளவுக்கு அவர் புகழ் பரவியது.

ஒரு நாள் மாலை சித்தானந்த சுவாமிகள் முத்துக்குமாரசாமிப் பிள்ளையுடன் கருவடிக்குப்பம் வழியாகச் சென்றுகொண்டிருந்தார்.

அப்போது முத்துக்குமாரசாமிப் பிள்ளைக்குச் சொந்தமான தோட்டம் வந்தது. "இதுதான் நம்ம தோட்டம்" என்று சித்தானந்த சுவாமிகளுக்குப் பிள்ளை கூறினார்.

சித்தானந்த சுவாமிகளும் சிரித்துக்கொண்டே ''வா போகலாம்" என்று கூறிக்கொண்டு வேகமாகத் தோட்டத்திற்குள் சென்றார். அங்கு ஒரு இடத்தை மிகவும் ஆழ்ந்த நிலையில் உற்று நோக்கினார். சிறிது நேரம் அதே நிலையில் இருந்தார். பிள்ளைக்கு ஒன்றும் புரியவில்லை. திடீரென்று சித்தானந்த சுவாமிகள் முத்துக்குமாரசாமிப் பிள்ளையின் காதில் ஒரு ரகசியம் கூறினார்.

பிள்ளையிடம், சித்தானந்த சுவாமிகள் ஒரு இடத்தை சுட்டிக்காட்டி இது இங்குதான் இருக்கபோவுது என்று தன் உடலையும், அந்த இடத்தையும் மூன்று முறை சுட்டிக்காட்டினார். இன்னொரு இடத்தை சுட்டிக் காட்டி பிள்ளையின் மனைவி அன்னம்மாளின் சமாதியும் இங்குதான் என்று அவர் கூறினார். இதைக் கேட்டு முத்துக்குமாரசாமி பிள்ளை அதிர்ச்சி அடைந்தார்.

மழலைச் செல்வங்களுடன் கொஞ்சிக் குலாவுவது என்றால் சித்தானந்த சுவாமிகளுக்கு மிகவும் இஷ்டம். குழந்தைச் செல்வங்களுக்கு அவர் பல சித்து விளையாட்டுகளை நடத்திக் காட்டுவார். குழந்தைகளிடம் உங்களுக்கு நான் மயிலம் கோயில் திருவிழாக் காட்சிகளைக் காட்டுகிறேன் படுத்துத் தூங்குங்கள் என்பார். குழந்தைகள் கண் அயர்ந்தவுடன் அவர்கள் கண்முன்னால் மயிலம் திருவிழாக் காட்சிகள் கோலாகலமாகத் தெரியும். இப்படியாகச் சித்தானந்த சுவாமிகளின் லீலைகள் தொடர்ந்தது.

சித்தானந்த சுவாமிகள் தன் ஜீவன் முக்தி அடையப்போகும் நாளை நன்றாக அறிந்து வைத்திருந்தார். அவர் சமாதி அடையப் போகும் தினத்திற்கு முன்தினம் அவர் இப்போதுள்ள சித்தானந்த சுவாமி கோயிலுக்கு வந்தார். அவருடன் ஏராளமான பக்தர்களும் வந்தனர். அவர்களிடம் சித்தானந்த சுவாமிகள் நான் சீக்கிரம் இவ்விடம் வந்துவிடுவேன். அதன் பிறகு நீங்கள் எல்லாம் இங்கு வாருங்கள் என்றார்.

சித்தானந்த சுவாமிகள் மனித நிலையைக் கடந்தவர் அவருக்குப் பசி தாகம் இல்லை. சுக துக்கம் இல்லை, யாராவது வற்புறுத்தி சாப்பிடச் சொன்னால் மட்டும் சாப்பிடுவார்.

சித்தானந்த சுவாமிகளுக்கு வயது அறுபதைக் கடந்தது. 1837ம் ஆண்டு மே மாதம் 28ம் தேதி வெள்ளிக்கிழமை சுவாமிகளுக்கு ஒரு அருட்குறிப்பு கிடைத்தது.

தாம் பூமிக்கு வந்த நோக்கம் நிறைவேறப்போகிறது என்பதை அவர் உணர்ந்தார். அதன்பிறகு அவர் மௌனத்தைக் கடைப்பிடித்தார். தாம் இனி நிலைத்த பேரானந்தப் பெருவெளியில் வாழப்போவதை நினைத்து ஆனந்தப் பரவசமடைந்தார். தாம்

சமாதி ஆகப்போவதை மூன்று மாதத்திற்கு முன்பே மக்களிடம் சித்தானந்தர் தெரிவித்தார்.

ஒரு நாள் சித்தானந்த சுவாமிகள் முத்துக்குமாரசாமி பிள்ளையிடம் பேசிக் கொண்டிருந்தார். அப்போது அவர் பிள்ளையைப் பார்த்து "ஏவிளம்பி ஆண்டு வைகாசி மாதம் 28ம் தேதி வெள்ளிக்கிழமையன்று எனக்கு கல்யாணம் நடக்கப் போகுது இதை எல்லோரும் அறியும்படிச் செய்" என்று கூறினார்.

இதை கேட்ட பிள்ளை அதிர்ச்சி அடைந்தார். இந்த நிகழ்ச்சி சித்தானந்தர் சமாதி அடைவதற்கு 10 நாட்களுக்கு முன் நடந்தது. நாட்கள் வேகமாகக் கடந்ததன. தொண்டர்கள் சொல்லொணா துயரத்தில் மூழ்கியிருந்தனர். சுவாமிகளுக்கு அபிஷேக ஆராதனைக்குரிய பொருட்கள் வந்து குவிந்தன. பக்தர்களின் கண்களில் நீர் ததும்பியது. சுவாமிகள் தாம் உபயோகித்து வந்த கைக்கடிகாரத்தையும் பாதக்குறட்டையும் சொக்கலிங்கப் பிள்ளையிடம் கொடுத்தார்.

28.5.1837 அன்று சித்தானந்த சுவாமிகள் முத்துக்குமாரசாமி பிள்ளை வீட்டிற்கு வந்தார். முத்தியால்பேட்டையில் உள்ள சிங்காரத் தோட்டத்தில் வந்தமர்ந்தார். தொண்டர்களிடம் செய்ய வேண்டிய முறைகளைச் சொன்னார். பின் அமைதியானார்.

சித்தானந்த சுவாமிகள் பத்மாசனத்தில் உட்கார்ந்தார். அவருக்கு அபிஷேகம் நடந்தது. கற்பனைக்கு எட்டாத அளவு ஆராதனை நடந்தது. கற்பூர தீபம் ஜெகஜோதியாக உயர்ந்து உயர்ந்து எரிந்தது. தீப ஒளியில் சுவாமிகளைப் பார்த்தார்கள், தொண்டர்கள். பக்தர்கள் கரம் கூப்பிக் கண்ணீர் மல்க வணங்கினார்கள். உலகத்தையே மறந்து சிலர் வணங்கினார்கள். காலத்தைக் கடந்த வள்ளலைப் போற்றித் துதி பாடினார்கள். அபிஷேக ஆராதனைகள் செய்தார்கள். அவை முடிந்த அதே சமயத்தில் சுவாமிகள் பரிபூரண சமாதி நிலை அடைந்திருந்தார். இதைக் கண்ட பக்தர்கள் பேரானந்த நிலை எய்தினர்.

சித்தானந்த சுவாமிகள் இறைவன் திருவடியடைந்ததைக் கேட்டு பாண்டிச்சேரி மக்கள் மட்டுமின்றி, பக்கத்து ஊர் மக்களும் திரண்டு வந்தனர். ஈடு செய்ய இயலாத இழப்பாக நேர்ந்துவிட்ட சித்தானந்தரின் முடிவுக்காகக் கதறினார்கள். முன்னரே தெரிந்த முடிவாகயிருந்தாலும் நடந்துவிட்டபோது அதைப் பக்தர்களால் தாங்கிக் கொள்ள முடியவில்லை.

சுவாமிகளுக்கு அபிஷேக ஆராதனை முடிந்து சுவாமிகள் திருமேனியை சமாதிக்கு வைக்க எடுத்துச் செல்லும் நேரத்தில் யாருமே எதிர்பாராத வண்ணம் மெய்சிலிர்க்க வைக்கும் வகையில் அந்த அற்புதம் நடந்தது.

கோடி சூரியப் பிரகாச ஒளி வெள்ளத்துடன் சித்தானந்த

சுவாமிகள் உயிர்த்தெழுந்தார். அழுத கண்ணீருடனும், கும்பிட்ட கையுடனும் கூடி நிற்கும் பக்தர்கள் கூட்டத்தைப் பார்த்தார். அவர்களிடம் சுவாமிகள் தான் மூச்சையாவதற்கு முன்னர் நேரில் கூறிய அபிஷேக ஆராதனைகள் முறையாக நடக்கவில்லை அதை மீண்டும் எப்படிச் செய்ய வேண்டும் என்று விளக்கமாகக் கூறினார். சிறிது நேரம் அவரது திருக்கரம் பக்தர்களுக்கு ஆசி வழங்கியது. அதன் பிறகு அவர் மீண்டும் சமாதிநிலை அடைந்தார்.

கண்முன்னே நடந்த இந்த வியத்தகு காட்சியை பக்தர்களால் நம்ப முடியவில்லை. சுவாமிகளின் லீலையை உணர்ந்த அவர்கள் மெய்சிலிர்த்து கையெடுத்து வணங்கி ஆனந்தக் கண்ணீர் வடித்தார்கள்.

அழகிய புஷ்ப விமானம் செய்து, சுவாமிகளின் திருமேனியை அதில் எழுந்தருளச் செய்து பல்லாயிரக்கணக்கான பக்தர்கள் புடைசூழ முத்தியால்பேட்டை வெள்ளாள வீதி வழியாக ஊர்வலமாக எடுத்துச்சென்று பாண்டிச்சேரிக்கு வடக்கே உள்ள கருவடிக்குப்பத்தில் முத்துக்குமாரசாமி தோட்டத்திற்குச் சென்றார்கள். அங்கு சுவாமிகள் குறிப்பிட்ட இடத்தில் சமாதி செய்தனர்.

சமாதிக்கு மேல் கோயில் கட்ட அப்போது இருந்த பிரெஞ்சு அரசாங்கத்திடம் அனுமதி பெற வேண்டும். இதற்காக இங்கிருந்து அதிகாரிகள் பிரெஞ்சு அரசுக்கு எழுதி கேட்கப்பட்டது. அங்கிருந்து அனுமதி கிடைத்த பிறகு கோயில் கட்டப்பட்டது.

தற்போது சித்தானந்த சுவாமிகளின் சமாதி ஒரு சிறந்த சிவாலயம் போன்று காட்சி அளிக்கிறது. ஆலய ராஜகோபுரத்தைக் கடந்ததும் இடது புறம் நாகப்பிரதிஷ்டை செய்யப்பட்ட அரசமரத்தை தரிசிக்கலாம். முகமண்டபம் ஏராளமான யாளிகளுடன் அனைத்து சித்தபுருஷர்கள், மகான்களின் சுதைச்சிற்பங்களுடன் பொலிவுற அமைந்துள்ளது. மண்டப மேல் விதானத்தில் அழகிய சித்திரங்கள் கண்களைக் கவர்கின்றன. அதில் குருவிநாயகர், நான்கு புறங்களில் நின்றுபார்த்தாலும் கோமுகம் நம்மை நோக்கியே காணப்படும் சிவலிங்கமூர்த்தி, ரிஷப குஞ்சர சிற்பம் போன்றவை குறிப்பிடத்தக்கவை. பாரதியார் இத்தலத்தைப்பற்றி பாடியுள்ளதால் அவரின் திருவுருவச்சிலையும் அழகுற இம்மண்டபத்தில் உள்ளது. தல விநாயகரை தரிசித்து வலம் வந்தால் மூலக்கருவறையில் சுவாமிகளின் சமாதியின் மேல் சிவலிங்கம் பிரதிஷ்டை செய்யப்பட்டுள்ளது. இத்தல தட்சிணாமூர்த்திக்கு விசேஷமான அர்ச்சனை செய்யப்படுகிறது..

கோயில் பிராகாரத்திலுள்ள புற்றுகளும் மரங்களும் தெய்வத்தன்மை உடையனவாகக் கருதப்பட்டுவருகின்றன. திருமணம் ஆகாதவர்கள் அல்லது திருமணம் தடைப்பட்டுச்

செல்லும் நிலையில் உள்ளவர்கள், அவர்கள் ஆண், பெண் யாராக இருந்தாலும் 9 தடவை தேங்காய் மூடி தீபத்துடன் பிள்ளையாரை வலம் வந்தால் விரைவில் திருமணம் நடந்துவிடுமாம். குழந்தை பாக்கியம் இல்லாதவர்கள், சித்தானந்தரை வேண்டி மழலை வரம் பெற்றுத் தங்கள் பிள்ளைக்கு ஆனந்தன், சித்தானந்தன், ஆனந்தி எனப் பெயர்சூட்டி மகிழ்கின்றனர்.

சித்தானந்த சுவாமிகள் வைகாசி மாதம் 15ம் தேதி வெள்ளிக்கிழமை ஜீவமுக்தி அடைந்ததால், வருடம் தோறும் வைகாசி மாதம் 15ம் தேதி குருபூஜைவிழா சிறப்பாக நடந்துவருகிறது.

கோலாகல வாழ்வருளும் கோவிலம்பாக்கம் தேவி

உலகின் ஒவ்வொரு அணுவிலும் ஊடுருவியுள்ள பேராற்றலே பராசக்தி. அவள் எங்கும் நீக்கமற நிறைந்தவள். உலகை நான்முகன் படைக்கும் போது சரஸ்வதியாகவும், அதனை திருமால் காக்கும்போது மகாலட்சுமியாகவும், அதே உலகை ருத்ரன் அழிக்கும்போது அவளே பார்வதியாகவும் இருந்து முத்தொழிலும் குறைவற இயங்க உதவுகிறாள்.

மனிதன், மிருகம், பறவை, ஊர்வன, நீந்துவன என எல்லா ஜீவராசிகளிலும் அந்த சக்தியே ஆற்றலாகவும், ஊக்கமாகவும், ஊட்டமாகவும் இருந்து அருள்கிறாள்.

எந்ததேவி எல்லாப்பொருட்களிலும் நிறைந்திருக்கிறாளோ, எவள் எல்லாவற்றிலும் வெளிப்படுகிறாளோ, எவள் எல்லாவற்றையும் பிரகாசப்படுத்துகிறாளோ அவளே பரம்பொருளான ஆதி சக்தி என ரிக் வேதம் கூறுகிறது. எந்த ஈச்வரி எல்லா யக்ஞங்கள், யோகங்கள் இவற்றின் வழிபடு பொருளாக இருந்து கொண்டு வேதமாதாவாக உள்ளவளோ, அந்த பகவதி மட்டுமே பரப்பிரம்மம் என யஜுர் வேதம் இயம்புகிறது. எந்த தேவி இந்த பிரமாண்டத்தை அசையச் செய்பவளோ, எவள் யோகிகளின் தியான மூர்த்தமாக இருப்பவளோ, எவள் தனது பிரகாசத்தினால் இந்த அண்டத்தை வெளிப்படச் செய்கிறாளோ அந்ததுர்க்கை மட்டுமே பரம்பொருள் என சாமவேதம் போற்றுகிறது. தேவர்களின் ஈச்வரியாக இருந்து எவள் அவர்களின் நன்மையைச் செய்கிறாளோ அந்த பகவதி துர்க்கையையே சாஸ்திரங்கள், பரம்பொருள் எனக் கூறுகின்றன என அதர்வண வேதம் பராசக்தியை விளக்குகிறது. துக்கங்களைக்

களைபவள் துர்க்கா தேவி. இந்த தேவி மகாகாளி, மகாலட்சுமி, மகாசரஸ்வதி போன்ற முப்பெரும் தேவியர்கள் சேர்ந்த திருவடிவம். தேவிமகாத்மியம் தன் 700 ஸ்லோகங்களால் இந்த தேவியின் மகிமையைப் பரவலாகப் பேசுகிறது. இவ்வளவு மகிமை வாய்ந்த துர்க்காம்பிகையின் ஆலயங்களுள் ஒன்று சென்னையில் அமைந்துள்ளது.

சுகப்பிரம்ம மகரிஷியின் அருளால், சுகர்நாடியில் காணப்பட்ட வர்ணனைப்படியே உருவாக்கப்பட்ட ஆலயம் இது. மூலக்கருவறையில் 18 திருக்கரங்களுடன் அழகே வடிவாய், அன்பே உருவாய், மகாலட்சுமி துர்க்கை எனும் திருப்பெயருடன் தேவி அருள்கிறாள். அவள் முன் மனம் குவிந்து வணங்கிட கண்களில் ஆனந்தக்கண்ணீர் தானே பெருக்கெடுக்கிறது.

அன்னையின் பீடத்தில் சண்டி யந்திரம் கருங்கல்லில் பதிக்கப்பட்டுள்ளது. கருவறையின் முன் சிம்மம் வீற்றுள்ளது. அதன் அருகில் திரிசூலம் நிறுவப்பட்டுள்ளது. அன்னையின் சந்நதியின் இருபுறங்களிலும் விநாயகரும், முருகனும் அருள்கின்றனர்.

இத்தேவியை செவ்வாய், வெள்ளி, அமாவாசை, பௌர்ணமி நாட்களில் வலம் வந்து வணங்கிட ஏவல், பில்லி, சூனியம், போன்ற தீய சக்திகளிலிருந்து விடுதலை கிடைக்கிறது. வியாபாரத்தில் லாபம், குழந்தைப்பேறு இல்லாதோருக்கு அந்த அரிய வரம் எல்லாம் கிட்டியதாக, அந்தப் பலன் பெற்றோர் மன நிம்மதியுடன் தெரிவிக்கிறார்கள். அந்த நன்றியைக் காட்டும் வகையில், அடுத்த கோரிக்கை ஏதும் இல்லாவிட்டாலும், அன்னையை வந்து தரிசனம் செய்து கொண்டும் இருக்கிறார்கள். சகல தோஷ பரிகாரத்தலமாக இக்கோயில் விளங்குகிறது.

இங்கு ஒவ்வொரு பௌர்ணமி அன்றும் சிறப்பு வழிபாடுகள் நடைபெறுகின்றன. செவ்வாய், வெள்ளிக்கிழமைகளில் ராகுகால நேரத்தில் இந்த துர்க்கை விசேஷமாக வணங்கப்படுகிறாள். ஆலயம் சிறிதெனினும் அங்கு அருள் வழங்கும் அம்பிகை பெருங்கருணையுடன் திகழ்கிறாள். அடிக்கடி சண்டி ஹோமம், விளக்கு பூஜை, அன்னதானம் என ஆலயம் திருவிழாக் கோலம் கொள்கிறது.

சென்னையில் தாம்பரம்&மடிப்பாக்கம் வழியில் கீழ்க்கட்டளையிலிருந்து 2 கி.மீ. தொலைவில் கோவிலம்பாக்கத்தில் அருள்பாலிக்கிறாள் இந்த மகாலட்சுமி துர்க்கை.

பஞ்சகிருஷ்ண தலங்கள்

திருக்கோவிலூர்

கோபால நகரம் என வழங்கப்படும் திருக்கோவிலூர், கடலூரில் இருந்து ரயில் வழியே 80 கி.மீ தொலைவில் உள்ளது. விழுப்புரம்-&காட்பாடி ரயில் பாதையில் 34 கி.மீ தொலைவு. மூலவர் த்ரிவிக்ரமன் வலது திருவடியை உயரே தூக்கி, உலகம் அளந்த திருக்கோலத்தோடு கிழக்கு நோக்கி தரிசனமளிக்கிறார். அவரது திருவடியை மகாபலியின் மகனான நமுசி பற்றிக் கொண்டிருக்கிறான். திருமாலின் முகத்தில் தன் பக்தனிடம் யாசகம் வாங்கிய பெருமை பொலிகிறது. வலக்கையில் சங்கும், இடக்கையில் சக்கரமுமாக இத்தலத்தில் மாறிக்காணப்படுகின்றன. திருமாலின் சகோதரியான துர்க்காதேவி இத்தலத்தில் தனி சந்நதி கொண்டுள்ளாள். மகாபலி சக்ரவர்த்தியிடம் மூன்றடி நிலம் கேட்டு குள்ளமான வாமன வடிவில் வந்த பெருமாள் ஓரடியில் விண்ணையும், இரண்டாவது அடியில் மண்ணையும் அளந்து மூன்றாவது அடிக்கு இடம் எங்கே எனக் கேட்டு மகாபலியின் தலையில் திருவடியை வைத்து ஆட்கொண்ட தலம். பொய்கையாழ்வார், பூதத்தாழ்வார், பேயாழ்வார் மூவரும் ஒரு இரவில் இடைக்கழியில் பெருமாளையும் தாயாரையும் தரிசித்த தலமும் இதுவே. பொய்கையாழ்வார் 'வேங்கடமும் விண்ணகரும்' எனும் தன் பாசுரத்தில் இப்பெருமாளை வேங்கடவன், வைகுண்டவாசன், வெஃகாவில் அருள்பவன் என குறிப்பிட்டுள்ளார். தாயார் பூங்கோவில் நாச்சியார் எனும்

திருப்பெயர் கொண்டுள்ளாள். உற்சவபெருமாள் ஆயனார், கோபாலன் என்று போற்றப்படுகிறார்.

திருக்கவித்தலம்

தஞ்சை மாவட்டத்திலுள்ள பாபநாசத்திலிருந்து 3 கி.மீ தொலைவில் உள்ள தலம் திருக்கவித்தலம். மூலவர் கஜேந்திரவரதர், புஜங்க சயனத்தில் கிழக்கு நோக்கி அருள்கிறார். தாயார் ரமாமணிவல்லி எனும் பொற்றாமரையாள். இந்திரத்யும்னன் எனும் மன்னன் சிறந்த திருமால் பக்தனாக விளங்கியவன். ஒரு முறை அவன் தன்னை மறந்து திருமால் பூஜையில் ஈடுபட்டபோது துர்வாசமுனிவர் அவனைக் காண வந்தார். தன்னை கவனியாத இந்திரத்யும்னனை மதம் பிடித்த யானையாக மாறும்படி சபித்தார் துர்வாசர். சாபவிமோசனம் கேட்ட மன்னனுக்கு 'நீ யானையாக இருந்தாலும் திருமால் பக்தனாகவே இருப்பாய். எப்போது உன் காலை முதலை ஒன்று கவ்வுகிறதோ அப்போது உன் சாபம் தீரும்' என கூறினார் துர்வாசர். அதே போன்று ஹூஹூ எனும் கந்தர்வன் தேவலர் எனும் முனிவரால் முதலையாக மாற சாபம் பெற்றான். 'நீ எப்போது கஜேந்திரன் காலைக் கவ்வுகிறாயோ அப்போது உன் சாபம் நிவர்த்தியாகும்' என்று விமோசனம் அளித்தார். அதன்படியே இத்தலத்து கபிலதீர்த்தக் கரையில் கஜேந்திரன் இறங்க, முதலை அதன் காலைக் கவ்வ, கஜேந்திரன் 'ஆதிமூலமே' என அழைக்க திருமால் முதலையைக் கொன்று யானைக்கு மோட்சமளித்தது வரலாறு. 108 திருப்பதிகளில் இரு விலங்குகளுக்கு திருமால் தரிசனமளித்த மகத்தான தலம் இது ஒன்றுதான் என்பது குறிப்பிடத்தக்கது. அதேபோன்று அனுமனுக்கு நேரில் காட்சி தந்ததால் கபித்தலம் என்று அழைக்கப்பட்டு, மருவி, கவித்தலம் ஆயிற்று. திருமழிசை ஆழ்வார், 'ஆற்றங்கரைக் கண்ணன்' என்று இந்த பெருமாளின் மீது பாசுரம் பாடியுள்ளார்.

திருக்கண்ணமங்கை

திருவாரூரிலிருந்து வடமேற்கே 6 கி.மீ தொலைவில் உள்ளது திருக்கண்ணமங்கை. மூலவர் பக்தவத்சலன் என்றும் பத்தராவிப்பெருமாள் என்றும் பக்தர்களால் கொண்டாடப்படுகிறார். உற்சவர் 'பெரும்புறக்கடல்' எனும் திருநாமம் கொண்டு அருள்கிறார். தாயார், அபிஷேகவல்லியாக அருளாட்சிபுரியும் தலம் இது.

இங்கே விமானம், மண்டபம், அரண்யம், தீர்த்தம், க்ஷேத்திரம், ஆறு, நகரம் போன்ற ஏழுமே அமுதமயமாக இருப்பதால் இத்தலத்தை சப்தாம்ருத தலம் என அழைப்பர்.

திருப்பாற்கடலைக் கடைந்தபோது வெளிவந்த திருமகள்,

திருமாலை நேருக்குநேர் காண நாணம் கொண்டு இத்தலத்தில் வந்து அவரை மனதில் இருத்தி தவம் செய்தாள். திருமால் அவளை மணக்க எண்ணி விஷ்வக்சேனர் மூலம் முகூர்த்த நாள் குறித்து, முப்பத்து முக்கோடி தேவர்கள் முன்னிலையிலும் திருமகளை மணந்த தலம் இது. பாற்கடலை விட்டு புறத்தே வந்து திருமகளை அடைந்ததால் உற்சவர் பெரும்புறக்கடலாக வழிபடப்படுகிறார். மகாலட்சுமியாகிய திருமகள் இத்தலத்தில் தவம்புரிந்ததால் இத்தலம் லட்சுமிவனம் என்றும் அழைக்கப்படுகிறது. திருமணம் நடைபெற்றதால் கிருஷ்ண மங்கள க்ஷேத்திரம் என்றும் வழங்கப்படுகிறது. இவர்கள் திருமணத்தைக் காண வந்த தேவர்கள் இத்தலத்தில் தேனீக்களாக தாயார் சந்நதியில் உள்ள தேன்கூட்டில் வசிப்பதாக ஐதீகம். இத்தல கருடனுக்கு ஒவ்வொரு ஞாயிறன்றும் விசேஷ அபிஷேகங்கள் நடக்கின்றன. நவகிரகங்களில் ஒருவனான சந்திரன் தன் குருவின் மனைவியிடம் முறைதவறி நடந்ததால் பெற்ற சாபத்தை இத்தல தர்சன புஷ்கரிணியில் நீராடி, பெருமாளை வணங்கி தீர்த்துக்கொண்டதாக தலவரலாறு கூறுகிறது. திருமங்கையாழ்வார் இத்தல பெருமாளை பாசுரங்களால் பாடி மகிழ்ந்துள்ளார்.

திருக்கண்ணங்குடி

நாகப்பட்டினம், சிக்கலுக்கு அடுத்துள்ள ஆழியூரின் தெற்கே சுமார் 1 கி.மீ தொலைவில் உள்ளது திருக்கண்ணங்குடி.

மூலவர் லோகநாதன், சியாமளமேனி பெருமாள் ஆகிய பெயர்களில் நின்ற திருக்கோலத்தில் கிழக்குநோக்கி சேவை சாதிக்கிறார். தாயார் லோகநாயகியாக திருவருள் புரிகிறாள். உற்சவர் தாமோதர நாராயணன் தேவி அரவிந்தவல்லியோடு வீற்றிருக்கிறார். தாயாரின் மூலவர் திருவுருவமும் உற்சவர் திருவுருவமும் ஒரே ஜாடையில் உள்ளது இத்தலத்தின் அற்புதம். வசிஷ்ட முனிவர் வெண்ணையில் கண்ணனை உருவாக்கி தியானம் செய்து வழிபடுவது வழக்கம். ஒருமுறை கண்ணபிரான் சிறுவனாக உருமாறி வசிட்டர் பூஜைக்கு வைத்திருந்த வெண்ணெயைக் கவர்ந்து ஓடினான். வசிஷ்டர் அவனைத் துரத்திக்கொண்டு ஓடினார். அந்த சமயம் இத்தலத்தின் மகிழமரத்தடியில் எண்ணற்ற மகரிஷிகள் திருமாலைக் குறித்து தவம் செய்து கொண்டிருந்தனர். திருமாலின் வடிவாகிய கண்ணன் ஓடி வருவதை ஞானத்தால் கண்ட அவர்கள் அவனை பக்தியால் கட்டினர். ‘வசிஷ்டர் என்னைத் துரத்துகிறார். என்ன வரம் வேண்டும், கேளுங்கள்?’ என்றான் கண்ணன். இத்தலத்திலேயே நிலைகொண்டு அவன் அருளவேண்டும் என்ற ரிஷிகளின் பிரார்த்தனைக்கு இணங்கிய பெருமாள் கோயில் கொண்ட தலம் இது. துரத்தி வந்த வசிஷ்டரும்

பெருமாளை சரணடைந்தார்.

திருக்கண்ணபுரம்

திருவாரூரிலிருந்து திருக்கண்ணபுரத்திற்கு நேரடி பேருந்து வசதிகள் உள்ளன. நாகப்பட்டினத்திற்கு அருகில் உள்ள நன்னிலத்திலிருந்து 6 கி.மீ. தொலைவில் திருக்கண்ணபுரம் உள்ளது. மூலவர், நீலமேகப்பெருமாள். சௌரிராஜன் என்றும் வணங்கப்படுகிறார். தாயார், கண்ணபுர நாயகி.

தலம், வனம், நதி கடல், நகரம், தீர்த்தம், விமானம் என்ற 7 புண்ணியங்களும் ஒருங்கே அமைந்துள்ள தலம் இது. இந்த அமைப்பில் உள்ள திருமால் ஆலயங்களில் அஷ்டாக்ஷர மந்திரத்தை ஜபித்தால், திருமால் தரிசனம் சித்திக்கும் என்பது ஐதீகம். இத்தலத்து பெருமாள் அந்த அஷ்டாக்ஷர மந்திர வடிவினனாகவே விளங்குவதாக நம்பிக்கை. விபீஷணன் பெருமாளிடம் 'நீர் கிடந்த கோலத்தை திருவரங்கத்தில் தரிசித்தேன், உங்கள் நடையழகைக் காண ஆவலாய் உள்ளேன்' என முறையிட இத்தலத்தில் விபீஷணனுக்கு பெருமாள் நடையழகு காட்டியதாக தலவரலாறு கூறுகிறது. 108 திவ்ய தேசங்களில் ஒன்றான இக்கோயில் கீழைவீடு என அழைக்கப்படுகிறது. திருமங்கை ஆழ்வார் திருமந்திர உபதேசம் பெற்ற தலம் இது. முன்பொரு சமயம் இத்தல அர்ச்சகர், தன் காதலிக்கு மாலை சூட்டி, பிறகு அதையே பெருமாளுக்கும் சூட்டுவது வழக்கம். ஒரு முறை இக்கோயிலுக்கு வந்த சோழமன்னனுக்கு பெருமாளுக்கு சூட்டிய மாலைப் பிரசாதமாகத் தரப்பட்டது. அந்த மாலையில் இருந்த தலைமுடியைக் கண்டு வெகுண்ட மன்னன், 'இது எப்படி வந்தது?' என்று கேட்க, 'இந்த பெருமாளுக்கு தலையில் முடி உள்ளது' என அர்ச்சகர் பொய் உரைத்தார். பின் பெருமாளிடம் மனமுருகி பிரார்த்தனை செய்து தன்னைக் காக்க வேண்டினார். மறுநாள் மன்னன் வந்து பார்த்தபோது அற்புதமாக சௌரிமுடியோடு பெருமாள் காட்சியளித்ததார். இதனாலேயே இத்தல பெருமாள் சௌரிராஜன் என போற்றப்படுகிறார். ஆலயத்தின் முன் அழகிய குளமும் அனுமன் சந்நதியும், தசாவதார வண்ணச் சித்திரங்களும் பொலிகின்றன. குலசேகராழ்வார் இப்பெருமாளை, 'மன்னு புகழ் கோசலை' என்ற தன் பாசுரம் மூலம் தாலாட்டி மகிழ்ந்துள்ளார்.

சுகமான வாழ்வருளும் சுவாமிநாதன்

1958ம் ஆண்டு டிசம்பர் திங்கள் பத்தாம் நாள் நடமாடும் தெய்வமாக நூறு ஆண்டுகள் நம்மிடையே வாழ்ந்த காஞ்சி காமகோடி பீடாதிபதி ஜகத்குரு ஸ்ரீ சந்திரசேகரேந்திர சரஸ்வதி ஸ்வாமிகள் குரோம்பேட்டைக்கு விஜயம் செய்த பொழுது, பங்களா மலை (தற்சமயம் குமரன் குன்றம்) என்றழைக்கப்பட்ட குன்றினைச் சுட்டிக் காட்டி, “இது பிற்காலத்தில் ஸ்ரீ சுப்ரமண்ய ஸ்வாமி சாந்நித்யம் பெற்ற பிரார்த்தனை ஸ்தலமாக விளங்கும்” எனக்கூறி அருளாசி வழங்கினார்.

பாலசுப்ரமண்ய ஸ்வாமி சத்சங்கம் என்ற அமைப்பை காஞ்சி பெரியவர்கள் ஆசியுடன் ஆரம்பித்து, இப்பகுதி வாழ் பொது மக்களின் முழு ஒத்துழைப்புடன் 1976ல் சித்தி விநாயகருக்கு மலையடி வாரத்தில் கோயில் கட்டினர். மலைமேல் வேல் ஒன்று கிடைத்தது. அவ் வேலை பக்தர்கள் பலர் பூஜை செய்துவந்தனர்.

09.-02.-1979ம் ஆண்டு ஸ்வாமிநாத ஸ்வாமியைப் பிரதிஷ்டை செய்து கும்பாபிஷேகத்தையும் சிறப்பாக நடத்தினர். 03-.02.-1983ல் காஞ்சி காமகோடி பீடாதிபதி ஜெயேந்திர சரஸ்வதி ஸ்வாமிகள் திருக்கரத்தினால் “லகு சம்ப்ரோஷணம்” செய்து இக்கோயில் மேலும் வளர ஆசிகூறினார்கள். பின் மீனாட்சி சுந்தரேஸ்வரர், நவக்கிரகங்கள், இடும்பன் சந்நிதிகள் அமைத்து சிறப்பாக கும்பாபிஷேகம் நடைபெற்றது. ஜகத்குரு சிருங்கேரி சாரதாபீடம் சங்கராசார்ய ஸ்வாமிகள் 1995ல் விஜயம் செய்து அருளாசி வழங்கினார்கள். ஸ்வாமிநாத ஸ்வாமி சந்நிதி விரிவுபடுத்தப் பட்டு அர்த்த மண்டபம், மகா மண்டபம், தியான

மண்டபம் அமைத்து கோபுரம் கட்டப்பட்டது. ஜெயமங்கலகாளி, சூரியன், சந்திரன், பைரவர், சரபேஸ்வரர் முதலிய மூர்த்திகள் பிரதிஷ்டை செய்யப்பட்டு 03.-05-.1998ல் கும்பாபிஷேகம் நடைபெற்றது. சிவகாமி அம்பாள் சமேத நடராஜருடன், மாணிக்க வாசகரையும், சிவன் கோயில் வளாகத்தில் பிரதிஷ்டை செய்து 12.-06-.2005 சிறப்பாக கும்பாபிஷேகம் நடை பெற்றது. சமீபத்தி 9.-2-.2014 அன்று மீண்டும் சுவாமி நாதஸ்வாமி மற்றும் பரிவார மூர்த்திகளுக்கும் ஆலய ஜீர்ணோத்தர அஷ்ட பந்தனமும், நூதன இராஜகோபுரத்திற்கு கும்பாபிஷேகமும் நடைபெற்றது.

இராஜகோபுரத்திற்கும் விநாயகர் சந்நிதிக்கும் இடையில் கம்பீரமாக மண்டபம் ஒன்றும் எழுந்துள்ளது. இப்புதிய மண்டபம் வழியாக சென்று மலையடிவாரத்தின் தென்புறத்தில் கிழக்கு நோக்கிய வண்ணம் தனிக் கோயிலாக அமைந்துள்ள சித்தி விநாயகர் சந்நிதியையும், வடபுறத்தில் புதிதாக அமைக்கப்பட்ட வள்ளி தேவசேனா சமேதராக ஷண்முகர் சந்நிதியையும் காணலாம். ஷண்முகர் மாமனைப் போன்று சங்கு, சக்ரதாரியாக காட்சியளிப்பது மற்றொரு சிறப்பாகும். மலை ஏற முடியாதவர்கள் கீழிருந்த படியே முருகப் பெருமானை அடிவாரத்திலிருந்தபடியே வழிபடலாம். மலையடிவாரத்தின் தெற்கில் நவக்கிரகங்களுக்கு தனிக்கோயில் உள்ளது. சற்று மேலே சென்றால் புதிதாக இடம் மாற்றம் செய்யப்பட்ட தனிச்சந்நிதியில் இடும்பனை வணங்கலாம்.

அடுத்து நாம் சிவன் கோயிலுக்குச் செல்கின்றோம். இடது புறத்தில் தனிச்சந்நிதியில் அமர்ந்துள்ள சரபேஸ்வரரை முதலில் தரிசித்து செல்வோம். சுந்தரேஸ்வரர் ஆவுடையார் மேல் பாணலிங்கமாக காட்சி தருகிறார்.

ரிஷப வாகனத்தில் பிரதோஷம் சிறப்பாக நடைபெறுகிறது. கார்த்திகை சோமவாரம் கடைசி வாரத்தில் 108 சங்காபிஷேகம், ஐப்பசியில் அன்னாபிஷேகம், மஹாசிவராத்திரி நான்கு கால சிறப்பு அபிஷேகம், பூஜைகள், திருவீதி உலா முதலிய சிறப்பு விழாக்கள் நடைபெறுகின்றன.

கருவறையைச் சுற்றி நர்த்தன கணபதியும், ரிஷபாரூடரும் சண்டிகேஸ்வரரும் தெற்கு சுவரில் ஆலமர் கடவுளாம் தட்சிணாமூர்த்தியும் கோஷ்டத்தில் அமர்ந்தும் அருள்பாலிக்கின்றனர். மேற்குச் சுவரில் மஹா விஷ்ணுவும், விஷ்ணு துர்க்கையும் கோஷ்ட மூர்த்தங்களாக உள்ளனர்.

சிவன் சந்நிதியை அடுத்து மீனாட்சி அம்மன் சந்நிதி உள்ளது. தனிக்கோயில் அம்பிகையின் கருவறையைச் சுற்றி தெற்கில் மாகேஸ்வரியும், மேற்கில் வைஷ்ணவியும், வடக்கில் பிராம்ஹியும் கோஷ்ட மூர்த்திகளாக உள்ளனர்.

சிவன்கோயிலில் உள்ள மற்றுமொரு தெய்வம் சிவகாமி

அம்மை சமேத நடராஜர். தெற்கு நோக்கிய தனிச்சந்நிதி. மதுரை வெள்ளியம்பலத்தில் உள்ளது போல் கால் மாறியாடுவது இவர் சிறப்பாகும். மாணிக்கவாசகரும் பன்னிரு திருமுறைக் கோயிலும் உள்ளன. நடராஜருக்கு வருடத்தில் ஆறுமுறை அபிஷேகம். நடராஜர் சந்நிதிக்குப் பக்கத்தில் பைரவர் சந்நிதி உள்ளது.

புதிதாக அமைக்கப்பட்ட கொடிமரத்தையும் அதன் அடியில் உள்ள விநாயகப் பெருமானையும் வணங்கி அப்பகுதியின் அழகைச் சற்று ரசிக்கலாம்.

மகா மண்டபத்தில் நின்ற கோலத்தில் ஒரு கையில் தண்டமும் மற்றொரு கரத்தை தொடையில் வைத்தவாறு இரு திருக்கரங்களுடன் சுவாமிநாத ஸ்வாமி உற்சவரையும் அவருக்கு எதிரில் அமர்ந்த நிலையில் புதிதாகப் பிரதிஷ்டை செய்யப்பட்ட அருணகிரிநாதரையும் தரிசித்து உள்ளே சென்றால் கருவறையை அடையலாம்.

கருவறையினுள்ளே முருகப்பெருமான் சுவாமிநாத ஸ்வாமி என்ற திருப்பெயருடன் வடக்கு நோக்கிய வண்ணம் நின்ற கோலத்தில் காட்சி தருகின்றார். வலது திருக்கரத்தில் தண்டம் தாங்கியும் இடது திருக்கரத்தை இடது தொடையைத் தொட்ட வண்ணமும் (ஊருஹஸ்தம்) ஊர்த்துவ சிகை மேல் நோக்கியும் பூணூல் கௌபீனம் தரித்தும் கம்பீரமாக புன்முறுவலுடன் அடியார்களுக்கு அருள்பாலிக்கும் அழகன் முருகனின் அற்புத தரிசனம் கண்டு மன நிறைவு கொள்ளலாம்.

அவருக்கு எதிரில் யானை வாகனம் நின்று அருளாசி வழங்குகிறது. தெய்வத்தின் குரலாக ஒலித்த காஞ்சி மகாசுவாமியின் அருள் வாக்குப்படி மிகுந்த வரப்ரசாதியாகத் திகழும் சுவாமிநாதனைப் பணிந்து பேறுகள் பல பெற்றிடுவோம்.

சகல நோயும் தீர்க்கும் சாம்பார்சாத பிரசாதம்!

(குரங்கணி)

தூத்துக்குடி மாவட்டத்தில் உள்ள குரங்கணி முத்துமாலை அம்மனின் வரலாறு ராமாயணத்துடன் தொடர்புடையது. சீதாதேவியை, ராவணன் சிறைபிடித்து சென்றான். மனைவியை மீட்கும் முயற்சியில், தனக்குஉதவிய வானரச் சேனையை அணிவகுத்து நிற்கச் செய்த இடம்தான் இந்தக் 'குரங்கணி'.

ராவணன் தன்னைக் கடத்திச் சென்றபோது, சீதாதேவி, ராமனுக்கு அடையாளம் காட்ட தன் கழுத்தில் கிடந்த முத்து மாலையை கழற்றி வீசினாள். அந்த மாலை தாமிரபரணி ஆற்றங்கரையில் உள்ள குரங்கணியில் விழுந்து, ஜோதியாக ஒளி வீசியது. அப்போது அந்த வழியாக வந்த பனையடியானுக்கு முத்துமாலையின் ஒளி வீச்சு கண்களைக் கூசவைக்க, அருகில் கிடந்த மண்சட்டியை எடுத்து அந்த முத்துமாலையை மூடினார். பின்பு ஊர் மக்கள் கூடி முத்துமாலை கிடந்த இடத்தில் சீதாதேவி பெயரால் வழிபாடு நடத்தினர். அங்கே சீதாதேவி தங்கி இருப்பதாக பாவித்து அந்த மண்சட்டிக்கு முத்துமாலை அம்மன் என பெயரிட்டனர்.

பழங்காலத்தில் இங்கே செவ்வாய், வெள்ளிக்கிழமைகளில் மட்டும் நடை திறக்கப்பட்டு மதியம், இரவு பூஜைகள் நடந்தன. அப்போது மண்சட்டித் திருமேனிக்கு அபிஷேகம் மற்றும் நைவேத்தியங்கள் இல்லை. இலங்கையில் சிறை வைக்கப்பட்டிருந்த சீதாதேவி உண்ணாமல் தவம் இருந்ததை நினைவுகூரும் வண்ணம், எந்த படையலும் இல்லாமல் தீப, தூபம் மட்டும் காட்டி வழிபட்டுவந்தனர்.

1957ம் ஆண்டு கும்பாபிஷேகம் நடந்தபோது முத்துமாலையை மூடியிருந்த ஓட்டுச்சீலை விலக்கப்பட்டு சிலை பிரதிஷ்டைச் செய்யப்பட்டது. அன்று முதல் தினமும் அபிஷேகம் நடத்தி, நைவேத்தியம் படைத்து பகல், இரவு பூஜைகள் நடைபெற்றுவருகின்றன.

முத்துமாலையம்மன் சந்நதியின் இருபுறமும் பரிவார மூர்த்திகள் அமைந்திருக்கின்றன. அதோடு, இடப்புறம் ஸ்ரீதேவி-பூதேவி சமேத திருமாலுக்கு கோபுரத்துடன் கூடிய சந்நதி உள்ளது.

முப்பிடாதி அம்மன், சப்த கன்னிகைகள், பார்வதி அம்மன், பிரம்ம சக்தி, மாரியம்மன், சந்தன மாரியம்மன், பைரவர், வீர பத்திரர் ஆகியோருக்கு இங்கு தனித்தனி சந்நதிகள் உள்ளன. விநாயகர், காசிவிஸ்வநாதர், விசாலாட்சி, நவகிரகங்கள் ஆகியோரும் அருள்பாலிக்க, மூலக்கருவறையில் முத்துமாலை அம்மன் கிழக்கு பார்த்து அமர்ந்தபடி அருளாட்சி புரிந்து வருகிறாள்.

இத்தலத்தில் நடைபெறும் திருவிழாக்களில் ஆனி பெருந்திருவிழா, தைத் திருமாலை பூஜை விழா மிகவும் விமரிசையானவை. ஆனி மாதம் கடைசி செவ்வாய்க்கிழமையன்று முத்துமாலை அம்மனுக்கு சொக்கத் தங்கத்தால் திருமேனி அலங்காரம் செய்யப்படுகிறது.

ஆனி திருவிழாவிற்கு 15 நாட்களுக்கு முன்னால் திருக்கால் நாட்டு வைபவம் நடைபெறும். முத்துமாலையம்மன் சந்நதியின் தென்புறம் முப்பிடாதி அம்மன் முன்னிலையில் அன்று மதியம் அம்மன் மற்றும் பரிவார மூர்த்தங்களுக்கு மகா அபிஷேகம், அலங்காரம், தீபாராதனை நடத்தி பந்தக்கால் நடப்படும். அப்போது வானில் கருடன் வட்டமிடும் அதிசயம் இன்றும் நடைபெறுகிறது.

ஆனி மாதம் விழாவையொட்டி திருக்கால் நடப்படும் அன்று இரவு ஆலயப் பணியாளர் ஒருவர் 'அம்மன் கொடை நோன்போ, நோன்பு' என கூவிக்கொண்டே ஊருக்குள் செல்வார். அந்த 15 நாட்களும் கோயிலில் பக்தர்கள் பக்தியுடன் விரதம் இருப்பர். விழாவிற்கு 8 நாட்கள் முன்பாக ஆண்கள் பெரியசாமிக்கு கயிறு சுற்றி ஆடி நேர்த்திக்கடன் செலுத்துவர். பெண்கள் அம்மனுக்கு மாவிளக்கு எடுத்து ஆலயத்தை சுற்றி வருவர்.

ஆனி மாதம் கடைசி செவ்வாய்க்கிழமைக்கு முன்தினம் மாலையில் அம்மன் தங்கத்திருமேனியை அலங்கார ஆபரணங்களுடன் எடுத்துச்சென்று அம்மன் திருநடை திறப்பு வைபவம் நடைபெறும். அம்மனுக்கு மகா அபிஷேகம், அலங்காரம், பூஜை செய்யப்படும். இரவு ஸ்ரீநாராயணர், சப்பரத்தில் ஸ்ரீதேவி-பூதேவியுடன் அம்மன் கோட்டையைச் சுற்றி வீதிஉலா வருவார். ஆனி திருவிழா முடிந்து 8ம் நாள் தீர்த்தவாரி நடைபெறும். அன்று உற்சவர்கள் தாமிரபரணி ஆற்றில் தீர்த்தவாரிக்கு எழுந்தருள்வர்.

ஆனிப் பெருந்திருவிழாவில் பக்கத்து கிராமங்களிலிருந்து

ஆயிரக்கணக்கான மக்கள் மாட்டுவண்டிகளில் குடும்ப சகிதம் கலந்துகொள்வர். பொங்கலிட்டு வழிபடுவர்.

இத்தலத்தில் அம்மனுக்கு தென்புறம் பெரியசாமி சந்நிதி உள்ளது. ஆலய பூசாரி மற்றும் இவ்வூரிலிருந்த நான்கு சகோதரர்கள் கனவில் முத்துமாலை அம்மன் தோன்றினாள். 'கேரளாவில் இருந்து எனது காவல் வீரன் பெரியசாமி நாளை தாமிரபரணி வெள்ளப் பெருக்கில் சிலை வடிவில் மிதந்துவருகிறான். அவனை நல்ல முறையில் வரவேற்று எனது கோட்டைக்குள் எனக்கு வலதுபுறம் வடக்கு நோக்கி நின்ற கோலத்தில் அமைத்து விடுங்கள்' என அருளினாள். அம்மன் அருளாணையின்படி தாமிரபரணி வெள்ளத்தில் வந்த பெரியசாமியை வரவேற்று கோயில் அமைத்து வழிபட்டு வந்தனர். பெரியசாமி காவல் தெய்வமாக விளங்கி வருகிறார்.

இத்தல வளாகத்தில் ஒரு வீடு உள்ளது. இதனை 'கோயில் வீடு' என்பர். செவ்வாய்க்கிழமைதோறும் தாமிரபரணி ஆற்றிலிருந்து தீர்த்தம் எடுத்து வருவார்கள். பெரியசாமிக்கு பூஜை முடிந்தபிறகு அங்கே கூடியிருக்கும், நோயினால் பாதிக்கப்பட்டவர்கள் மேல் பூசாரி தீர்த்தத்தை தெளிப்பார். அன்று மதியம் சாம்பார் சாதம் தயார்செய்து, பனைஓலையில் வைத்துப் படைப்பார்கள். இந்த சாம்பார் சாதத்தை உடல்நலம் சரியில்லாதவர்கள் உட்கொண்டால் உடற்பிணி நீங்கி குணமடைவதாக ஐதீகம். இந்த சாம்பார் சாதத்தை பெற இன்றும் செவ்வாய்க்கிழமைதோறும் ஆலயத்தில் ஏராளமான பக்தர்கள் கூடுகிறார்கள்.

காலை 5 முதல் பகல் 1.30 மணிவரையும், மாலை 5 முதல் இரவு 8.30 மணிவரையும் ஆலயம் திறந்திருக்கும். தூத்துக்குடி மாவட்டம் ஏரலில் இருந்து 3 கி.மீ. தூரத்தில் தாமிரபரணி ஆற்றங்கரையில் அமைந்துள்ளது குரங்கணி முத்துமாலை அம்மன் கோயில். திருநெல்வேலி-திருச்செந்தூர் சாலையிலுள்ள தென்திருப்பேரை ஊரிலிருந்து 2 கி.மீ. தூரம்.

சனிதோஷம் நீக்கும் சங்கரன்.

சிவஸ்தலம் பெயர் : திருக்கானாட்டுமுள்ளூர் (தற்போது
கானாட்டம்புலியூர் என்று வழங்குகிறது)
இறைவன் பெயர் : பதஞ்சலி ஈஸ்வரர்.
இறைவி பெயர் : கானார்குழலி அம்மை, அம்புஜாட்சி

கிழக்கு நோக்கிய 3 நிலை ராஜகோபுரத்துடன் இவ்வாலயம் விளங்குகிறது. கோபுரத்திற்கு வெளியே எதிரில் சூரியதீர்த்தம் உள்ளது. கோபுர வாயிலைக் கடந்து உள்ளே சென்றால் முன்னுள்ள மண்டபத்தில் பலிபீடமும், நந்தியும் உள்ளனர். வலதுபுறம் அம்பாள் கானார்குழலி அம்மையின் சந்நதி தெற்குநோக்கி உள்ளது. அம்பாளுக்கு அம்புஜாட்சி, கோலவளைக்கை அம்பிகை என்ற பெயர்களும் உண்டு. அம்பாள் சந்நதிக்கு வலப்புறம் சனீஸ்வரர் தனி சந்நதியில் இருக்கிறார். சனிதோஷம் உள்ளவர்கள் இங்கு பிரார்த்தனைகள் செய்துகொள்கின்றனர். முக மண்டபத்தில் இரண்டு நாகங்களுக்கு நடுவே கிருஷ்ணனும், அருகே நாகங்களுக்கு நடுவே லிங்கமும் இருக்கிறது.

முகமண்டபம் தாண்டி நேரே உள்ளே சென்றால் மூலவர் பதஞ்சலி ஈஸ்வரர் சிறிய லிங்கஉருவில் சுயம்புமூர்த்தியாக அருட்பாலிக்கிறார். தமிழ் வருடப்பிறப்பான சித்திரை மாதத்தில் 3 நாட்கள் சூரியன் தன் ஒளியை சூரியன் மீது பரப்பி பூஜிக்கிறார். கருவறை கோஷ்டத்தில் விநாயகர், தட்சிணாமூர்த்தி, மகாவிஷ்ணு, பிரம்மா, துர்க்கை ஆகியோர் உள்ளனர். கருவறைச்சுற்றில் மகாவிஷ்ணுவிறகு நேர்எதிரே வள்ளி தெய்வானை சமேத முருகப்பெருமான் நின்ற கோலத்தில் எழுந்தருளியுள்ளார். அருகில் கஜலட்சுமிக்கும் தனி சந்நதி உள்ளது. கருவறைச்சுற்றில் காசி விஸ்வநாதர், காசிவிசாலாட்சி, நிருருதிவிநாயகர் ஆகியோரும் தனி சந்நதிகளில் அருட்பாலிக்கின்றனர். கோஷ்டத்திலுள்ள

தட்சிணாமூர்த்திக்கு மேல் கல்லால மரம் இல்லை. நடராஜர் சந்நதிக்கு எதிரே நால்வருடன் விநாயகரும், பதஞ்சலி முனிவரும் காணப்படுகின்றனர். நாக தோஷம் உள்ளவர்கள் இங்குள்ள ஈசன் மற்றும் பதஞ்சலியிடம் வேண்டிக்கொள்கிறார்கள். இதனால் தோஷம் நீங்குவதாக நம்பிக்கை.

பாற்கடலில் ஆதிசேஷன் மீது பள்ளிகொண்டிருக்கும் திருமாலிடம் சிவபெருமானின் நடனத்தை தரிசனம் செய்யும் விருப்பத்தை தெரிவித்தார் ஆதிசேஷன். திருமாலின் ஆணைப்படி பதஞ்சலி முனிவராக அவதாரம் எடுத்து சிவபெருமானை நோக்கி தவம் இருந்தார். சிவன் அவருக்கு சிதம்பரத்தில் தன் நடனக் காட்சியை காட்டி அருளினார். பதஞ்சலி முனிவர் ஒருமுறை இத்தலத்திற்கு வந்தார். வந்த இடத்தில் சிவபெருமானின் நடனத்தைக் காணவேண்டும் என்று விரும்பினானார். அவருக்கு சிவன் இத்தலத்திலும் தன் நடனத்தைக் காட்டி அருள் செய்தார். பதஞ்சலி ஈஸ்வரர் என்ற பெயரையும் இத்தல இறைவன் பெற்றார்.

சுந்தரர் இயற்றியுள்ள இத்தலத்திற்கான இப்பதிகம் 7-ம் திருமுறையில் இடம்பெற்றுள்ளது. இவ்வாலயம் காலை 7 மணி முதல் 9 மணி வரையும், மாலை 6 மணி முதல் இரவு 7-30 மணி வரையிலும் திறந்திருக்கும்.

கொள்ளிடக்கரையில் உள்ள இத்தலத்தை அடைய சிதம்பரத்திலிருந்து காட்டுமன்னார்குடி சென்று, அங்கிருந்து ஓமாம்புலியூர் செல்லும் பேருந்துச் சாலையில் சென்று, மோவூர் என்ற கிராமத்தைத் தாண்டி மேலும் சென்று, சாலையில் முட்டம் என்று வழிகாட்டிக்கல் உள்ள இடத்தில் பிரியும் சாலையில் 3 கி.மீ. சென்று முட்டம் கிராமத்தையடைந்து, ஊருக்குள் புகுந்து செல்லும் சாலை வழியே சுமார் 2 கி.மீ. செல்ல இத்தலம் வரும். குறுகலான சாலை. கோயில்வரை வாகனத்தில் செல்லலாம். ஓமாம்புலியூரிலிருந்தும் இத்தலத்திற்கு இவ்வழியே வரலாம்.

கஷ்டங்கள் களையும் கத்திரிநத்தம் காளஹஸ்தீஸ்வரர்

இறைவனுடைய சாபத்தால் பாதிக்கப்பட்ட மரீசி, அத்ரி, புலத்தியர், பிருகு, ஆங்கீரசர், வசிஷ்டர், பாரத்வாஜர் ஆகிய சப்த ரிஷிகள் விமோசனம் தேடி அலைந்தனர். பல தேசங்கள் அலைந்து திரிந்த அவர்கள் இறுதியாக புன்னைக் காட்டிற்குத் தெற்கே உள்ள ஒரு இலுப்பைக் காட்டிற்கு வந்தனர். சாபம் காரணமாக தொழுநோயால் அவதிப்பட்ட அவர்கள், அந்த இலுப்பைக் காட்டில் தங்களுடைய நிலையை எண்ணி வருந்தி, அங்கே கோயில் கொண்டிருந்த காளஹஸ்தீஸ்வரரை வழிபடத் தொடங்கினர்.

இவ்வாறு தொடர்ந்து 48 நாட்கள் கோயிலுக்கு எதிரே இருந்த திருக்குளத்தில் மூழ்கி எழுந்து, வழிபட்டு பிறகு தவமும் மேற்கொண்டனர். ரிஷிகளின் வழிபாடுகளை ஏற்றுக்கொண்ட காளஹஸ்தீஸ்வரர், சாபத்தை விலக்கி, அவர்களின் நோயையும் நீக்கி அருள்பாலித்தார். ஒரே நேரத்தில் ஏழு ரிஷிகளும் வழிபாடு செய்ததால் இந்த தலம் சப்தரிஷி நத்தம் என அழைக்கப்பட்டது.

அழகிய இலுப்பை மரங்கள் நிறைந்த அந்த காட்டின் நடுவே காளஹஸ்தீஸ்வரர் அருள்பாலித்து வந்தார். இதையறிந்த சோழமன்னனாகிய முதலாம் ராஜராஜசோழன், தன் தந்தை எப்படியெல்லாம் சிவபெருமானுக்கு கோயில் எடுத்து ஈசனின் மனம் குளிர வழிபாடுகளை நடத்தினாரோ அதேபோல் தன்னுடைய பக்தி நெறியையும் வெளிப்படுத்த விரும்பினார். அதன்படி தஞ்சைப் பெரிய கோயிலுக்கு அடுத்தபடியாக இந்த கோயிலை நிறுவியுள்ளார் முதலாம் ராஜராஜன்.

சோழர்களின் ஆட்சிக்காலத்தில் தஞ்சைப் பகுதியில் வளமான பல பகுதிகளை உருவாக்கி அவற்றுக்குத் தலைநகராக சிங்கவளநாட்டை அமைத்தார்கள்.

தலைநகரின், தலையாய இறைவனுக்கு சிறப்பு செய்ய விரும்பி, இந்த கோயிலை நிர்மாணித்தார்கள். காளஹஸ்தீஸ்வரர் ஏழு அடி உயரத்திலும் பதினைந்து அடி சுற்றளவிலும் பிரமாண்டமாகக் காட்சியளிக்கிறார். சோழர்களின் ஆட்சியில் காளஹஸ்தீஸ்வரருக்கு செங்கல்கற்களால் திருக்கோயிலை வடிவமைத்தார்கள். அதன் பின்னர் ஆட்சிக்கு வந்த மராட்டியர்கள் 18ம் நூற்றாண்டில் இக்கோயிலைப் புதுப்பித்தனர்.

சப்தரிஷிகள் தவம் புரிந்ததால், முதலில் சப்தரிஷி தலம் என அழைக்கப்பட்டு, இன்று கத்தரிநத்தம் என மருவிவிட்டது. சோழ தேசத்தில் காளஹஸ்தீஸ்வரர் அருள்பாலித்துவருவதால், இந்த தலம் தென்காளஹஸ்தி என போற்றப்படுகிறது. காளஹஸ்தீஸ்வர ருக்கு இணையாக அமர்ந்து அழகிய தோற்றத்தோடு அருள்கிறார் அம்பாள் ஞானாம்பிகை. காளஹஸ்தீஸ்வரருடைய இடப்பக்கத்தில் அமர்ந்து பக்தர்களுடைய குறைகளைத் தீர்த்துவைக்கிறார்.

இந்த தலத்தில் கொடிமரமும் ராஜகோபுரமும் இல்லை. வழக்கமாக கோயிலின் முன்மண்டபத்தில் காட்சியளிக்கும் விநாயகருக்கு பதிலாக இங்கே நாகதேவதையும், முருகனும் அருள் புரிகிறார்கள். ஆனால், கன்னிமூலையில் அமர்ந்தபடி நம்மை நோக்கி கருணையுடன் பார்க்கிறார் முதன்முதற்கடவுள் கணபதி. அவருக்கு இடது பக்கத்தில் கைலாய தட்சிணாமூர்த்தி தன்னுடைய கையில் பாம்பினை பிடித்தவாறு தரிசனம் தருவது அபூர்வமான அமைப்பு. ஒவ்வொரு சிவாலயத்திலும் லிங்கோத்பவர் இருப்பார், ஆனால் இக்கோயிலில் காளஹஸ்தீஸ்வரர்ருக்கு நேர் பின்னால் அர்த்தநாரீஸ்வர் அழகுற அமைந்திருக்கிறார். அவருக்கு எதிரே வள்ளி தெய்வானையோடு முருகப்பெருமான் உள்ளார்.

கோயில் ஓம் எனும் வடிவத்தில் அமைக்கப்பட்டுள்ளது. அதனால் இத்தலத்தில் சண்டீகேஸ்வரரை சுற்றிவராமல் நேராகச் இறைவனைத் தரிசனம் செய்யலாம்.

பைரவர் தெற்குநோக்கி அமர்ந்து பக்தர்களின் குறைகளைக் களைகிறார். புதுமையாக நவகிரக சூரியன் மேற்கு நோக்கியபடியும், சந்திரன் கிழக்கு நோக்கியபடியும் பிரதிஷ்டை செய்யப்பட்டிருக்கிறார்கள்.

பக்தர்களின் ராகு-கேது தோஷத்தை இத்தல இறைவனான காளஹஸ்தீஸ்வரரே நிவர்த்தி செய்துவிடுகிறார். ஒவ்வொரு திங்கட்கிழமையும் தோஷம் களைய, கோயில் திருக்குளத்தில் நீராடி பின்னர் காளஹஸ்தீஸ்வரரை வழிபட்டால் பதினாறு செல்வங்களையும் பெற்றிடலாம். குறிப்பாகத் திருமணத் தடைகள்

விலகும்; குடும்ப ஒற்றுமை ஓங்கும்.

தஞ்சை-அம்மாபேட்டை வழியில் புன்னைநல்லூர் மாரியம்மன் கோயிலுக்கு தெற்கே 3 கி.மீ. தூரத்தில் உள்ளது காளஹஸ்தீஸ்வரர் கோயில். தஞ்சையிலிருந்து பேருந்து மற்றும் புன்னைநல்லூரிலிருந்து ஆட்டோ வசதிகள் உள்ளன.

கோயில் பற்றி மேலும் விவரங்கள் தெரிந்து கொள்ள 9442347166, 9487029230 ஆகிய எண்களில் தொடர்புகொள்ளலாம்.

அவசரமாய் அருளும் அருளாளன்
(காஞ்சிபுரம்)

அட்டபுயக்கரம் அல்லது அஷ்டபுஜகரம் என்பது 108 வைணவத் திருத்தலங்களில் ஒன்றாகும். திருமங்கையாழ்வாரால் பாடல் பெற்ற இத்தலம் காஞ்சிபுரத்தில் காஞ்சி வரதராஜப் பெருமாள் கோயிலில் இருந்து சுமார் ஒரு மைல் தூரத்தில் உள்ளது. ரங்கசாமி குளத்திற்கு தெற்கே அமைந்துள்ளது. ஹாட்சன் பேட்டை என்னுமிடத்திற்கு அருகில் அமைந்துள்ளது.

ஒரு சமயம் பிரம்மன் செய்யும் யாகத்தை நிலைநிறுத்த வரதராஜப் பெருமாள் உதவி புரிந்தபோது யாகத்தைத் தடுக்க எண்ணிய கலைமகள் காளியைப் படைத்து அவளுடன் கொடிய அரக்கர்களை அனுப்பி அதைக் கலைக்க முற்பட்டாள். திருமால் எட்டு கரங்களுடன் தோன்றி காளியை அடக்கி அரக்கர்களை அழித்தார். எனவே இறைவன் அட்டபுயக்கரத்தோன் ஆனார். இவ்விடத்தில் ஆதிகேசவப்பெருமாள் என்னும் பெயரில் பெருமாள் எழுந்தருளியிருந்ததாகவும் அவரே அட்ட புயக்கரமாக வந்தாரென்றும் ஒரு வரலாறும் உண்டு. மேலும் இத்தலத்திலே தான் கஜேந்திரனுக்கு முக்தி அளிக்க எட்டுகைகளுடன் தோன்றியதாக வரலாறு கூறுகிறது. வைரமேகன் என்னும் தொண்டைநாட்டு மன்னன் இப்பெருமாளுக்கு தொண்டுபுரியும் பொருட்டு தற்போதுள்ள வடிவமைப்பில் இக்கோயிலைக்கட்டினான் என்றும் அறியமுடிகிறது

மேற்குநோக்கிநின்றகோலத்தில் வலப்புறம் நான்குகைகளுடனும் இடப்புறம் நான்கு கைகளுடனும் காட்சி தருகிறார். ஆதிகேசவப் பெருமாள், கஜேந்திரவரதன் என்பன இறைவனின் பெயர்கள்

திருமங்கையாழ்வாரின் பாடல் பெற்ற பிறகு அட்டபுயக்கரத்தான் ஆனார்.

தாயார் அலர்மேல் மங்கை, பத்மாசனி என வணங்கப்படுகிறாள். தல தீர்த்தமாக கஜேந்திர புஷ்கரணியும் தல விமானமாக ககநாக்ருதி, சக்ராக்ருதி விமானமென்றும், வியோமாகர விமானமென்றும் அழைக்கப்படுகிறது.

108 வைணவத் திருத்தலங்களில் இங்கு மட்டுமே திருமால் எட்டுக்கரங்களுடன் காட்சியளிக்கிறார். வலப்புறமுள்ள கரங்களில் சக்கரம், வாள், மலர், அம்பு ஆகியவற்றையும் இடப்புறாம் சங்கு, வில், கேடயம், தண்டாயுதம் ஆகியவற்றையும் தாங்கியுள்ளார். இத்தலத்தின் தலவரலாறுபடி சித்திரை மாதம் ரோகிணி நட்சத்திரத்தன்று பெருமாள் காளியை இவ்விடத்தே அடக்கினார். இதற்குச் சான்றாக இச்சந்நதியின் அருகே கருங்காளியம்மன் கோயில் ஒன்றுள்ளது. தொண்டை மண்டலத்து வைணவத் திருத்தலங்களில் இங்கு மட்டுமே பரமபதவாயில் உள்ளது. திருமங்கையாழ்வாராலும், பேயாழ்வாராலும் பாடல் பெற்றது இத்தலம். மணவாள மாமுனிகளும், சுவாமி தேசிகனும் இத்தலத்தைப் பாடியுள்ளனர்.

திரிபுரம் மூன்று எரித்தானும் மற்றை மலர்மிசை மேல் அயனும் வியப்ப முரி திரை மாகடல் போல் முழங்கி மூவுலகும் முறையால் வணங்க எரி அன கேசர வாள் எயிற்றோடு இரணியன் ஆகம் இரண்டு கூறா அரி உரு ஆம் இவர் ஆர்கொல்? என்ன அட்டபுயகரத்தேன் என்றாரே திருமங்கையாழ்வார் இவரைத் தரிசித்தபோது,இவரின் வித்தியாசமான அமைப்பைக்கண்டு, இவர் யார்? என்று மனதில் நினைக்க,, பெருமானும்,"அட்டபுயகரத்தான்' என்று பதில் கூறியதாகவும்; அன்று முதல் அப்பெயராலேயே இப்பெருமாள் காட்சியளித்து வருவதாகவும் செய்திகள் உண்டு. வைணவத் திருக்கோவில்களில் திருமால் பொதுவாக நின்ற-இருந்த- கிடந்த கோலங்களில் நான்கு கரங்கள் கொண்டவராகக் காட்சியளிப்பதைக் காணலாம். ஆனால் காஞ்சியில் உள்ள அட்டபுயகரம் என்ற திவ்யதேசத்திலோ பெருமாள் எட்டு கரங்களுடன் நின்ற கோலத்தில் காட்சியளிப்பதைத் தரிசிக்கலாம். இதுபோன்ற காட்சியை வேறெந்த திருக்கோயிலிலும் காண முடியாது. பொதுவாக சக்கரத்தாழ்வார்தான் 4, 8, 16 கரங்களுடன் காட்சியளிப்பார். எட்டுக் கரங்களுடன் காட்சியளிக்கும் இப்பெருமாளுக்கு சக்கரதரர் என்ற திருநாமமும் உண்டு. கஜேந்திர மோட்ச வைபவம் இங்கு நடந்ததாகவும், அதனால் இங்குள்ள திருக்குளத்திற்கு கஜேந்திர புஷ்கரணி என்று பெயர் வந்ததாகவும் சொல்வர். இப்பெருமாளின் சந்நிதியில் கருடாரூடராக ஒரு பெருமாள் காட்சியளிக்கிறார். வைபவம் இங்கு நடந்தமைக்குச்

சாட்சியாய் விளங்குகிறது

இத்திருக்கோயிலில் உற்சவமூர்த்தி சதுர்புஜம், அபய ஹஸ்தம் கொண்டு, இடக்கரத்தில் கதையைத் தாங்கிய வண்ணம் ஸ்ரீதேவி-பூதேவியருடன் காட்சியளிக்கிறார்.

உற்சவர் அஷ்டபுஜ பெருமாள், தனிக்கோயிலில் தாயாரான புஷ்பவல்லி வரப்பிரசாதியாகத் திகழ்கிறாள். வராகப் பெருமான் தனிசந்நதியில் காட்சியளிக்க, ராமபிரானும் கலையம்சம் கொண்டவராகக் காட்சிதருகிறார். அனைத்து ஆழ்வார்களும் ஆசார்யப் பெருமக்களும் காட்சியளிக்கும் இத்தலத்தில் ஆண்டாள், அனுமன் சந்நதிகளும் அமைந்துள்ளன. தினம் தினம் திருவிழா காணும் தலமாக விளங்கும் இத்தலம் பரிகாரத்தலமாகவும், பிரார்த்தனைத் தலமாகவும் விளங்கி வருகிறது. இங்கும் துலாபாரப் பிரார்த்தனை செய்ய வசதி உள்ளது. அவசர உதவிக்கு அருளும் அருளாளன் என்று இப்பெருமாளை சுவாமி தேசிகன் தன் அஷ்ட புஜாஷ்டகத்தில் போற்றுகிறார்.

பொன்னான வாழ்வு
தரும் பொன்னியம்மன்
(மடிப்பாக்கம்)

சென்னை மடிப்பாக்கத்தில் அமைந்துள்ள கோயிலில் கொலுவிருக்கும் ஸ்ரீதேவிபொன்னியம்மன், அருகிலுள்ள புழுதிவாக்கம் மற்றும் சுற்றுப்பகுதிகளின் எல்லைத் தெய்வமாகவும், கிராம தேவதையாகவும் பல நூற்றாண்டுகளாக அருள்புரிந்து வருகிறாள்; தன்னை அண்டியோர்க்கு சகல மங்களங்களையும் வாரி வழங்கி வருகிறாள்.

காவிரி நதியைப் பொன்னி என்றும் அழைப்பர். வறட்சியான பகுதிகளிலும் பாய்ந்தோடிச்சென்று அவற்றை செழிப்பான பகுதியாக மாற்றுவது காவிரி அன்னையின் இயல்பு. அதுபோல் தம் பக்தர்களின் வறுமை எனும் வறட்சியைப் போக்கி அருள் எனும் வற்றாத செல்வத்தினால் காப்பதால் பொன்னியம்மன் எனப் பெயர்பெற்றாள்.

அருள் மழை பொழியும் கண்களுடன், புன்சிரிப்பு தவழும் முகத்தினளாய், முக்கண்கள் கொண்டு மேல் நோக்கிய கூந்தலுடன் சூலம், டமருகம், கபாலம், பாசம் ஆகியவற்றைத் தன் நான்கு கரங்களிலும் தரித்து, இடக்காலை மடித்து வலக்காலைத் தொங்கவிட்ட நிலையில் திருக்கோலம் அருள்கிறாள்.

சென்ற நூற்றாண்டில் இந்த தேவியை தரிசிக்க வந்த காஞ்சி மாமுனி சந்திரசேகரேந்திரர், தேவியின் பரிபூரண சாந்நித்யத்தை உணர்ந்து அரைமணி நேரம் இங்கு அமர்ந்து தியானம் செய்தாராம்.

சப்தமாதர்களை சுதை உருவில் தாங்கிய மூன்று நிலை ராஜகோபுரம், அடுத்து மகா மண்டபத்தைக் கடந்தால் அன்னையின்

பரிவார தேவதைகளான கன்னிமார்களை தரிசிக்கலாம். பலிபீடம், சூலம், சிம்மவாகனத்தை வணங்கி கருவறையில் கோலோச்சும் ஓங்கார வடிவினளைக் காணும்போதே மனம் குவிகிறது.

ஒவ்வொரு பௌர்ணமி தினத்தன்றும் இந்த அம்பிகைக்கு சிறப்பு அபிஷேகங்களும், வழிபாடுகளும் நடத்தப்படுகின்றன. இதில் பங்கு கொண்டு அன்னையை தரிசிப்போருக்கு திருமணத் தடை நீங்குகிறதாம். அதுமட்டுமா, முழு நிலவன்று இந்த முக்கண்ணியைத் தரிசித்தால் வேலைவாய்ப்பு, மழலை வரம், மேற்படிப்பு, தொழில் மேன்மை, நோயிலிருந்து நிவாரணம், சொத்துப் பிரச்னைகள் சுமுகமாகத் தீருதல் போன்ற பல்வேறு நன்மைகளும் கிட்டுவதாக அனுபவித்த பக்தர்கள் ஆனந்தம் கொப்புளிக்கச் சொல்கிறார்கள்.

ஏதாவது ஒரு கோரிக்கை நிறைவேற வேண்டும் என்றால் நெய் தீபம் ஏற்றி நூற்றியெட்டு முறை அம்பிகையை வலம்வந்தால் கட்டாயமாக அது நிறைவேறுகிறதாம்.

வருடம் முழுவதும் பல்வகை திருவிழாக்களைக் கண்டருளி மனம் களிக்கும் அம்பிகை, காக்கும் கடவுளாய், பேரருள் சக்தியாய் விளங்கி யாவருக்கும் அருள்மழை பொழிந்துகொண்டிருக்கிறாள்.

சென்னை மடிப்பாக்கம் பேருந்து நிலையத்திற்கு அருகில் இத்தலம் உள்ளது.

மனதுக்கினியவர் மணக்குள விநாயகர்

(புதுச்சேரி)

மஞ்சளிலே செய்தாலும் மண்ணிலே செய்தாலும் அருள்பவர் விநாயகப் பெருமான், ஆற்றங்கரை ஓரத்திலும், அரச மர நிழலிலும், அழகுடன் அமர்ந்திருப்பவர். கடற்கரை ஓரத்திலும் அவர் எழுந்தருளியுள்ளார். அது புதுச்சேரி கடற்கரை. அந்தப் பிள்ளையார் & மணக்குள விநாயகர்.

தற்போது இந்திய யூனியன் பிரதேசமாக உள்ள புதுவை, அந்நாளில் பிரெஞ்சு ஆதிக்கத்தின் கீழ் இருந்தது. கடற்கரைப் பகுதியில் பிரெஞ்சுக்காரர்கள் அதிகமாக வசித்துவந்தனர். இந்தப் பகுதியில் ஒவ்வொரு கட்டிடமும் வெள்ளை வெளேர் என்று பெயின்ட் அடிக்கப்பட்டு பொலிவுடன் திகழும். அதனால் இந்தப் பகுதி புதுவையின் வெள்ளை நகரம் என்றும், பிறர் வசித்த பிறபகுதிகள், கறுப்பு நகரம் என்றும் அழைக்கப்பட்டன.

ஆனால், கடற்கரை அருகில் மணக்குள விநாயகர்கோயில் இருந்ததால், கறுப்புநகர மக்கள், வெள்ளை நகரப் பகுதிக்கு வந்துதான் அவரை வணங்க வேண்டியிருந்தது; அவ்வாறே வணங்கி வழிபடவும் செய்தார்கள். இது, பிரெஞ்சுக்காரர்களுக்கு தம் பகுதியில், அடிமைகள் அத்துமீறுவதாகவே பட்டது. வெள்ளை நகரம் ‘கறைபடுகிறதே’ என்று வேதனைப்பட்ட அவர்கள், அந்தக் கறை போக வேண்டுமானால். அதற்கு மூல காரணமாக இருக்கும் கணபதியை காணாமல் போக்கிவிடுவதுதான் ஒரே வழி என்று தீர்மானித்தார்கள்.

எனவே, அதற்காக அவர்கள் ஒரு திட்டம் தீட்டினார்கள். அதாவது பக்தர்கள் அந்தக் கோயிலுக்கு வருகிறார்கள் என்றால்,

அவர்களை ஈர்ப்பது அந்தக் கோயிலில் இருக்கும் விக்ரகம்தான். அதை அங்கே இல்லாமல் ஆக்கிவிட்டால், அவர்கள் வருவதும் நின்றுவிடும் அல்லவா? அதே சமயம் அந்தத் திட்டத்தை அவர்கள் ரகசியமாகவே நிறைவேற்ற விரும்பினார்கள். ஏனென்றால் அது பக்தர்களுக்குத் தெரிந்துவிட்டால், அதனால் ஏதேனும் குழப்பம் ஏற்பட்டு, இந்தியாவின் பிற பகுதிகளை ஆட்சி செய்யும் ஆங்கிலேயருக்கு அது சாதகமாக அமைந்துவிடக் கூடாதே என்று அவர்கள் யோசித்தார்கள். பாண்டிச்சேரி தவிர, கோவா பகுதியை மட்டும் தம் ஆதிக்கத்துக்குக் கொண்டுவந்த அவர்கள், அவற்றை, குறிப்பாக பாண்டிச்சேரியை ஆங்கிலேயர் தம்மிடமிருந்து பறித்துவிடக்கூடாது என்பதில் முனைப்பாக இருந்தார்கள். அதற்கு எந்த சிறு வாய்ப்பும் கொடுத்துவிடக்கூடாது என்பதிலும் அவர்கள் எச்சரிக்கையாக இருந்தார்கள். விநாயகர் கோயிலில் பக்தர்கள் குழுமுவதை தடுப்பதில் ஏதேனும் குழப்பமோ அதனால் உள்நாட்டு எதிர்ப்போ கிளம்புமானால் அது தன் பகைவருக்கு தாங்களாகவே வழிகாட்டுவதுபோல அமைந்துவிடும் என்றும் அவர்கள் யோசித்தார்கள். ஆகவே மிக ரகசியமாக அவர்கள் இரவோடு இரவாக, கோயிலில் இருந்த பிள்ளையார் சிலையைத் தூக்கிக் கொண்டு போய் கடலில் போட்டுவிட்டார்கள். 'அப்பாடா' என்று நிம்மதிப் பெருமூச்சு விட்டார்கள்.

ஆனால், அந்த நிம்மதி அடுத்த நாள் காலைவரைகூட நீடிக்கவில்லை. கோயிலுக்கு வழக்கம்போல பக்தர்கள் வந்து போய்க்கொண்டுதானிருந்தார்கள். குழப்பம் ஏதுமில்லை. விசாரித்து பார்த்தபோது, விநாயகர் விக்ரகம், முதலில் வீற்றிருந்து அருள் பாலித்த அதே இடத்திலேயே மீண்டும் தரிசனமளித்தது தெரியவந்தது. அதிர்ந்து போனார்கள் பிரெஞ்சு அதிகாரிகள். அந்த ரகசியத் திட்டம் தமக்குள்ளேயே இருக்கும் யாராலோதான் தவிடுபொடியாகிவிட்டது என்று சந்தேகப்பட்டார்கள். ஆனாலும் தங்கள் நடவடிக்கையிலிருந்து அவர்கள் பின்வாங்க விரும்பவில்லை. மறுபடியும் அதே முயற்சியை மேற்கொண்டார்கள்.

இந்தமுறை பிரெஞ்சு உயரதிகாரி ஒருவரும் பங்கேற்றார். விநாயகர் சிலை கோயிலிலிருந்து யார் கவனத்துக்கும் ஆட்படாமல் எடுத்து வரப்படுவதையும், அதைப் படகில் ஏற்றுவதையும், படகு கடலில் வெகுதூரத்துக்குப் பயணிப்பதையும், அந்தத் தொலைவில் விக்ரகம் கடலில் வீசி எறியப்படுவதையும் அவர் நேரில் கண்டார். கடலுக்குள் சென்ற கல் மீளாது என்ற பெருநம்பிக்கையுடன் கரை திரும்பினார்கள். கூடவே மறுநாள் கோயிலில் விக்ரகத்தைக் காணாமல் பக்தர்கள் பரிதவிக்கப்போவதையும், குழப்பம் நிலவுவதையும் மனக்கண்ணால் கண்டார். பிறகென்ன, விநாயகர் சிலை எங்கே போயொற்றோ என்று கொஞ்சநாளைக்கு

ந. பரணிகுமார்

அல்லாடுவார்கள். பிறகு இனி இங்கே வரமாட்டார்கள். நம்மை விட்டு விலகி வெகுதூரத்தில் தம் பகுதியிலேயே ஏதேனும் கோயில் அமைத்துக் கொள்வார்கள். நமக்குத் தலைவலி விட்டது என்றும் அவர் நிம்மதி பெற்றார்.

மறுநாள் பிரெஞ்சுக்காரர்களைப் பொறுத்தவரை பொழுது விபரீதமாக விடிந்தது. விநாயகர் கோயிலில் வழக்கமான பக்தர்கள் கூட்டம், அர்ச்சனை, ஆராதனை, வழிபாடு.... அதிகாரிகள் அந்த அற்புதத்தைக் கண்டு உறைந்துதான் போனார்கள். விநாயகர் அதே இடத்தில் கொலுவிருந்து பக்தர்களுக்கு வழக்கமான தரிசனம் தந்துகொண்டிருந்தார். விநாயகரைத் தூக்கிப்போய் கடலுக்குள் வீசியெறிந்தது உண்மை. ஆனால் அந்தச் சிலை மீண்டுவந்தது எப்படி? அதிகாரிகள் மிரண்டார்கள்; மருண்டார்கள்.

அடுத்து என்ன செய்யலாம் என்று யோசிக்கும்போதே அடுத்தடுத்த நாட்களில் விநாயகர், நூற்றுக்கணக்கில் அதிகமாக பக்தர்களை ஈர்க்க ஆரம்பித்துவிட்டார். அதுமட்டுமல்ல, உறுதியான, நிரந்தரமான ஆலயம் ஒன்றும் அங்கே அவருக்காக உருவானது.

தங்கள் திட்டம் செயலிழந்தது கண்டு, பிரெஞ்சுக்காரர்கள் ஏமாற்றமடைந்தாலும், அந்த தெய்வீக சக்தியிடம் மீண்டும் தாம் விளையாடக்கூடாது என்று தெளிந்தார்கள். அதுமட்டுமல்ல, பிரெஞ்சுக்காரர்கள் சிலரே காலப்போக்கில் மணக்குள விநாயகரை வழிபடத் தொடங்கினார்கள். அவர்களுக்குள் இப்படி ஒரு மனமாற்றத்தை ஏற்படுத்திய இந்த விநாயகர், இதனால் 'வெள்ளைக்காரப் பிள்ளையார்' என்றும் பெயர்பெற்றார்.

புதுவையில் அனைத்து மதத்தினரும் இன்று வணங்கிவரும் மணக்குளவிநாயகர் கோயில் 17ம் நூற்றாண்டில் கட்டப்பட்டது. அப்போது அங்கு இருந்த திருக்குளத்தில் வற்றாத சுவையான நீர் நிரம்பியிருந்தது. மணற்பாங்கான பகுதியாதலால் இது மணற்குளம் என்று அழைக்கப்பட்டது. இதுவே காலப்போக்கில் மணக்குளம் என்றாகி இங்கு அருளும் பிள்ளையார், மணக்குள விநாயகர் என்றானார். இந்த ஆலயத்தின் விமானம் தங்கத் தகடுகளால் வேயப்பட்டுள்ளது. இவர் மீது பாரதியாருக்கு தனி பிரியம் உண்டு; பாடல்கள் புனைந்துள்ளார்.

ஐயமெல்லாம் தீர்த்தருள்வார் ஐநூற்றீஸ்வரர்
(மாத்தூர்)

ஈசனின் அருளாற்றல் பொங்கும் தலங்களில் மாத்தூர் தனிச்சிறப்பு பெற்றது. கொங்கணச் சித்தர் ரசவாதத்தைப் பயன்படுத்தி இத்தலத்தில் தங்கம் தயாரிக்க முயன்றார். ஆனால் ஓர் அற்பனாக வெறும் தங்க வேட்கையில் தன் வாழ்வைக் கடைத்தேற வைக்கும் வழியைத் தொலைத்த முனிவரைத் தடுத்தாட்கொள்ள நினைத்தார், ஈசன். சிவ லீலை தொடங்கியது.

கொங்கணருக்கு தண்ணீர் தாகம் மிகுதியாக இருந்தது. சிவாலயத்தின் வாயிலில் வந்து நின்றார். 'தண்ணீர்...தண்ணீர்' என்று கேட்டு, அங்கே நின்றிருந்த ஒருவரைப் பார்த்து இறைஞ்சினார். அந்த ஒருவர் பிட்சாடனராக வந்த ஈசன்தான்.

"ஐயா... எத்தனையோ சித்து வேலைகளைச் செய்யத் தெரிந்த உமக்கு தாகத்தை தணித்துக் கொள்ளத் தெரியவில்லையே!" என்று கேலியாகக் கேட்டார் பிட்சாடனர்.

சட்டென்று கொங்கணர் அவரை உற்றுப்பார்த்தார். ஆனாலும், "என்ன செய்து தாகத்தை தணித்துக் கொள்ளச் சொல்கிறீர்கள்?" என்று கேட்டார்.

"நான் சொல்லிதான் நீங்கள் தெரிந்துகொள்ள வேண்டுமா? உங்க சித்து வித்தையால் தங்கக் குழம்பைத் தயாரித்து அதன் மூலம் உங்கள் தாகத்தைத் தீர்த்துக்கொள்ள முடியாதா உங்களால்?" என்று கொங்கணரை ஆழ்ந்து பார்த்தபடி கேலியாகக் கேட்டார் ஈசன். "உங்களுக்கு ஏற்பட்டிருப்பது வெறும் தண்ணீர் தாகமல்ல; ஆசை தாகம்; பொன் ஆசை தாகம். இப்படி ஒரு தாகம் கொள்வது உங்களைப் போன்ற சித்தருக்கு அழகா, யோசியுங்கள்."

ந. பரணிகுமார்

கொங்கணர் பளிச்சென்று நிமிர்ந்தார். தனக்கு இப்போது ஞான தாகத்தைத் தீர்ப்பது பிரபஞ்சப் பேரருவியே என்பதை உணர்ந்தார். அந்தக் கணமே தங்கம் தயாரிக்கும் தன் எண்ணத்தை மாற்றிக் கொண்டார். இப்படி அவருடைய மனத்தையே புடம் போட்ட, மாற்றத்துக்கு காரணமாக இருந்ததால் இத்தலம் மாற்றூர் என்று அழைக்கப்பட்டது. அது மருவி தற்போது மாத்தூர் என்றாகிவிட்டது. நகரத்தார்களின் ஒன்பது முக்கிய கோயில்களில் இதுவும் ஒன்று.

ஆலய கோபுரத்தில் கொங்கணச் சித்தர் முதலான 27 தவயோகிகள் வீற்றிருக்கிறார்கள். ராமகிருஷ்ணர், விவேகானந்தர், ரமணர் போன்ற மகான்களும் இடம்பெற்றிருப்பது கூடுதல் சிறப்பு. இத்தல விநாயகருக்கு 'கலங்காது கண்ட விநாயகர்' என்று பெயர். நகரத்தார் கடல் வணிகம் செய்யும்போதும், புதிதாக தொழில் தொடங்கும்போதும் கலங்காமல் மன உறுதியுடன் அந்தப் பொறுப்புகளை மேற்கொள்ள அருளியதால் அவருக்கு அந்தப் பெயர். இதனாலேயே இவ்வூரில் பிறந்த மக்கள் வேறு எந்த ஊரில் வாழ்ந்தாலும், அங்கு விநாயகர் கோயிலை அவர்கள் நிர்மாணிக்கும் பட்சத்தில், அந்த விநாயகரும் 'கலங்காது கண்ட விநாயகர்' என்றே அழைக்கப்படுகிறார்! இந்த விநாயகரின் கருவறை விமானத்தில் அவருடைய லீலைகளை விளக்கும் சிற்பங்கள் நிறைந்திருக்கின்றன. எந்த விஷயத்திலும் முடிவெடுக்க முடியாத கலக்கத்துக்கு ஆட்பட்டவர்கள் இவரை வணங்கினால் எளிமையான, சுமுகமான தீர்வு கிடைத்துவிடுவதாக சொல்கிறார்கள்.

கோயிலில் மூலவராக ஐநூற்றீஸ்வரர் திகழ்கிறார். ஏன் அவர் இப்படி அழைக்கப்படுகிறார்? அந்நாளில் நகரத்தார் கடல் வாணிபம் செய்தபோது ஐநூறு பேர் கொண்ட பெருங்கூட்டமாகவே கப்பலில் சென்று வந்தார்கள். தாம் வழிபடும், தங்களைக் காக்கும் ஈசன். தங்களுடன், உடன் வருவதான நம்பிக்கையுடன் அவர்கள் பயணப்பட்டார்கள். அவர் அதனால் அவர்களில் ஐநூற்று ஒருவராகக் கருதப்பட்டார். அதனாலேயே அவர் ஐநூற்றீஸ்வரர். இந்த ஆலயத்தில் நந்தியம்பெருமான் வித்தியாசமாகக் காட்சியளிக்கிறார். நான்கு சிம்மங்கள் நான்கு திசைகளை நோக்கி அமர்ந்திருக்க, அவற்றின் தலைமீது உள்ள ஒரு கல்பீடத்தின் மீது நந்தியம்பெருமான் வீற்றிருக்கிறார். இத்தல இறைவி பெரியநாயகி என வணங்கப்படுகிறார். இரு கரங்களுடன் தாமரைமலர் பீடத்தின் மீது நின்ற திருக்கோலத்தில் அருட்காட்சியளிக்கிறாள். வலதுகை தாமரை மலரைத் தாங்க, இடது கை தாழ் கையாக 'லோல' முத்திரையுடன் காணப்படுகிறது. திருமுடியை கரண்ட மகுடம் அலங்கரிக்கிறது. வித விதமான அணிகலன்களால் அன்னை மிளிர்கிறாள். நாயகியின் திருமுகம் சற்றே சாய்ந்த நிலையில்,

நலம்தானே என அன்போடு கேட்கும் பாவனையில் உள்ளது, சிலிர்க்க வைக்கிறது.

மகாமண்டப வாயில் படிகள், அதில் அமைக்கப்பட்டுள்ள இரு யானைச்சிற்பங்கள்,துவாரபாலகர்களின் பீடங்கள் எல்லாம் சேர்த்து ஆறு மீட்டர் நீளமுள்ள ஒரே கல்லில் வடிவமைக்கப்பட்டுள்ளது, அற்புதம். முகமண்டப விதானத்தில் பன்னிரண்டு ராசிகளும் அழகுற செதுக்கப்பட்டுள்ளன. 12ம் நூற்றாண்டில் கண்டெடுக்கப்பட்ட ஆதிலிங்கம் பரவசப்படுத்துகிறது. கன்னிமூல கணபதி, விசுவநாதர் விசாலாட்சி, ஸ்ரீதேவி&பூதேவி சமேத வரதராஜப்பெருமாள், பிட்சாடனர், பைரவர், தட்சிணாமூர்த்தி, ஆறுமுகப் பெருமான் ஆகிய தெய்வங்கள் தனித்தனி சந்நதிகளில் அருள்பாலிக்கிறார்கள்.

தல விருட்சமான மகிழமரம். வழிபோடுவோர்க்கு மகிழ்ச்சியை தருகிறது. மகிழம் பூக்கும்; ஆனால் காய்க்காது. மகத்தான இந்த மகிழ மரத்தடியில் ஆனந்த முனீஸ்வரரை தரிசிக்கிறோம். சாக்கோட்டை முனிவர் இவ்வூருக்கு வந்தபோது, அத்தியயன பட்டர் சின்னச்சாமி ஐயர் என்பவர் தன்னுடைய மந்திர சக்தியினால் அவரை இங்கேயே தங்கி அருள்புரியும்படி வேண்டிக் கொள்ள, அதன்படி இங்கே நிலை கொண்டவராம் இவர். தன்னை வழிபடுவோர்க்கு ஆனந்தத்தை அளித்ததால் ஆனந்த முனீஸ்வரர் என இவர் கொண்டாடப்படுகிறார். சண்டிகேஸ்வரர் சந்நதி முழுதும் வெள்ளைக்கல்லால் ஆனது. அதன் விதானத்தில் ஒரு துளையிடப்பட்டுள்ளது. அத்துளை வழியே மழைநீர் இறங்கி விமானத்தை சுத்தம் செய்யும் விதமாக உள்ள அமைப்பு, கட்டடக் கலையின் நுண்ணிய திறமைக்கு ஒரு சான்று.

ஆலயத்தில் உள்ள விழா மண்டபம் 42 தூண்களுடன், 54 வெள்ளைக் கற்களை வரிசையாக அமைத்து 17 மீட்டர் அகலமும் 21 மீட்டர் நீளமும் கொண்டதாக காணப்படுகிறது. இதில் மூன்றாவது தூணில் காணப்படும் ரிஷபகுஞ்சரம் எனும் யானையும் காளையும் சேர்ந்த சிற்பம், ஒன்பதாவது தூணில் காணப்படும் மனிதத் தலையும் சிங்க உடலும் கொண்ட மனித&மிருக சிற்பம் போன்றவை குறிப்பிடத் தக்கவை.

ஆலயத்தில் காரண ஆகமமுறைப்படி ஐந்துகால பூஜைகள் நடைபெறுகின்றன. திருவாதிரைத் திருநாள் அன்று சிவகாமி அம்மனின் ஊடலைத் தீர்க்க நடராஜப் பெருமான் மாணிக்கவாசகரைத் தூது அனுப்பி ஆலயச் சொத்துகளை அன்பளிப்பாகத் தருவதாக சொல்லி ஊடல் தீர்க்கும் படலம் விசேஷம். இது தவிர கார்த்திகை, மாசி சிவராத்திரி, பிரதோஷ விழா, நவராத்திரி விழா என ஆலயம் களைகட்டுகிறது.

இந்த ஆலயத்தில் நடைபெறும் ஆயுஷ்யஹோமம் புகழ்பெற்றது.

பக்தர்களின் தடைகளைத் தகர்த்து, அவர்களை பயத்திலிருந்து காக்கும் விநாயகரையும், மன உறுதியையும் உழைப்புத் திறனையும் தரும் ஈசனையும், பெருங்கருணைபுரியும் அம்பிகையையும், ஆனந்தத்தை தரும் முனீஸ்வரரையும், உணவுப்பஞ்சம் வராமல் காக்கும்பிட்சாடனரையும்,துயரங்களைத்துடைக்கும்பைரவரையும் தரிசித்து பலநூறு பக்தர்கள் நலம் பல பெற்றிருக்கிறார்கள்.

காரைக்குடி, தேவகோட்டையிலிருந்து இத்தலத்திற்கு பேருந்துகள் உள்ளன. காரைக்குடியிலிருந்து 6 கி.மீ தொலைவில் உள்ளது ஐநூற்றீஸ்வரர் கோயில்.

மங்கலம் அருள்வாள் மத்தூர் மகிஷாசுரமர்த்தினி

மகிஷாசுரனை பராசக்தி வதம் செய்ய எடுத்த கோலம் மகிஷாசுரமர்த்தினி எனப்படுகிறது. விஜயன் எனும் அர்ஜுனன் இந்த அம்பிகையை நோக்கி தவமிருந்துதான் போரின் வெற்றிக்கு வழிதேடிக் கொண்டான். அன்னை மகிஷாசுரமர்த்தினி திருக்கோலத்தை பல்வேறு தலங்களில் தரிசிக்கலாம். ஆனால் பெரும் நிதியாகதானே பூமிக்குள் புதையுண்டு கிடந்து, திடீரென ஒரு நாள் பக்தர்கள் நலம் பெற பொக்கிஷமாக கிடைத்தவள்தான் மத்தூர் மஹிஷாசுரமர்த்தனி.

மத்தூர் எல்லையில் 1934ம் வருடம் அரக்கோணம் & ரேணிகுண்டா இரண்டாவது ரயில்பாதை பணி நடைபெற்றது. அப்போது சக்திமேடு என்ற இடத்தில் வேலையாட்கள் கடப்பாரையால் பள்ளம் தோண்டினர். அந்த சமயத்தில் டங் டங் என்ற சத்தம் கேட்டது. அந்த வேலையாட்கள் மயங்கி விழுந்தனர். சத்தம் கேட்ட இடத்தில் மண்ணை அகற்றி பார்த்தபோது அதியற்புதமான அஷ்டபுஜ மகிஷாசுரமர்த்தினியின் திருவுருவச்சிலை கிடைத்தது. மண்ணில் கிடந்தாலும் அன்னையின் கம்பீர உருவம் எந்த சிதைவுமின்றி மீட்டெடுக்கப்பட்டது. சிலை பல ஆண்டுகளாக பூமிக்குள் கிடந்தபோது, அப்பகுதி சக்திமேடு என பெயர்பெற்று விளங்கியிருப்பது ஆச்சரியமான விஷயம்.

எருமைத்தலைகொண்ட மகிஷாசுரன் எனும் அசுரன் கடுந்தவம் செய்து கன்னிப்பெண்ணை தவிர தனக்கு வேறு யாராலும் மரணம் நேரக்கூடாது என்று வரம் பெற்றிருந்தான். அந்த ஆணவத்தில் தேவர்களையும், முனிவர்களையும் துன்புறுத்தி வந்தான்.

ந. பரணிகுமார்

தேவர்களும் முனிவர்களும் பராசக்தியை பணிந்து மகிஷாசுரனை அழிக்குமாறு வேண்டினார்கள்.

அவர்களின் கோரிக்கையை உடனே ஏற்றாள் பராசக்தி. அழகிய கன்னிகையாக உருவெடுத்தாள். தன்னை அழிக்க வந்தவளே இவள்தான் என்று அறியாத மகிஷன் அவளது அழகில் மயங்கி, தன்னை திருமணம் புரியும்படி வேண்டினான். அம்பிகை மறுக்கவே அவளோடு போர் புரியத் துவங்கினான். உலக நாயகியான தேவி எட்டுக்கரங்கள் உடைய துர்க்கையாக விஸ்வரூபம் எடுத்து மகிஷனை வதம் செய்தாள். உயிர் பிரியும் நேரத்தில் தன் தவறை உணர்ந்தான் மகிஷன். அன்னையின் திருவடிகளில் சரண் புகுந்தான். அன்னை அவன் உடல்மீது ஏறிநின்று ஆனந்தத் தாண்டவம் ஆடினாள்.

இந்த அற்புதத் தோற்றமே மத்தூரில் அமைந்துள்ளது. ஏழடி உயரத்தில் எழில் கோலத்தில் நிற்கும் மகிஷாசுரமர்த்தினியின் தரிசனம் கண்களை பனிக்கச்செய்கிறது. எட்டுத் திருக்கரங்களிலும் ஆயுதங்கள் தரித்திருந்தாலும் அவள் திருமுகமண்டலம் சாந்தமே உருவாய் திகழ்கிறது. அகத்தியர், கௌசிகர் போன்ற மாபெரும் முனிவர்களால் எழுதப்பெற்ற ஓலைச்சுவடிகளில் மகிஷாசுரமர்த்தினியின் மகாத்மியம் விளக்கப்பட்டிருக்கிறது. அன்னையின் அருளால் தம் துன்பங்களிலிருந்து விடுபட்ட பக்தர்கள் அம்பிகைக்கு செய்ய வேண்டிய நேர்த்திக்கடன்கள் பற்றியும் விரிவாக குறிப்பிடப்பட்டுள்ளன.

இத்தலத்தில் செவ்வாய், வெள்ளி, ஞாயிற்றுகிழமைகளில் ராகுகாலச் சிறப்பு பூஜைகள் நடத்தப்படுகின்றன. அமாவாசை அன்று பகல் 12 மணிக்கு 108 பால்குட அபிஷேகமும், பௌர்ணமி நாட்களில் இரவு 9 மணி முதல் 11 மணி வரை நவக்கலச பூஜைகளும் 108 சங்காபிஷேகமும் நடை பெறுகின்றன. பௌர்ணமி நாட்களில் சிறப்பு பேருந்துகள் திருத்தணியிலிருந்து இயக்கப்படுகின்றன.

திருத்தணி&திருப்பதி சாலையில் திருத்தணியிலிருந்து 8 கி.மீ தூரத்தில் பொன்பாடி ரயில்நிலையத்திற்கு மேற்கே 2 கி.மீ தூரத்தில் அமைந்துள்ளது இந்த தலம்.

மழலை வரம் தரும் மகாதேவி

(மேலூர்)

சிவாலயமாக இருந்தாலும், அங்கு அருளும் அம்பிகையின் பெயரிலேயே அந்த ஆலயம் புகழடைந்திருக்கும். அதாவது, அம்மனின் பெயரைச் சொல்லியே அக்கோயிலை குறிப்பிடுவார்கள். மதுரை மீனாட்சியும், திருவானைக்கா அகிலாண்டேஸ்வரியும் உதாரணங்கள். இவ்வாறு இறைவியின் நாமத்தால் குறிப்பிடப்படும் ஆலயங்களுள் சென்னையை அடுத்துள்ள மேலூர் சிவன்கோயிலும் ஒன்று.

அனைத்திற்கும் ஆதாரமாகத் திகழ்பவளான பராசக்திதான் பலவித காரணங்களுக்காக பல்வேறு வடிவங்களோடு பல்வேறு தலங்களில் அருள்கிறாள். பராசக்தியிலிருந்து ஆதிசக்தியும், ஆதிசக்தியிலிருந்து இச்சாசக்தி, ஞானசக்தி, கிரியாசக்திகளும் தோன்றிஉலகைப்படைத்து,இயக்கிஇறுதியில்வீடுபேறு அருள்வதாக தேவிபாகவதம் கூறுகிறது. இப்படி முப்பெரும் நிலைகளில் இயங்கி, அகில உலகையும் காத்தருளும் அகிலாண்டகோடி பிரமாண்ட நாயகியின் அமர்விடமே முக்கோணங்கள் நிறைந்த ஸ்ரீசக்ரம்தான்.

இச்சாசக்தி, ஞானசக்தி, க்ரியாசக்தி ஆகிய முப்பெரும் சக்திகளுக்குரிய திருத்தலங்களாக மேலூர், திருவொற்றியூர், வடதிருமுல்லைவாயில் ஆகியன திகழ்கின்றன. அவற்றுள் இச்சா சக்தியாக திருவுடையம்மன் அருள் வழங்கும் தலம், மேலூர். சென்னை&மீஞ்சூர் சாலையில், சென்னையிலிருந்து சுமார் 40 கி.மீ தொலைவில் அமைந்துள்ளது மேலூர். சாலையின் இடப்புறம் அருள்மிகு திரிபுரசுந்தரி உடனுறை அருள்மிகு திருமணங்கீசர் ஆலயம் என எழுதப்பட்ட அலங்கார வளைவு நம்மை

வரவேற்கிறது. இவ்வளைவிலிருந்து சுமார் 1 கி.மீ தொலைவில் ஆலயம் அமைந்துள்ளது.

ஆலயத்துள் நுழைந்ததும் வலதுபுறத்தில் அம்பாள் சந்நதி, தெற்கு நோக்கி அமைந்துள்ளது. அன்னை தன் மேலிருகரங்களில் பாசாங்குசத்தைக் கொண்டிருக்கிறாள். கீழிரு கரங்களில் அபய & வரத முத்திரைக் காட்டி அருள் காட்சித் தருகின்றாள். தேவியின் கண்களில் ஒளிரும் கருணை நம் மனதை குளிர்விக்கிறது. பெரிய ஆலயங்களில் அருளும் அம்பிகையின் அலங்கார அணிகளோ, ரத்னாபரணங்களின் ஜொலி ஜொலிப்போ இல்லையென்றாலும் தஞ்சமென நாடி வரும் அடியவரை எக்காலமும் காப்பேன் எனச் சொல்லாமல் சொல்கிறது, அன்னையின் ஆனந்தப் புன்னகை பூத்த திருமுகம். உலகத்தில் உள்ள சகல நன்மைகளையும் அருளும் இவளை மங்களநாயகி தாயே என பக்தர்கள் பாசத்தோடு அழைத்து தொழுகிறார்கள். அன்னையின் சந்நதியில் பக்தைகள் லலிதா ஸஹஸ்ரநாம பாராயணம் செய்வது வழக்கம். இதனால் தங்களின் வாழ்வு வளம் பெறுவதாக சொல்கிறார்கள், பலனடைந்த பக்தர்கள். அம்பாளின் திருமுன் சிம்மமும், பலிபீடமும், கொடிமரமும் காணப்படுகின்றன.

அம்பாள் சந்நதிக்கும் கொடிமரத்துக்கும் இடையில் அமைந்துள்ள அழகிய மண்டபத்தை மிளகு மாற்றியான் மண்டபம் என குறிப்பிடுகிறார்கள். அதற்குப் பின்னணியில் ஒரு சுவையான சம்பவம் இருக்கிறது. நாயக்க மன்னராட்சிக் காலத்தில் மிளகுக்குச் சுங்கவரி வசூலிக்கும் வழக்கம் இருந்தது. இப்பகுதிக்கு ஒரு வணிகன் மிளகு மூட்டைகளுடன் வந்தான். வரி செலுத்த விரும்பாத அவன் தன் மூட்டைகளில் பயறு இருப்பதாக அதிகாரிகளிடம் பொய் சொன்னான். சந்தைக்குச் சென்று மூட்டைகளைப் பிரித்துப் பார்த்த வணிகன், மிளகு மூட்டைகள் பயறு மூட்டைகளாக மாறி இருந்ததைக் கண்டு பதறித் துடித்தான். பின் மனம் வருந்தி இச்சா சக்தியாக அருள்புரியும் திரிபுரசுந்தரியிடம் மன்னிப்பு கேட்டான். மனம் திருந்திய வணிகனுக்கு அருள்புரிந்திட திருவுளம் கொண்ட தேவி பயறுமூட்டைகளை மீண்டும் மிளகுமூட்டைகளாக மாற்றினாள். அன்னையின் மகிமையை அனுபவ பூர்வமாய் உணர்ந்த அந்த வணிகன் சுங்கவரியாக செலுத்தவேண்டிய பணத்தை ஆலயத்திற்கு காணிக்கையாகச் செலுத்தினான். அம்பாள் சந்நதிக்கு முன் மண்டபத்தையும் கட்டிக் கொடுத்தான். அதுதான் மிளகுமாற்றியான் மண்டபம்.

திருமணங்கீசர், அம்பிகை ஆலயத்திற்கு மேற்கே தனிச்சந்நதியில் கிழக்கு நோக்கி அருள்கிறார். இவரை சுகந்தபுரீஸ்வரர் என்றும் அழைக்கிறார்கள். ஆதிகாலத்தில் அடர்ந்த வனப்பகுதியாகயிருந்த இந்த இடத்தில் செல்வந்தர்

ஒருவரின் பசு தினமும் காட்டில் மேய்ந்து விட்டு வீட்டிற்கு வந்து தன் கன்றுக்கு மட்டும் பால் கொடுத்துவிட்டு மீண்டும் காட்டிற்குச் சென்று விடுமாம். இதைக் கேள்விப்பட்ட அந்தச் செல்வந்தர் தானே அதன் காரணத்தைக் கண்டறிய பசுவைப் பின் தொடர்ந்தார். அங்கே அவருக்கு ஒரு அதிசயம் காத்திருந்தது. பசு செல்லும் திசையிலிருந்து நாகலிங்கப்பூவின் நறுமணம் வீசியது. ஒரு குறிப்பிட்ட இடத்திற்கு வந்து, அங்கிருந்த புற்றின் மேல் பசு பால் சொரிவது கண்டு வியந்தார். உடனே புற்றை இடித்துப் பார்த்தார். அதில் சிவலிங்கம் வெளிப்பட்டதைக் கண்ட அவர், ஆனந்தத்தோடு அந்த இடத்திலேயே அரனுக்கு ஒரு ஆலயம் அமைத்து வழிபட்டார். லிங்கம் இருந்த பகுதியைச் சுற்றி நாகலிங்கம் மற்றும் சரக்கொன்றை மரங்கள் இருந்தனவாம். மலர்களின் சுகந்தம் சூழ அமர்ந்திருந்த இப்பெருமானை, மக்கள் சுகந்தபுரீஸ்வரர் என அழைத்தனர். காலப்போக்கில் இறைவன் திருமணங்கீஸ்வரர் ஆனார். இப்போதும் மண்புற்றுதான் சிவலிங்கமாக உள்ளது. அதன்மேல் செப்புக்கவசம் சார்த்தி அபிஷேக ஆராதனைகள் செய்துவருகின்றனர்.

உள் பிராகாரத்தில் சூரியன், பைரவர், வீரபத்திரர், விநாயகர், சுப்ரமண்யர், காசி விஸ்வநாதர், விசாலாட்சி, காளத்திநாதர், நால்வர், மகாலட்சுமி ஆகியோர் அருள்கிறார்கள். கருவறை கோஷ்ட தேவதைகளாக நின்ற கோலத்தில் கணபதி, தவக்கோல தட்சிணாமூர்த்தி, லிங்கோத்பவர், பிரம்மா, விஷ்ணு, துர்க்கை ஆகியோர் தரிசனம் தருகின்றார்கள். சுவாமி சந்நதிக்கு முன்புறம் 24 தூண்கள்கொண்ட கருங்கல் மண்டபம் ஒன்று இருக்கிறது. தூண்களில் அதியற்புதமான சிற்பங்களை காணலாம். மண்டபத்தின் வடகோடியில் உற்சவ மூர்த்திகளை தரிசிக்கலாம். குறிப்பாக நடராஜ மூர்த்தி அழகு, பேரழகு!

முதலில் செங்கல் கட்டடமாக இருந்த ஆலயம் சோழர்காலத்தில் கற்றளியாக மாற்றியமைக்கப்பட்டிருக்கிறது. இத்தலத்திற்கு வருகை தந்த பாண்டிய மன்னன் சுந்தரபாண்டியத்தேவர் அப்போது கோயிலின் சீர்கேட்டைக் கண்டு மனம் வருந்தி உடனே திருப்பணிகளை மேற்கொண்டிருக்கிறான்.

பௌர்ணமி தினத்தில் மேலூர் திருவுடையம்மனை முதலில் இச்சா சக்தியாய் வழிபட்டு, அடுத்து ஞான சக்தியான திருவொற்றியூர் திரிபுரசுந்தரியைத் தரிசித்து, அடுத்து கிரியாசக்தியான திருமுல்லைவாயில் லதாமத்யம்பா எனும் கொடியிடை அம்மனைத் தரிசிப்பதன் மூலம் மூவரின் அருளும் கிடைக்கிறது என பக்தர்கள் கூறுகின்றனர். இந்த மூன்று தேவியரின் திருவுருவச் சிலைகளையும் ஒரே சிற்பிதான் வடித்தாராம். பார்வதி&பரமேஸ்வரர் அச்சிற்பிக்கு வரமருள முன்வந்தபோது, அச்சிற்பியோ, 'எனக்கொன்றும்

வேண்டாம். வெள்ளிக்கிழமை அன்று வரும் பௌர்ணமியில் இம்மூன்று தேவியரையும் தரிசிப்பவர்களுக்கு நல்லன தந்தருள வேண்டும்' எனக் கேட்டுக் கொண்டாராம். அதன்படி இத்தலம் வருவோரின் குறைகளை சடுதியில் களைந்தருள்கிறார் இத்தல ஈசன். அன்னை திருவுடையம்மனோ, தன் பக்தர்களுக்கு மழலை வரம், திருமண வரம் தருவதில் கருணையை மழையாய் பொழிந்தருள்கிறாள்.

வெற்றி தருவார் வாலீஸ்வரர்

(சென்னை - மயிலாப்பூர்)

வாலி, ராமாயண காவியத்தின் முக்கிய கதாபாத்திரம். பராக்ரமசாலி. சிறந்த சிவபக்தன். யாருடன் நேருக்கு நேர் போர்புரிந்தாலும் எதிராளியின் பலத்தில் பாதி தனக்குக் கிடைப்பதாகிய ஈசனிடம் வரம் பெற்றவன். அதனால் தான் ராமச்சந்திரமூர்த்தியே வாலியை மறைந்திருந்து வதம் செய்ய வேண்டியிருந்தது. அத்தகைய வாலி வணங்கிய ஈசன் திருக்கோயில் சென்னை மயிலாப்பூரில் உள்ளது.

மேருமலையில் உள்ள தடாகத்தில், பேரழகி ஒருத்தி நீராட வந்தாள். ரிக்ஷாஜசு என்பது அவள் பெயர். அவளை மணக்க விரும்பிய தேவேந்திரனிடம், தன்னை மணக்க வேண்டுமானால் தான் கூறும் நிபந்தனைகளுக்கு உட்பட வேண்டும்; அதற்குச் சம்மதித்தால் தன்னை மணக்கலாம் என்றாள் அந்தக் கன்னி. அந்த நிபந்தனைகளையும் விவரித்தாள்:

“தாங்கள் என்னை மணக்க வேண்டுமெனில், நமக்குப் பிறக்கும் குழந்தை சிவபூஜை செய்வதில் நிகரற்றவனாக இருக்க வேண்டும். அரிய பெரிய சிவலிங்க மூர்த்தங்களை வழிபடும் வழக்கம் உள்ளவனாக இருக்க வேண்டும். எதிரிகளை வெல்லும் ஆற்றல் கொண்டவனாகவும், வைத்திய சாஸ்திரங்கள் தெரிந்தவனாகவும் இருக்கவேண்டும். அது மட்டுமல்ல மற்றவர்களைப் போல நோயாலோ, மூப்பாலோ அல்லது வேறு எந்த அற்ப காரணங்களாலோ அவன் இறுதி மூச்சை விடக்கூடாது. யாரேனும் ஓர் அவதார புருஷனாலேயே அவன் வாழ்வும் முடிய வேண்டும்.

அப்படிப்பட்ட பராக்கிரமசாலியான ஒரு குழந்தையை தாங்கள் எனக்கு அளிக்க முடியுமானால் நான் உங்களைத் திருமணம் முடிக்கத் தடையேதும் இல்லை."

தேவேந்திரனும் அவ்வண்ணமே ஒரு குழந்தையை அவளுக்குத் தருவதாக வாக்குறுதி அளித்து அவளை மணந்தான். அந்த இருவருக்கும் பிறந்த வீராதி வீரன்தான் வாலி. இளவயது முதற்கொண்டே அன்னையின் விருப்பப்படியே சிவபூஜை செய்தும் சகல கலைகளை கசடறக் கற்றும் வளர்ந்து வந்தான். தன் தாயையே குருவாகக் கொண்டான் வாலி. வாலியின் அறிவிற்கும், அழகிற்கும் ஏற்ற மருமகள் கிடைத்தால் வாலியின் வாழ்வு மென்மேலும் சிறக்கும் என எண்ணம் கொண்டாள் ரிக்ஷாஜசு. வாலியை அழைத்து தன் விருப்பத்தை கூறினாள். "மகனே, நீ மேலும் சிறப்போடு வாழ வேண்டும். திருவண்ணாமலை சென்று அண்ணமலையாரையும், கௌதம முனிவரையும் தரிசித்து, மேலும் சில சிவபூஜைகளை கற்றுணர்வாய். பின் மயூரபுரி கடற்கரை ஓரத்தில் அமைந்த கைவ ரளி எனும் நீரோடையில் தினமும் சந்தியாவந்தனம் போன்ற நித்ய கர்மாக்களை முடித்து அந்த மயூரபுரியில் அருளும் ஏழு ஈஸ்வரர்களுள் ஒருவரான பவதாரண்யேஸ்வரரை வழிபட்டு வா. அவர் அருளால் உனக்கு நல்ல மனைவி கிடைப்பதோடு, சிறந்த அறிவும், ஆயுளும் அதிகரிக்கும். எவர் உன் எதிரில் நின்று போரிடுகின்றாரோ, அவரின் பாதி பலத்தை நீ பெற்றிடும் வரத்தையும் ஈசன் உனக்கு அருள்வார்," என கூறி ஆசியளித்து அனுப்பினாள்.

தாயின் வாக்கை சிரமேற்கொண்டான் வாலி. முதலில் திருவண்ணாமலை சென்று அண்ணாமலையாரை தரிசித்து, பின் கௌதம முனிவரிடம் சில சிவபூஜா முறைகளையும் கற்றான். பின் மயூரபுரி வந்து நீராடி முறையாக ஈசனை வில்வதளங்களாலும், வாசமுள்ள மலர்களாலும் ஆத்மார்த்தமாக பூஜைசெய்து வந்தான். தினமும் காராம்பசுவின் பாலினால் ஈசனுக்கு அபிஷேகம் செய்து உடல் உறுதியை பெற்றான். பஞ்சாமிர்த அபிஷேகத்தால் பலவிதமான சித்திகளையும், தேன் அபிஷேகத்தால் பேரறிவையும், இளநீர் அபிஷேகத்தால் இன்னல்களைத் தகர்க்கும் ஆற்றலையும், கரும்புச்சாறு அபிஷேகத்தால் சந்தான சித்தியையும், மாதுளம்பழ முத்துக்களால் அர்ச்சித்து ராஜ்ய சித்தியையும், அன்னாபிஷேகம் செய்து தாரை எனும் நல்ல மனைவியையும் அடைந்தான். ஈசன் வாலியின் பூஜையில் மகிழ்ந்தார். வாலிக்கு பிரத்யட்சமாகி வாலி கேட்ட வரங்களை வாரி வழங்கினார். 'வானர அரசனான நீ பூஜித்ததால் இன்று முதல் நீ பூஜித்த என் லிங்கத்திருமேனி வாலீஸ்வரர் என உன் பெயரிலேயே அருள்புரியும்' என அருளாசி கூறி மறைந்தார். அன்று முதல் பவதாரண்யேஸ்வரர், வாலீஸ்வரர் என வணங்

கப்படுகிறார். அன்றைக்கு மயூரபுரி என வழங்கப்பட்ட இடமே தற்போதைய மயிலாப்பூர்.

தன் தந்தை நலமோடும், தாய் தீர்க்க சுமங்கலியாக இருக்க வேண்டும் என இத்தலத்தில் அருளும் அம்பிகை பெரியநாயகிக்கு வளையல்களை சாத்தி சுமங்கலிகளுக்கு பிரசாதமாக அளித்தான் வாலி. ஈசனுக்கும் அம்பிகைக்கும் திருக்கல்யாண உற்சவம் செய்து மகிழ்ந்தான். பக்தர்கள் வேண்டிடும் வரங்கள் வேண்டியபடியே அருள வேண்டும் என ஈசனிடம் கோரிக்கை வைத்தான். தனக்காக மட்டுமன்றி பிறருக்காகவும் வாலி வணங்கி வேண்டிய இத்தலத்தில் சனிக்கிழமை தோறும் காம்பு இல்லாத வெற்றிலையை மாலையாகக் கோர்த்து வாலீஸ்வரருக்கும், வாலிக்கும் சாத்தினால் சங்கடங்கள் சடுதியில் தீர்ந்து விடுகின்றன என பக்தர்கள் நம்புகின்றனர். இத்தலத்து நந்தியம்பெருமான் அதிகார நந்தியாக அருள்புரிகிறார்.

கருங்கல்லால் ஆன பல்லியின் உருவம் ஒன்று ஆலய பிராகாரத்தின் வெளிப்புறச் சுவரில் காணப்படுகிறது. அதன் உருவத்தை கைகளால் தொட்டு வணங்க பல்வேறு தோஷங்கள் நீங்குவதாக ஐதீகம். இத்தலத்தில் அருளும் சனிபகவான் மேற்கு நோக்கிய நிலையில் காகத்தின் மீது அமர்ந்து திருக்காட்சியளிக்கிறார். மேலும் சந்தானக் குரவர்கள் என போற்றப்படும் மெய்கண்ட சிவம், அருள்நந்தி சிவம், ஞானசம்பந்தசிவம், உமாபதி சிவம் ஆகிய நால்வரையும் இத்தலத்தில் தரிசிக்கலாம்.

பிராகாரத்தில் உள்ள மண்டபத்தின் மேல் சுற்றில் பதினெட்டு சித்தர்களும் சுதை உருவில் தரிசனமளிக்கின்றனர். அங்கே ஒரு சித்தபுருஷரின் ஜீவசமாதி ஐந்து லிங்கபாண மூர்த்திகளுடன் அருளலையைப் பரப்பி வீசிக் கொண்டிருக்கிறது.

தல விருட்சமாக வன்னி மரம் திகழ்கிறது. திருஞான சம்பந்தர் இந்த வாலீஸ்வரரை வணங்கி பதிகம் பாடியிருக்கிறார். வேண்டும் வரங்கள் தருகிறார்கள் வாலீஸ்வரரும், அவர் இடப்பாகம் பிரியாத பெரிய நாயகி அம்மையும்.

மயிலாப்பூர் பஜார் வீதிக்கு அருகே உள்ள கோலவிழியம்மன் ஆலயத்திற்கு அருகே மகத்தான இத்தலம் உள்ளது.

வெற்றிகள் தரும் வெற்றிலைமாலை வழிபாடு

(சென்னை - மயிலாப்பூர்)

வெற்றிலை மாலை போட்டு வேண்டினால் வேண்டியதை வேண்டியவாறே அருளும் வீரபத்திர சுவாமி திருக்கோயில் சென்னை மயிலாப்பூர் முண்டகக்கண்ணி, மாதவப் பெருமாள் கோயில்களின் அருகே அமைந்துள்ளது. இது ஒரு பிரார்த்தனை தலமாகும். இங்கு மூன்று பௌர்ணமி தினங்களில் சேர்ந்தாற்போல் வீரபத்திரருக்கு வெற்றிலை மாலை சாத்தி அர்ச்சனை செய்து மனமுருகி வழிபட்டால் நினைத்த காரியங்கள் நிறைவேறுவதாக பக்தர்கள் நம்புகின்றனர். இத்தலத்தில் இவர் கல்யாண வீரபத்திரராக அருட்காட்சி அளிக்கிறார். விதியை மாற்றும் வீரபத்திரர் என இவரை பக்தர்கள் அன்புடன் வழிபடுகின்றனர்.

வெற்றிலைக்கொடியுடன் கூடிய இத்தலத்தை அடைந்தவுடன் அவருக்கு மனதில் இனம்புரியாத அமைதி ஏற்பட்டது. வெற்றிலையின் நறுமணம் அவருக்கு மேலும் அமைதியைத் தந்தது. அன்று முதல், வெற்றிலை அவருக்கு பிடித்த ஒன்றாக மாறியது. இத்தலத்தில் சினம் தணிந்த வீரபத்திரர் சாந்தமூர்த்தியானவுடன், தாட்சாயணியான பார்வதிதேவி அவர் முன் தோன்றி தன் வளர்ப்புத் தந்தையின் அறியாமையை மன்னித்து அவரை உயிர்பெறச் செய்யுமாறு வேண்டினாள். எனவே வீரபத்திரர் தட்சப்பிரஜாபதியை உயிர்த்தெழச் செய்தார். தட்சன் தன் தவறை மன்னிக்கும்படி வேண்டி சாமவேதங்களை இசைத்தான். அதனால் மனம் மகிழ்ந்த ஈசனின் அம்சமான வீரபத்திரர் தட்சனிடம் என்ன வரம் வேண்டும்? எனக் கேட்டார். அதற்கு தட்சன் தன் மகள்

தாட்சாயணியின் திருமண வைபவத்தை தான் காண வேண்டும் என வரம்கேட்க அதற்கு பதிலளித்தவீரபத்திரர் தாட்சாயணியை பங்குனி உத்திர நந்நாளிலே திருமணம் செய்து கொள்வதாக வாக்களித் தார். தாட்சாயணி தன் வளர்ப்பு தந்தைக்கு அபயம் தந்ததால் அன்று முதல் அபயாம்பாள் என வணங்கப்படுகிறாள்.

ஒரு பங்குனி உத்திர நந்நாளில் முப்பத்து முக்கோடி தேவர்கள் புடைசூழ திருமால் தன் தங்கையின் திருமண வைபவத்தை சீர் கொண்டு வந்து நடத்தினார். அன்று முதல் இத்தல வீரபத்திரர் கல்யாண வீரபத்திரர் என போற்றப்படுகிறார்.

இத்திருக்கோயில் சைவ வைணவ ஒற்றுமைக்கு எடுத்துக்காட்டாய்த் திகழ்கிறது. ஆலயத்தில் சிவசுந்தர விநாயகர், வீரபத்திரர், அபயாம்பாள், ஆதிசங்கரர், வள்ளி தேவசேனா சமேத சுப்ரமண்யர், சரபேஸ்வரர், விருபாட்சீஸ் வரர் எனும் அஷ்டலிங்கேஸ்வரர், விசாலாட்சி, சீர்கொண்டு வந்த பெருமாள், சண்டிகேசுவரர், தட்சிணாமூர்த்தி, காலவீரபைரவர், விருட்ச கணபதி, சிவதுர்க்கை, விஷ்ணு துர்க்கை என அருளாட்சி புரிந்து வருகின்றனர். சனீஸ்வரர், நவகிரகங்கள், தியான அனுமன் ஆகியோர் இங்கு தனி சந்நதி கொண்டுள்ளனர். ஆலயத்தில் உள்ள அனைத்து விநாயகப் பெருமான்களும் வடக்கு நோக்கியே எழுந்தருளியிருப்பது சிறப்பான அம்சம்.

பங்குனிப் பெருவிழா 10 நாட்கள் சிறப்பாக நடைபெறும் திருத்தலம் இது. அத்திருவிழாவின் கடைசி நாளான பங்குனி உத்திர நாளில் வீரபத்திரருக்கும் அபயாம்பாளுக்கும் திருக்கல்யாணம் மிகச் சிறப்பாக நடைபெறும். அன்று தட்சனுக்கு வீரபத்திர சுவாமி திருக்கல்யாண காட்சியை அருள்வார். பெருமாள் தன் தங்கையான பார்வதியின் திருக்கல்யாண வைபவத்தை சீர்கொண்டு வந்து நடத்தித் தருவது இத்தலத்தின் சிறப்பம்சமாகும்.

சித்ராபௌர்ணமி, ஆனித்திருமஞ்சனம், ஆடிப்பூரம், ஆவணி மூலம், புரட்டாசி நிறைமணிகாட்சி, ஐப்பசி அன்னாபிஷேகம், கார்த்திகை தீபம் (அன்று அர்த்தநாரீஸ்வரர் சிறப்பு அலங்காரம்), மார்கழி ஆருத்ரா தரிசனம், தைப்பூசம், மாசி கடலாடு உற்சவம், கந்தசஷ்டி உற்சவம் என ஆண்டு முழுவதும் விழாக்கோலம் காணும் வீரபத்திரரை வணங்கி சகல பாக்கியங்களும் பெறுவோம்.

மதுரை அழகர்கோவில் 18ம் படி கருப்பு

மதுரை அழகர் கோவிலை காவல் காத்துக்கொண்டிருக்கும் மிக சக்தி வாய்ந்த தெய்வமாக இங்கு வீற்றிருப்பது 18ம்படி கருப்பண்ணசாமி கோவில் . இப்பகுதியை சேர்ந்த மக்கள் இந்த கருப்பசாமி மேல் மிகுந்த பக்தி கொண்டு மிகவும் பயபக்தியுடன் வணங்கி வருகின்றனர். அநியாயங்கள் செய்தால் கருப்பசாமி கேட்பார் என இந்த கருப்பசாமிக்கு பயமும் பக்தியும் அதிகம்.

வளம் மிக்க கேரள தேசத்தை ஆட்சி செய்து வந்த அரசன் ஒருவன் ,ஒருமுறை பாண்டிய நாட்டில் உள்ள திருமாலிருஞ்சோலை என்னும் திவ்விய தேசமான அழகர்கோவில் வந்தான் பள்ளிகொண்ட ,அழகே உருவான கள்ளழகரை தரிசித்தான் . அழகரின் அழகை கண்ட அந்த அரசன் அதை உருவேற்றி சக்தியேற்றி தம் தேசமான கேரளாவுக்கு கொண்டு செல்ல திட்டம் தீட்டினான் . நாடு திரும்பிய அரசன் ,மந்திர ,தந்திரங்களில் நன்கு தேர்ச்சி பெற்ற 18 கேரள மந்திரவாதிகளை தேர்வுசெய்து அழகரின் சக்தியை எடுத்து அழகரை கேரளம் தூக்கி வரும்படி கட்டளையிட்டான்.

பதினெட்டு மந்திரவாதிகளும் மன்னனின் கட்டளையை நிறைவேற்ற அழகர்மலை வருவதற்கு ஆயத்தமானார்கள் . பதினெட்டு மந்திரவாதிகளுக்கு காவலாக மலையாள தேசத்தின் காவல் தெய்வமான கருப்பும் வெள்ளை குதிரை மீதேறி அவர்கள் முன்னே சென்றது. காவல் தெய்வத்தின் பின்னே இவர்கள் அழகர்மலை நோக்கி புறப்பட்டனர்.

அனைவரும் அழகர் மலையை அடைந்தனர். அழகர் மலையை

அடைந்த காவல் தெய்வம் ,அழகரின் அழகில் மயங்கி தன்னை மறந்து நின்றது . அழகரின் அழகிய தங்க ஆபரணங்களை கண்ட 18 மந்திரவாதிகளும் தன்னுடன் வந்த காவல் தெய்வத்தை மறந்து ,ஆபரணங்களையும் அழகரையும் தூக்கி செல்லும் எண்ணம் கொண்டு கருவறை நோக்கி சென்றனர்.

இவர்களின் கெட்ட நோக்கத்தை கண்ட அடியார் ஒருவர் ,ஊரில் உள்ள மக்களிடம் சொல்ல ,மக்கள் அனைவரும் திரண்டு வந்து ,அந்த 18 பேரையும் கொன்று ,களிமண்ணால் படிகள் செய்து ,படிக்கு ஒருவராக பதினெட்டுப் படிகளிலும் பதினெட்டு பேரையும் புதைத்தனர் .

தன்னிடம் மயங்கி நின்ற காவல் தெய்வத்திற்கு கருணை புரிய இறைவன் கருணை கொண்டார் . காவல் தெய்வம் கருப்பசாமிக்கு காட்சி தந்து, அருள் புரிந்து ,வரம் தந்து ,"என்னையும் மலையையும் காவல் புரிந்து வருவாய் என அருள் புரிந்தார் ".காவல் தெய்வமான கருப்பசாமி இம்மலையில் தங்கி இருந்து அழகர் மலையை இன்று வரை காத்து வருவதாக நம்பிக்கை உள்ளது.

காடு வீடெல்லாம் முன்னோடியாய் காவல் புரிந்து மக்களை காப்பாய் என இறைவன் கட்டளையிட்டார் . 18 பேருடன் வந்த தெய்வமாதலால் ,பதினெட்டு படிகளின் மீது நின்று காவல் தெய்வமாய் காட்சி தந்தார் . ஒருநாள் கோவில் பட்டர் கனவில் தோன்றிய கருப்பசாமி ,திருமால் பள்ளிகொண்ட திருவாயிலையும் மலையையும் காப்பேன் ,திருமாலின் அர்த்தஜாம பூஜை பிரசாதங்களை தனக்கு படைக்குமாறு வேண்ட அன்று முதல் அழகருக்கு படைக்கப்படும் அர்த்தஜாம பூஜை பிரசாதங்கள் பதினெட்டாம் படி கருப்பசாமிக்கு படைக்கப்படுகிறது .

ஒருசமயம் பெரியாழ்வாருடன் இத்தலத்திற்கு விஜயம் செய்த ஆண்டாள் பதினெட்டு படிகளை கண்டு வியந்ததாக கர்ண பரம்பரை செய்தியாக கூறப்படும் கதை தெரிவிக்கிறது. ஒவ்வொரு நாளும் அழகர்மலை கோவில் பூட்டபட்டதும் ,கதவின் சாவி பதினெட்டாம் படி கருப்பசாமியின் முன்பு வைத்துவிட்டு செல்வர். மறுநாள் காலை கோவில் திறக்கும் முன் ,பட்டர் கருப்பசாமியிடம் பெற்று கதவை திறக்கும் சம்பிரதாயம் இன்று வரை நடைபெற்றுவருகிறது .

சித்திரை திருவிழாவிற்கு அழகர் ,மதுரைக்கு புறப்படும்போதும் ,மதுரையிலிருந்து கோவிலுக்கு திரும்பும்போதும் அழகர் அணிந்த நகைகள் எண்ணப்பட்டு ,அந்த பட்டியல் பதினெட்டாம் படி கருப்பசாமி முன்பு படித்து காட்டப்படும் .கோவில் நகைகளை காவல் தெய்வம் கருப்பசாமியே பாதுகாத்து வருகிறார் என்பது பல காலமாக தொடர்ந்து வரும் நம்பிக்கை.

இன்று வரை இந்த நடைமுறை வழக்கத்தில் உள்ளது .

கள்ளழகருக்கு காவல்புரியும் கருப்பணசாமியை மக்கள் தங்கள் குலத்தெய்வமாக கொண்டு வழிபட்டு வருகின்றனர். இன்றும் பதினெட்டாம் படி கருப்பசாமி முன் பல வழக்குகள் தீர்க்கப்பட்டு வருகின்றன. கருப்பசாமியிடம் முறையிட்டால் நிச்சயம் நியாயம் கிடைக்கும் என்பது மக்கள் கொண்டுள்ள அசைக்க முடியாத நம்பிக்கை.

அழகர் கோவிலில் காவல்தெய்வமாக நின்ற கருப்பசாமி, பின்னாளில் மதுரையை ஆண்ட பாண்டிய மன்னர்களுக்கு காவல் தெய்வமாக இருந்துவந்தார்.

செல்லும் வழி: மதுரை சென்று அங்குள்ள அழகர்கோவிலுக்கு சென்றால் கள்ளழகர் சன்னதிக்கு முன்பே பிரமாண்டமான இந்த கோவிலைக் கண்டு தரிசிக்கலாம்.

மதுரை வெள்ளியம்பலம் கலையரசன் கால் மாறி ஆடிய காரணம் என்ன?

பெரும்பாலும் நடராஜரை வலது காலை ஊன்றி, இடது கால் தூக்கி திருநடனம்புரிந்த நிலையிலேயே நாம் எல்லாக் கோயில்களிலும் கண்டிருக்கிறோம். ஆனால் மதுரை மீனாட்சி சுந்தரேஸ்வரர் ஆலயத்திலுள்ள வெள்ளியம்பலத்தில் மட்டும் நடராஜர் இடதுகாலை ஊன்றி வலதுகாலைத் தூக்கி தாண்டவம் ஆடுகிறார்.

நடராஜருக்கு ஆனி மாதம் நடக்கும் திருமஞ்சனம் முக்கியமானதாகும். தேவர்களின் பகல்பொழுதின் கடைசி மாதம் ஆனி. இந்த மாதத்தில் வரும் உத்திர நட்சத்திரத்தன்று தேவர்கள் ஈசனுக்கு மாலைநேர பூஜைகள் செய்வதாக சாத்திரங்கள் கூறுகின்றன. இதனை ஆனித் திருமஞ்சனம் என்று சொல்வார்கள்.

ஆனித் திருமஞ்சனத்தையொட்டி நடராஜப் பெருமானுக்கு சிறப்பு அபிஷேக ஆராதனைகள் நடைபெறுகின்றன. சில ஆலயங்களில் இந்த ஆனி மாத திருமஞ்சனத்தை விழாவாகவும் கொண்டாடுகிறார்கள்.

சிவபெருமான், திருவாதிரை

நட்சத்திரத்திற்கு உரியவர். இந்த நட்சத்திரம் அதிக உஷ்ணத்தை தரும் தன்மையைக்கொண்டது. மேலும், வெம்மைமிகுந்த சாம்பலை திருமேனியில் தரித்து, எப்போதும் திருக்கரத்தில் அக்னியை ஏந்திக் கொண்டிருப்பதால் நடராஜராகிய சிவபெருமான் கடுமையான வெப்பம் சூழ்ந்தவராகத் திகழ்கிறார். இந்த வெப்பத்தை தணிக்க வருடத்திற்கு ஆறுமுறை மிகச் சிறப்பாக அவருக்கு அபிஷேக

ஆராதனைகள் செய்யப்படுகின்றன. இவற்றில் ஆனித் திருமஞ்சனம் மிக முக்கியமானதாகும்.

நடராஜருக்கு ஐந்து நடனசபைகள் உள்ளன. சிதம்பரத்தில் இருப்பது பொன்னம்பலம். இங்கு அவர் ஆடுவது ஆனந்த தாண்டவம். மதுரை மீனாட்சியம்மன் கோயிலில் இருப்பது வெள்ளியம்பலம். இங்கு அவர் ஆடுவது சந்தியா தாண்டவம். திருநெல்வேலியில் இருப்பது தாமிர சபை. இங்கு ஆடுவது முனி தாண்டவம். குற்றாலத்தில் இருப்பது சித்திர சபை. இங்கு அவர் ஆடுவது திரிபுரதாண்டவம். திருவாலங்காட்டில் இருப்பது ரத்தினசபை. இங்கு ஆடுவது காளிதாண்டவம்.

நடராஜர் இடது காலை ஊன்றி வலது காலை தூக்கி சந்தியாதாண்டவம் ஆடும் நிகழ்ச்சி பரஞ்சோதி முனிவரின் திருவிளையாடற்புராணத்தில் 24வது படலமாக கால் மாறி ஆடிய படலமாகச் சித்தரிக்கப்பட்டிருக்கிறது.

நடராஜர் கால் மாறி ஆடியதன் காரணம் என்ன?

மதுரையில் மீனாட்சியம்மனுக்கு சுந்தரேஸ்வரருக்கும் நடைபெற்ற திருமணத்தில் தேவர்களும், முனிவர்களும் கலந்து கொண்டனர். திருமணத்திற்கு வந்தவர்களை உணவு அருந்துவதற்காக சிவனும், மீனாட்சியும் அழைத்தனர். அப்போது பதஞ்சலி மகரிஷியும், வியாக்ரபாதரும் சிவனிடம், "இறைவா நாங்கள் இருவரும் தங்கள் பொன்னம்பல நடனத்தை பார்த்த பின்தான் உணவு அருந்துவது வழக்கம்," என்றனர். இதைக் கேட்ட இறைவன் இவர்களின் நியமத்தை காக்கும் பொருட்டு மதுரை மீனாட்சியம்மன் கோயிலிலேயே திருநடனம்புரிந்து அருள்பாலிப்பதற்காக வெள்ளியம்பலத்தை ஏற்படுத்தினார். இந்த வெள்ளியம்பலத்தில் நடனமாடிய இறைவனின் திருநடனத்தை கண்டபின் பதஞ்சலியும், வியாக்ரபாதரும் உணவு அருந்தினர்.

மதுரையை ஆண்ட விக்ரம பாண்டியனின் மகன் ராஜசேகர பாண்டியன் என்பவன் ஆயகலைகள் அறுபத்து நான்கில் 63 கலைகளில் தேர்ச்சி பெற்றிருந்தான். அவன் கற்காதிருந்த ஒரு கலை, நடனம். நடராஜப் பெருமான் நடனமாடிக்கொண்டிருக்கும்போது தான் அதனைக் கற்று ஆடுவது அவருக்கே அவமரியாதை செய்வதுபோல ஆகாதா என்று கருதி நடனம் கற்பதைத் தள்ளிப்போட்டுக்கொண்டே போனான்.

இதே காலத்தில் வாழ்ந்த கற்காற் 'சோழன் என்ற மன்னன் 64 கலைகளையும் கற்றவன் என்ற விஷயத்தை ஒரு புலவன் பாண்டியனிடம் தெரிவித்தான்.

அப்போதுதான் ராஜசேகர பாண்டியன், நடனம் என்பது இறைவனே நாம் உய்யும்பொருட்டு நமக்காக உருவாக்கித்

தந்திருக்கும் ஒரு கலை என்பதையும், அதனை மிகச் சரியாகப் பயின்று, பக்திப் பெருக்குடன் ஆடும்போது இறைவனுக்கு நாம் சமர்ப்பிக்கும் பக்தியாகவே அது மாறும் என்றும் உணர்ந்தான். உடனே நடனம் கற்று முழுமையாக தேர்ச்சியும் பெற்றான். இப்படி நடனம் கற்கும்போது உடம்பெல்லாம் வலியெடுக்க, நடனக் கலையைப் பயில்வதும், அதனைத் தொடர்ந்து ஆடுவதும் எத்தகைய துன்பகரமானது என்பதை அனுபவித்து உணர்ந்தான்.

அறுபத்து நாலு கலைகளையும் கற்ற நிறைவில் மதுரை வெள்ளியம்பல நடராஜரிடம் ஆசீர்வாதம் பெற வந்தான். அவரை தரிசித்ததும், நடனம் கற்பதே உடல்வலி மிகுந்த கஷ்டமான விஷயமாக இருக்கும்போது, காலம் காலமாக வலக்கால் ஊன்றி இடக்கால் தூக்கி நடனமாடி கொண்டிருக்கும் நடராஜருக்கு எவ்வளவு கஷ்டமாக இருக்கும் என நினைத்து மிகவும் வேதனைப்பட்டான்.

இதை யாரிடம் எப்படி கேட்பது? தேவர்கள் முனிவர்கள் எல்லோரும் இதைப்பற்றி பேசாமல் இருக்கும்போது நாம் எப்படி ஈசனிடம் கேட்பது என நினைத்து மனம் நொந்தான்.

இந்நிலையில் சிவராத்திரி திருவிழா வந்தது. மன்னன் நான்கு காலபூஜை முடித்துவிட்டு நடராஜரின் எதிரில் நின்று, ‘ஒரே காலில் ஆடிக்கொண்டிருக்கும் இறைவா எனக்காக கால் மாறி ஆடக்கூடாதா?’ என மனம் உருகிக் கேட்டான். ‘அப்படி நீ கால் மாறி ஆடாவிட்டால் என் முன்னால் கத்தியை நிறுத்திவைத்து அதில் விழுந்து உயிர் துறப்பேன்,’ என இறைவனிடம் கண் மூடி மன்றாடினான். சிறிது நேரம் கழித்து கண் விழித்து பார்த்த ராஜசேகபாண்டியன் அப்படியே மெய்சிலிர்த்து நின்று விட்டான்.

ஆமாம், தன்மீது வெறும் பக்தி மட்டுமல்லாமல், பாசமும் காட்டிய பக்தனுக்காக இடது காலை ஊன்றி, வலது காலை தூக்கி ஆடினார், நடராஜப்பெருமான். அதேசமயம், ‘எனக்காக கால்மாறி ஆடிய பெருமானே, இதே திருக்கோலத்தில் மதுரையிலேயே இருந்து தங்களை தரிசிக்க வரும் பக்தர்களுக்கு தரிசனம் கொடுக்க வேண்டும்,’ என்ற வரமும் வாங்கி விட்டான். அன்றிலிருந்துதான் மதுரை வெள்ளியம்பல நடராஜர் கால்மாறி ஆடும் தரிசனம் கொடுக்கிறார்.

மதுரை வெள்ளியம்பலத்தில் ஈசனின் கால் மாறி ஆடிய சந்தியா தாண்டவம் குறித்து பத்தாம் நூற்றாண்டை சேர்ந்த வல்லாளசேன மன்னரின் நைக்தி செப்புப்பட்டயத்தில் தொடக்கத்திலேயே காணப்படுகிறது. பதினான்காம் நூற்றாண்டை சேர்ந்த ஸ்ரீசைலம் கோயிலில் ஆனந்த தாண்டவத்தை போன்றுள்ள சந்தியா தாண்டவ சிற்பம் உள்ளது.

நடராஜப்பெருமான் ஆடிக்கொண்டேயிருப்பதால்தான்

உலகம் இயங்கிக் கொண்டிருக்கிறது. நடராஜருக்கு ஆண்டுக்கு ஆறுமுறை திருமஞ்சனம் நடக்கும். சித்திரை மாத திருவோண நட்சத்திர தினம், ஆனி மாத உத்திரம் நட்சத்திர நாள், மார்கழி மாத திருவாதிரை நட்சத்திர நாள் ஆகிய திருமஞ்சனங்கள் நட்சத்திரத்துக்கு முக்கியத்துவம் கொடுத்து நடத்தப்படுபவை. மற்றவை வளர்பிறை திதியை வைத்து நடப்பவை. அதாவது மாசி, ஆவணி, புரட்டாசி மாதங்களில் வளர்பிறை சதுர்த்தசியில் திருமஞ்சனம் நடக்கும்.

தன் பக்தனுக்காக கால்மாறி ஆடிய ஈசனை நாமும் தரிசித்து வளங்கள் பெறுவோம்.

நாதன்கோயில் நாயகன்

எப்போதும் திருப்பாற்கடலில் திருமாலின் பாதார விந்தங்களை பற்றிக்கொண்டிருந்த திருமகளுக்கு அவர் தம் திருமார்பிலேயே எப்போதும் வசிக்க வேண்டும் என்ற ஆவல் தோன்றியது.

அதற்காக பூவுலகில் தற்போதைய நாதன்கோயில் எனும் செண்பகாரண்யம் வந்து கடும் தவம் புரிந்தாள் மகாலட்சுமி. தேவியின் பிரிவால் வாடிய எம்பிரான் பிராட்டிக்கு தரிசனமளித்து, அவள் விரும்பியபடியே அவளை தன் திருமார்பில் ஏற்று நிரந்தரமாக அங்கே இடம் தந்தார்.

கிழக்கு நோக்கி தவம் செய்த திருமகளை எதிர்கொண்டு ஏற்றுக்கொண்டதால் பெருமாள் மேற்கு நோக்கி சேவை சாதிக்கிறார். இவர் யோக ஸ்ரீநிவாசன் என்று திரு நாமம் கொண்டருள்கிறார்.

வைணவ ஆலயத்திற்கு நந்திபுர விண்ணகரம் எனப் பெயர்க் காரணம் என்ன?

முன்பொரு சமயம் திருமாலை காண அதிகார நந்தி வைகுண்டத்திற்கு வந்தார். வைகுண்டத்தை காக்கும் துவார பாலகர்களான ஜெய&விஜயர்கள் 'பெருமாள் மகாலட்சுமியுடன் தனிமையில் இருப்பதால் தற்போது அவரை தரிசிக்க இயலாது; பின்பொரு சமயம் வாருங்கள்' என்று கூற, அவர்களை மீறி அதிகார நந்தி வைகுண்டத்திற்குள் புக முயன்றார். தங்கள் கட்டுப்பாட்டை உடைக்க முயன்ற அவரை நோக்கி 'எப்போதும் இல்லாத அளவு உன் உடல் நெருப்பாக கொதிக்கட்டும்' என ஜெய&விஜயர்கள் சாபமிட்டனர்.

சாபத்தால் உடலெல்லாம் தகிக்க, அதைத் தாங்க முடியாத நந்தி பரமனிடம் முறையிட, பரமனும் நாதன்கோயில் எனப்படும் செண்பகாரண்யத்தில் திருமாலை நோக்கி தவம்

ந. பரணிகுமார்

புரியுமாறு கூறினார்.

அதிகார நந்தியின் தவத்திற்கு மனமிரங்கிய பெருமாள் அவருக்கு காட்சியளித்து சாப விமோசனமும் தந்தார். சாபம் நீங்கிய நந்தியும் தன் பெயராலேயே இத்தலம் அழைக்கப்பட வேண்டும் என வரம் கேட்க, அன்று முதல் அத்தலம் 'நந்திபுர விண்ண கரம்' ஆயிற்று.

சந்நதியின் இடதுபுறம் சுவரில் அதிகார நந்தியின் திருவுருவம் அமைந்துள்ளது. மூலவர் ஜகந்நாதன், நாதநாதன், விண்ணகரப் பெருமாள் என பல்வேறு பெயர்களால் வணங்கப்படுகிறார்.

இத்தல தீர்த்தமாக நந்திக்குளமும், தல விமானமாக மந்தார விமானமும் உள்ளன. திருமகள், நந்தி, சிபிச்சக்ரவர்த்தி ஆகியோருக்கு நேரில் தரிசனமளித்த பெருமாள் இவர்தான். தன்னையே புறாவிற்காக சிபி மன்னன் அளித்த தலமிது. காளமேகப் புலவர் பிறந்த பெருமையையும் பெற்றது. சந்திர தோஷம் நீங்க வணங்க வேண்டிய தலமிது. உற்சவ மூர்த்தி பஞ்சாயுதங்களோடு மிளிரும் தலம். தாயாருக்கு ஒன்பது வெள்ளிக்கிழமைகளில் அர்ச்சனை செய்து, பாசிப்பயிற்றால் ஆன நிவேதனம் செய்தால் பிரார்த்தனைகள் பலிப்பதாக பக்தர்கள் நம்புகின்றனர். நோய்கள் நீக்கும் தலமாகவும் இது விளங்குகிறது.

திருமங்கையாழ்வார் 'தந்தை மனம்' எனும் பாசுரத்தில் இப்பெருமாளை துதிக்கிறார். நூற்றியெட்டு திவ்ய தேசங்களுள் ஒன்றான நாதன்கோயில் இது.

கும்பகோணம் அருகே உள்ள பட்டீஸ்வரத்திலிருந்து 3 கி.மீ. கிழக்கே பழையாறை வழியில் நாதன்கோயில் அமைந்துள்ளது.

மறைகாத்த மச்சாவதாரம்.
(நாகலாபுரம் - ஊத்துக்கோட்டை)

பகவான் நரசிம்மமாக தூணைத் பிளந்து தோன்றினான். வராகமாக ஆழ்கடலில் கர்ஜித்து பூமியை மூக்கின் மீது நிறுத்தி சுழற்றினான். வேறொரு யுகத்தில் பாற்கடலை கடையும்போது கூர்மமாக மலையைத் தாங்கினான். அங்கேயே தன்வந்திரியாக அமிர்தத்தை ஏந்தினான். வாமனனாக மூவுலகத்தையும் அளந்தான். தர்மத்தை அதர்மம் அழிக்கும்போது மீண்டும் தர்மத்தை நிலைநாட்டுகிறான். நான் உன்னைச் சேர்ந்தவன் என்று எங்கேனும் ஒரு பக்தன் சொல்லி துளசியை அவன் பாதார விந்தங்களில் போட்டுவிட்டால் பரம்பரையாக நின்று காப்பாற்றுகிறான்.

ஆனால், மச்சாவதாரமோ ஆச்சரியமாக உலகமே இல்லாத காலத்தில் நிகழ்ந்தது.

விஷ்ணுவின் முதல் அவதாரம் மச்ச அவதாரம். உலகின் முதல் உயிர் வாழ்க்கை நீரிலேயே உருவானதாக கூறுகிறது பரிணாம வளர்ச்சியில் உயிரினங்கள் முதன் முதலில் நீரில் தோன்றியது. அப்படியே தான் திருமாலின் முதல் அவதாரமான மச்ச அவதாரம். பிரளய காலத்தில் மச்ச அவதாரம் எடுத்து திருமால் உலகைக் காப்பாற்றியதாகப் புராணங்கள் கூறுகின்றன.

சித்திரை மாத சுக்ல பட்சத்தில் த்ரயோதசி திதியில் ஹரியானவர் உலகத்தைக் காப்பதற்காக மீன் உருவம் எடுத்தார். ஒவ்வொரு சதுர்யுகம் முடிந்து, முதல் யுகமான கிருதயுகம் தோன்றும். பகவான், பல சதுர் யுகங்களில், பல முறை அவதாரம் எடுத்து உள்ளார். மகாவிஷ்ணுவை நோக்கி, சத்தியவிரதன் என்ற ராஜரிஷி

(அரச முனிவர்), நீரையே உணவாகக்கொண்டு தவம்செய்து கொண்டிருந்தார்.

அவர் பூஜைக்காக நதி நீரைக்கையில் அள்ளும்போது, கையில் ஒரு சிறு மீன் காணப்பட்டது. அந்த மீன் மகாவிஷ்ணுதான் என்பதை அறியாத முனிவர், மீனை மீண்டும் நீரில் விட முயலும்போது, மீன்,"மகரிஷியே, என்னை நீரில் விடாதீர்கள். பெரிய மீன்கள் என்னை இரையாக்கி விடும். என்னைக் காப்பாற்றுங்கள்" என்று வேண்டியது. அதன்படி முனிவர் அந்த மீனைத் தன் கமண்டலத்தில் போட, சிறிது நேரத்தில் அக்கமண்டலம் அளவுக்கு மீன் வளர்ந்துவிட்டது. பிறகு, அதை ஒரு பெரிய பாத்திரத்தில் விட்டார். அதனுள்ளும் பெரிதாக வளர்ந்து விட்டது. பிறகு குளத்திலும், பெரிய ஏரியிலும் விட்டார். அது மிகப் பெரிதாக வளர்ந்து விடவே, இறுதியில், சமுத்திரத்தில் கொண்டுபோய்விட முயலும்போது,"

மகரிஷியே இந்தச் சமுத்திரத்தில் பெரிய திமிங்கலம் இருக்குமே. அது என்னைத் தின்றுவிடுமே " என்று கேட்டது. அந்த மீன் மகாவிஷ்ணுதான் என்பதை உணர்ந்துகொண்ட முனிவர், அவரிடம், "தாங்கள் இந்த உருவம் பெற்றமைக்கும், என்னிடம் வந்ததற்கும் காரணம் என்ன?" என்று கேட்டார்.

"மகரிஷியே, பிரம்மன் உறக்கத்தில் இருக்கிறார். ஏழாவது நாளில் சகல லோகங்களும் பிரளயம் ஏற்பட்டு மூழ்கப்போகின்றன. அச்சமயம் பெரிய ஓடம் ஒன்று இங்கே வரும். அதில், சப்த ரிஷிகளோடு நீங்களும், மூலிகை வித்துக்களையும் ஓடத்தில் ஏற்றிக்கொண்டு, பிரளய வெள்ளத்தில் சஞ்சரிப்பீர்கள். அப்போது, பிரம்மனின் உறக்கம் முடியும்வரை மச்ச உருவில் ஓடம் கவிழ்ந்து விடாதவாறு உங்களைக் காப்பாற்றி வருவேன்" என்று கூறிவிட்டு மறைந்தார். அதன்பின்னர், மச்ச உருவில் தோன்றிய மகாவிஷ்ணுவை நோக்கி, சத்திய விரதன் தியானம் செய்து கொண்டிருந்தார். ஏழாவது நாளில், பெரிய பிரளயம் (மிகப் பெரிய வெள்ளம்) ஏற்பட, பெரியதோர் ஓடம் அங்கே வந்தது. மகாவிஷ்ணு கூறியவாறே, சப்த ரிஷிகளோடு மூலிகை வித்துக்களையும் அந்த ஓடத்தில் ஏற்றிக்கொண்டு செல்லும்போது, வாயுவால் ஓடம் அலைக்கழிக்கப்பட்டது. மச்சமூர்த்தி, தோன்றிப் படகைத் தன் கொம்புடன் சேர்த்து ஒரு பாம்பால் இறுகக் கட்டி ஓடம் கவிழ்ந்து விடாதவாறு இழுத்துச் சென்றார். பிறகு, மகாவிஷ்ணு மகரிஷிக்கு மச்சபுராணத்தை உபதேசித்தார்.

அது பிரளய காலம். ஆழிப் பேரலைகள் வானம் முட்டி எழுந்தது. அண்ட சராசரத்தையும் தன் மூலத்தோடு ஒடுக்கி, அனைத்தையும் நீரால் கரைத்து நீரையும் தனக்குள் கரைத்து விஷ்ணு யோக நித்திரையில் லயிப்பார். பிரபஞ்ச நாடகத்தை நிறுத்தி யுகத்தை

முடிவுக்குக் கொண்டு வருவார். பிரம்மா தன் நான்கு சிரசுகளாய் விளங்கும் வேத அதிர்வுகளை மெல்ல வருடி தானும் அவருக்குள் சங்கமமாவார். அடுத்த பிரபஞ்சப் படைப்பில் எல்லாவற்றையும் பரவ விடுவார். பிரளயத்தால் எண்திசைகளும், தேசங்களும், காலமும் மறைந்து வெறும் பெருவெளியாகி நிற்கும். இதற்குப் பிறகு ஸ்ரீமன் நாராயணன் எப்போது யோக நித்திரையிலிருந்து விழித்து பிரபஞ்சம் உருவாக வேண்டுமென நினைக்கிறாரோ அப்போது பிரம்மா தோன்றுவார். மீண்டும் வேதங்கள் பிரம்மாவிடம் அளிக்கப்படும். அதைக்கொண்டு சிருஷ்டி தொடங்கும்.

எப்போதும், எல்லா நேரமும் தேவர்களைவிட அசுரர்கள் தெய்வமே ஆனாலும் அழிப்பதற்கு துணிகின்றனர். தன்னை ஆள இவன் யார் என்ற அகங்காரம் தெய்வத்திடமே அவர்களுக்கு தோன்றுவதுண்டு. அப்படி அகங்காரமாக நினைத்த ஹயக்ரீவன் பிரபஞ்சம் முழுதும் பிரளய நீரினால் சூழப்பட்டு இருப்பதைக் கண்டான். நம்மை இதுவொன்றும் செய்யவில்லையே என ஆச்சரியமாகப் பார்த்தான். இனி நாம்தான் எல்லாவற்றையும் ஆளவேண்டுமோ என்று சிரித்துக் கொண்டனர். எங்கே அந்த மகாவிஷ்ணு. யார் அந்த பிரம்மன் உலகத்தை படைப்பது. வேதங்கள் பிரம்மாவிடம் இருந்தால் என்ன, என்னிடம் இருந்தால் என்ன. வேதங்களை வைத்துக்கொண்டு நானே படைத்துக் கொள்கிறேன். முதலில் அந்த மகாவிஷ்ணுவை பார்த்து வரலாம் வா என்று இரு அசுரர்களும் தமது மாய சக்தியினால் பிரளய நீரை கிழித்துக் கொண்டு வைகுந்தம் வந்தனர்.

வேதத்தின் அருமையை அசுரர் கூட அறிந்திருக்கின்றனர். ஏன் தெரியுமா. வேதமே பகவானின் சொரூபம். இறைவன் இருக்கிறான் என்று வேதம்தான் முதலில் சொன்னது. நேரே இருப்பதை பார்த்து தெரிந்துகொள்ள கண்கள் போதுமே? இப்போது வாழும் பிரபஞ்சத்திலுள்ள, மறைக்கப்பட்டிருக்கும் சக்திகளை தெரிந்து கொள்ள வேதத்தைதான் நாட வேண்டும். மறைந்திருக்கும் விஷயங்களையும், எது நம்மை மறைக்கிறது என்று வேதங்கள்தான் கூறுகின்றன. அதனால்தான் வேதத்திற்கு 'மறை' என்று பெயர். பகவானின் சுவாசமே வேதங்கள்தான். வேதங்களால் சொல்லப்பட்டதை சூட்சுமமாகவும், ஸ்தூலமாகவும் பகவான் படைக்கிறான். வேதத்தை 'அபௌருஷேயம்' என்றும் 'அநாதி' என்றும் ரிஷிகள் சொல்கிறார்கள். 'அபௌருஷேயம்' என்றால் ஒரு புருஷனால், தனிமனுஷனால் செய்யப்படாதது என்று பொருள். 'அநாதி' என்றால் எப்போது தோன்றியது என்ற காலம் வரையறுக்கப்படவில்லை என்று பொருள். வேத சப்தங்கள் அண்டத்தில் கூட்டம் கூட்டமாக இருப்பதை பார்த்து, கிரகித்து எழுதினார்கள். அந்த ரிஷிகள் நாங்கள் இயற்றவில்லை. மந்திரத்தை

பார்த்தோம் என்றார்கள். அப்படிப்பட்ட வேதங்களை ஹயகிரீவன் எனும் அரக்கன் கவர்ந்து படைப்புத் தொழிலை நாம் செய்து கொள்ளலாம் என கணக்கிட்டான்.

வைகுந்தத்தின் வாயிலை அடைந்தான். ஆயிரம் தலைகளையுடைய ஆதிசேஷன் நான்கு திசைகளிலும் பார்த்துக் கொண்டிருந்தார். அதன் மூச்சுக்காற்றின் அதிர்வைக்கூட தாங்கமுடியாது பின்தங்கினர். ஆனால், அசுரனே ஆனாலும் வைகுந்தத்திற்குள் வந்து மகாவிஷ்ணுவை பார்த்து விட்டான். இந்த பாக்கியம் யாருக்குக் கிடைக்கும். அவர்கள் வெகு தூரத்திலிருந்து மகாவிஷ்ணுவின் நாபியிலிருந்து சென்ற கொடியின் உச்சியில் பிரம்மா இருப்பதை கண்டான். பிரம்மனின் கைகளில் வேதங்கள் இருந்ததைப் பார்த்தான். எப்படியேனும் அதைக் கவர்ந்துவிட வேண்டுமென வெகு உயரத்தில் பறந்தான். அந்தரத்தில் மிதந்தபடி பிரம்மனிடமிருந்து சகல உலகினுடைய சிருஷ்டியின் ஆதாரமான வேதங்களை பறித்தான். பிரம்மா அதிர்ந்தார். இனி எப்படி நான் எல்லாவற்றையும் சிருஷ்டிப்பேன் என்று கலங்கி நின்றார். யோக நித்திரையில் கிடக்கும் எம்பெருமானின் பாதம் பற்றிச் சொன்னார்.

குதிரை முகம் கொண்ட சோமுகாசுரன் (ஹயக்ரீவன்) என்னும் அரக்கன் தன் யோக சித்தியினால், வேதங்களைக் களவாடிக் கடலுக்குள் புகுந்து, ஒளித்து மறைத்துவிட்டான். அடுத்து சிருஷ்டித் தொழில் செய்ய வேண்டும். அப்போதுதான் வேதங்கள் காணாமல் போனது பிரம்மனுக்குத் தெரிந்தது.

ஸ்ரீமன் நாராயணன் விழித்தார். பிரம்மனை நோக்கினார். அப்போது பேரற்புதமான அந்த அவதாரம் அங்கு நிகழ்ந்தது. மச்சம் எனும் மீன் உருவத்தை எடுத்தார். அதன் பெரிய உருவம் பார்த்து பிரம்மாவே பயந்தார். அதன் வாலின் அசைவு பிரளய நீரையே கலைத்தது. அதன் திருவாயினின்று காப்பேன் என்பது போன்று பேரொலி எழுந்தது. பிரம்மாவே அந்த திவ்ய வடிவத்தை பார்த்துக் கொண்டிருக்கும்போதே இதென்ன விசித்திர மீன் என்று ஆத்திரத்தோடு அதை நோக்கித் திரும்பினான். அந்த மச்சத்தின் உடலில் தோன்றிய ஒளியும், வசீகரமும் பார்த்து வியக்காமல் இருக்க முடியவில்லை. ஆனாலும், இதை அழிக்க வேண்டுமென வெறியோடு அருகே வந்தனர். ஆனால், வெகுசுலபமாக மச்சாவதாரமெடுத்த பகவான் அழித்தார். வேதங்களை மீட்டார். பிரம்மாவிடம் அளித்து சிருஷ்டியின்போது வெளிப்படுத்து என்று அருளினார். வேதங்களின் அருமையைப் புரிந்து அதை கவர்ந்த அசுரன் எம்பெருமானோடு கலந்தனர்.

எம்பெருமான் இதுபோன்று வேதங்களைக் காக்க பலமுறை அவதாரம் செய்திருக்கிறார். ஹயக்ரீவன் எனும் அசுரனை கொன்று வேதங்களை பிரம்ம தேவரிடம் மீட்டுக்கொடுத்தார். காலக்

கணக்குகள் மிகப் பெரியது. யுகம் யுகமாக உலகைக் கண்டால் எண்ணற்ற அவதாரங்கள் நிகழ்ந்துள்ளன. பிரபஞ்சத்தின் பிரமாண்டம் தெரியும்போது நமது அகங்காரத்தின் எடை குறைகிறது. அதைத்தான் நமது புராணங்கள் செய்கின்றன.

இவ்வளவு மகிமை வாய்ந்த மச்ச மூர்த்தி ஊத்துக்கோட்டை, நாகலாபுரத்தில் வேத நாராயண சுவாமி எனும் பெயரில் சேவை சாதிக்கிறார். முதல் அவதாரமாகிய மச்சாவதாரக் கோலத்திலேயே திருக்கோயில் கொண்டு அருள்புரியும் திருமால் திருத்தலம் இது. இத்தகைய கோலம், வேறு எங்கும் காணப்படாத ஒன்று. பிற ஆலயங்களில் புடைப்புச் சிற்பமாகவோ, சித்திரமாகவோ மட்டுமே மீனாகிய தேவனை தரிசிக்க முடியும். மூலவராக தனி சந்நதி கொண்டு அருள்புரிவது இங்கு மட்டுமே மூலவர் வேதநாராயணப் பெருமாள், ஸ்ரீதேவி - பூதேவியுடன் காட்சி தருகிறார். திருமாலின் திருப்பாதங்கள் மீனின் அடிப்புறம் போலவே அமைந்துள்ளது.

ஆண்டுதோறும் நடைபெறும் சூரிய பூஜையுடன் கூடிய தெப்பத் திருவிழாவும், பிரம்மோத்ஸவமும் முக்கியமானவை. மூலவர் மீது சூரியஒளியானது ஒவ்வொரு ஆண்டும், பங்குனி மாதத்தில் விழுகின்றது. மேற்கு திசையை பார்த்து நிற்கும் நாராயணன் மீது, 25ம் தேதி பாதங்களிலும், இரண்டாம் நாள் 26ம் தேதி நாபியிலும் (வயிறு), மூன்றாம் நாள், 27ம் தேதி சுவாமியின் சிரசிலும் (தலை) சூரிய ஒளிக்கதிர்கள் விழும்.

கிருஷ்ண பக்தரான நாராயண பட்டத்ரி, ஒருமுறை வாத நோயால் பாதிக்கப்பட்டார். மருத்துவத்தால் பலன் இல்லை என்று தெரிந்ததும், ஜோதிடர் ஒருவரிடம் நோய் குணமாக பரிகாரம் கேட்டு வரும்படி சீடனைப் பணித்தார். அதன்படி ஜோதிடரிடம் சென்று வந்த சீடன், "மத்ஸ்யம் தொட்டு ஊண்" என்று தங்களிடம் தெரிவிக்கச் சொன்னார் என்றான்.

நாராயண பட்டத்ரி, ஜோதிடர் சொன்னதற்கான உள்ளர்த்தம் புரிந்து சந்நதிக்குச் சென்று, மச்சாவதாரம் தொடங்கி பகவானின் அவதாரச் சிறப்புகளையும் பெருமைகளையும் பாடி நோய் நீங்கப் பெற்றார். ஸ்ரீ குருவாயூரப்பனின் தரிசனமும் அவருக்குக் கிடைத்தது.